வெற்றிக்கு சில புத்தகங்கள்

பாகம் 2

வெற்றிக்கு சில புத்தகங்கள்

பாகம் 2

என்.சொக்கன்

கிழக்கு

வெற்றிக்கு சில புத்தகங்கள்: பாகம் 2
Vetrikku Sila Puthagangal: Part 2

First Edition: December 2019
272 Pages

ISBN: 978-93-86737-79-3
Kizhakku 1168

Kizhakku Pathippagam
177/103, First Floor, Ambal's Building, Lloyds Road,
Royapettah, Chennai - 600 014. Ph: +91-44-4200-9603
Email : support@nhm.in | Website : www.nhm.in

kizhakkupathippagam | kizhakku_nhm

Author's Email: nchokkan@gmail.com

Kizhakku Pathippagam is an imprint of New Horizon Media Private Limited

நண்பர் ரஞ்சன் அவர்களுக்கு…

பொருளடக்கம்

1

வாத்தியார் தேனீ!

எப்போதும் ஓய்வின்றி உழைக்கிற ஒருவரை 'தேனீமாதிரி சுறுசுறுப்பு' என்று சொல்வார்கள்.

தேனீக்கள் சுறுசுறுப்பானவைமட்டுமில்லை, அவற்றிடமிருந்து நாம் கற்றுக்கொள்ளக்கூடிய பாடங்கள் ஏராளமாக உண்டு என்கிறது ஒரு சமீபத்திய புத்தகம்!

பலவிதமான தேனீக்களின் வாழ்க்கைமுறையை அலசி ஆராய்ந்து அதிலிருந்து 25 முக்கியமான பாடங்களை உறிஞ்சித் தந்திருக்கிற அந்தப் புத்தகத்தின் பெயர் 'தி விஸ்டம் ஆஃப் பீஸ்' (The Wisdom Of Bees). ஆசிரியர் டாக்டர் மைக்கேல் ஓ'மாலெ. பெங்குவின் வெளியீடு. விலை ரூ 399/-

அடிப்படையில் ஒரு சமூக ஆய்வாளரான மைக்கேல் ஓ'மாலெ எட்டு வருடங்களுக்கு முன்னால் பொழுதுபோக்காகத் தேனீ வளர்க்கத் தொடங்கினார். கொஞ்சம் கொஞ்சமாக அதில் ஆர்வம் அதிகரித்து மூழ்கிப்போனார். தேனீக்கள் நமக்கு நல்ல 'வாத்தியார்'களாகவும் இருப்பதைக் கண்டுகொண்டார். இந்தத் துறையில் தனது பலவருட அனுபவ ஞானத்தை இந்தப் புத்தகத்தில் இறக்கிவைத்திருக்கிறார்.

தேனீக்களை மையமாக வைத்து டாக்டர் மைக்கேல் ஓ'மாலெ விவரிக்கும் இருபத்தைந்து வாழ்க்கைப் பாடங்களில் முக்கியமானவை இங்கே சுருக்கமாக:-

1. தேவையானதைமட்டும் பேசுங்கள், அநாவசியச் சுற்றிவளைத்தல் வேண்டாம்!

தேனீக்கள் தங்களுக்குள் தகவல் பரிமாறிக்கொள்ளும் 'மொழி' மிகவும் விநோதமானது. அதில் தேவையில்லாத குசல விசாரிப்புகளோ, வம்பு வழக்குகளோ இருக்காது. இதுதான் தகவல், நான் அந்தப் பக்கம் போகிறேன், நீ இந்தப் பக்கம் போ, இந்த வேலையைச் செய் என்று மேட்டரைச் சொல்லிவிட்டு டாட்டாகூடக் காட்டாமல் போய்க்கொண்டே இருக்கும்.

இப்படி மனிதர்களும் நடந்துகொண்டால் அரட்டை குறையும், செயல் திறன் அதிகரிக்கும். குறைந்த நேரத்தில் அதிக வேலைகளைத் தரமாக முடித்துவிடலாம்!

2. தொலைநோக்குப் பார்வை அவசியம்

ஒரு தேனீக்கூட்டம். வழக்கமாகப் பறந்து செல்லும் பாதையில் புதிதாக ஒரு பூந்தோட்டத்தைப் பார்க்கிறது. ஏகப்பட்ட மலர்கள். அவை அனைத்திலும் கொள்ளை கொள்ளையாகத் தேன். ஆஹா!

ஆனால் அந்தத் தேனீக்கூட்டம் இப்படி நினைத்துச் சட்டென்று பூந்தோட்டத்துக்குள் புகுந்துவிடாது. அது பாதுகாப்பான இடம்தானா, அல்லது வேறு ஆபத்துகள் உண்டா என்று தெரிந்துகொள்வதற்காகச் சிலரைமட்டும் அங்கே அனுப்பிவைக்கும். எல்லாம் ஓகே என்று தெரிந்தபிறகுதான் மொத்தமாக 'அட்டாக்'.

தேனீக்களுக்கு உள்ள இந்தத் தொலைநோக்குப் பார்வை நமக்கும் தேவை. அப்போதுதான் தாற்காலிக சுகங்களை நினைத்து நிரந்தர லாபங்களை இழக்காமல் இருப்போம்!

3. எதையும் அலசி ஆராய்ந்து முடிவெடுங்கள்!

தேனீக்கள் எப்போதும் அரைகுறையாக யோசிப்பதே கிடையாது. ஒரு பிரச்னை என்றால் அதை ஏழெட்டுத் தேனீக்கள் நுணுக்கமாக அலசி ஆராயும். அப்புறம் அவை எல்லாம் தங்களுக்குள் கலந்து பேசி (அட! நெஜமாத்தாங்க!) அதன்பிறகுதான் ஒரு முடிவுக்கு வருகின்றன.

இதற்குக் காரணம், ஏதாவது ஒரு தேனீ அவசரப்பட்டு ஒரு தவறான முடிவெடுத்து, அதனால் ஒட்டுமொத்தத் தேன்கூட்டுக்கும் ஆபத்து வந்துவிடக்கூடாதில்லையா?

தேனீக்களோடு ஒப்பிடும்போது மனிதர்களாகிய நம்மிடம் இன்னும் அதிகத் தகவல்கள் இருக்கின்றன. இன்னும் கூடுதல் அறிவு இருக்கிறது.

ஆனால் அவற்றை முழுமையாகப் பயன்படுத்துகிறோமா? அல்லது அவசர கதியில் எதையாவது அள்ளித் தெளித்துவிட்டு அவதிப்படுகிறோமா?

4. வேலைகளையும் அதிகாரங்களையும் பகிர்ந்து கொடுங்கள்

ஒரு தேன் கூட்டில் ஒரே ஒரு ராணித்தேனீதான் இருக்கிறது. மற்ற எல்லா வகைத் தேனீக்களுக்கும் அதுதான் தலைவி.

யோசித்துப்பாருங்கள், ஆயிரக்கணக்கான தேனீக்களை ஒரே ஒரு தலைவிமட்டும் மேய்ப்பது என்றால் சாதாரண விஷயமா? வாய்ப்பே இல்லை.

அதனால்தான் ராணித்தேனீ தனது அதிகாரங்களை அடுத்தடுத்த மட்டங்களில் உள்ளவர்களுக்குப் பகிர்ந்துகொடுக்கிறது. இவர்கள் எல்லோரும் ஒன்றாகச் சேர்ந்துதான் அந்தத் தேன் கூட்டை வழிநடத்துகிறார்கள்.

சிலர் எல்லா வேலைகளையும் அதிகாரங்களையும் பிடிவாதமாகத் தாங்களே வைத்துக்கொண்டிருப்பார்கள். 'ஏன் சார் இப்படி எல்லாத்தையும் இழுத்துப் போட்டுகிட்டுச் சிரமப்படறீங்க?' என்று கேட்டால், 'இதையெல்லாம் அடுத்தவங்ககிட்ட கொடுத்தா சரியாச் செய்யமாட்டாங்கப்பா' என்று அலுத்துக்கொள்வார்கள். அவர்களெல்லாம் ராணித்தேனீயிடம் ட்யூஷன் படித்தால் பாரம் குறையும்!

5. எதிலும் சமநிலை இருக்கட்டும். ஒரு விஷயத்துக்காக மற்றொன்றை இழக்காதீர்கள்

ஒவ்வொரு தேன் கூட்டிலும் வெவ்வேறுவிதமான தேனீக்கள் இருக்கின்றன. எந்த வகைத் தேனீ எத்தனை எண்ணிக்கையில், எவ்வளவு விகிதாச்சாரத்தில் இருக்கவேண்டும் என்கிற கச்சிதமான கணக்குகூட உண்டு. இந்த எண்ணிக்கைகள் எப்போதும் பிசகிவிடாத படி தேனீக்கள் கவனமாகப் பார்த்துக்கொள்கின்றன.

இதற்குக் காரணம், எந்த வகைத் தேனீயும் பயனற்றது இல்லை. எல்லாம் ஏதோ ஓர் உருப்படியான வேலையைச் செய்துகொண்டிருக்கின்றன. ஒன்றை இழிவாக நினைத்து அலட்சியப்படுத்தினால், அந்த முக்கியமான வேலை கெட்டுப்போகும், தேன்கூட்டின் சமநிலை பாதிக்கப்படும்.

நீங்கள் டிவி பார்ப்பதற்காக தினசரி வாக்கிங்கை மறக்கிறீர்களா? ஆஃபீசில் வேலை அதிகம் என்பதற்காகக் குடும்பத்தினருடன் செலவிடுகிற நேரத்தைக் குறைத்துக்கொள்கிறீர்களா? இப்படி

ஒன்றுக்காக இன்னொன்றை இழப்பது புத்திசாலித்தனம் அல்ல - தேனீக்களைப் பார்த்துச் சமநிலை பழகுங்கள்!

6. தொடர்ந்த முன்னேற்றம் அவசியம்

தேன் கூட்டினுள் ஒரு மினி யுனிவர்சிட்டியே உண்டு. தெரியுமா?

ஒவ்வொரு வகைத் தேனீயும் தான் செய்யவேண்டிய வேலையை எப்படிச் செய்யவேண்டும் என்று கவனமாகப் பயிற்சி பெறுகிறது. அதன்பிறகும் நிம்மதியாக உட்கார்ந்துவிடுவதில்லை, அந்த வேலை யில் அவ்வப்போது ஏற்படக்கூடிய ஆபத்துகளை அடையாளம் காண்கிறது. அவசியப்பட்டால் சூழ்நிலைக்கு ஏற்பத் தன்னை மாற்றிக்கொள்கிறது. சுருக்கமாகச் சொன்னால், ஒவ்வொரு தேனீயும் எப்போதும் ஒரு மாணவனாகவே இருக்கிறது. தன்னை மேலும் மேலும் மேம்படுத்திக்கொண்டு முன்னேறுகிறது.

ஆனால் மனிதர்கள்? கல்லூரியைவிட்டு வெளியே வந்ததும் 'படிப்பு' முடிந்தது என்று மூட்டை கட்டிவிடுகிறோம். ஒவ்வொரு நாளும், ஒவ்வொரு மாதமும், ஒவ்வொரு வருடமும் நம்முடைய நிலையில் அரை இன்ச் முன்னேற்றமாவது இருந்தே தீரவேண்டும் என்று திட்டமிட்டு உழைத்தால் வாழ்க்கை டிகிரியில் ஃபர்ஸ்ட் க்ளாஸ் வாங்கலாம்!

இது நம்மால் முடியுமா என்று சந்தேகமாக இருக்கிறதா? தேனீக் கூட்டத்தைப் பாருங்க, அதுக்குக் கத்துக்குடுத்தது யாருங்க?!

2

மைண்ட் மேப்!

உங்கள் ஞாபக சக்தி எப்படி?

உலக மக்கள்தொகையில் ஒரு சதவிகிதத்துக்கும் குறைவானவர்கள் தான் நல்ல நினைவாற்றலோடு இருக்கிறார்கள். மற்றவர்கள் பத்து மணிக்குக் கேட்ட விஷயத்தைப் பத்தே காலுக்குள் மறந்துவிட்டுத் திருதிருவென்று விழிக்கிறார்கள்.

முக்கியமாக, மாணவர்களுக்கு ஞாபக சக்தி மிகவும் அத்தியாவசியமாகத் தேவைப்படுகிறது. ஆனால் நாளுக்கு நாள் பாடங்கள் சுமையாகத் தேங்கிவிட, கூடவே வெளித் தொந்தரவுகளும் அதிகரிக்க, அவர் களுடைய நிலைமை மிகவும் பரிதாபம். படித்த எல்லாவற்றையும் மறந்துவிடுகிறார்கள்.

பல வருடங்களுக்குமுன்னால், டோனி என்கிற சின்னப் பையன். பள்ளியில் படித்ததையெல்லாம் அக்கறையாக நோட்ஸ் எடுத்து வைத்தான். பரீட்சை நேரத்தில் அவற்றை மும்முரமாகப் படித்து ரிவிஷன் செய்தான்.

ஆனால் டோனியின் பிரச்னை, அவன் வகுப்பில் படித்த எல்லா விஷயங்களும் தேர்வுக்குப் படிக்கிறபோது மறந்துவிடுகின்றன. மறுபடி ஆரம்பத்திலிருந்துதான் தொடங்கவேண்டியிருந்தது.

டென்ஷனான டோனி இன்னும் இன்னும் நோட்ஸ் எடுக்க ஆரம்பித்தான். ம்ஹூம், அவன் கூடுதலாக எழுத எழுத, முன்பைவிட அதிகமாக மறக்கத் தொடங்கினான்.

அப்போது, யாரோ அவனிடம் சொன்னார்கள். 'நீ எழுதற நோட்ஸ்ல முக்கியமான விஷயங்களைமட்டும் அடிக்கோடு போட்டு வை. ஆங்காங்கே கட்டம் கட்டு, கலர் பென்சில்ல தீற்றி அழகுபடுத்து. அப்போ அந்தப் பாயின்டையெல்லாம் நீ மறக்கமாட்டே!'

டோனி அதை முயன்று பார்த்தான். ஆச்சரியம், நண்பர் சொன்னது போலவே கட்டம் கட்டிய விஷயங்கள்மட்டும் 'பளிச்'சென்று ஞாபகத்தில் பதிந்திருந்தன.

ஆனால், ஒரு பக்க நோட்ஸில் மிஞ்சிப்போனால் ஏழெட்டு விஷயங்களைக் கட்டம் கட்டலாம். பாக்கி எல்லாம் மறந்துபோய்விடுகிறதே. என்ன செய்ய?

குழப்பத்தோடு பள்ளிப் படிப்பை முடித்த டோனி கல்லூரிக்குச் சென்றான். அங்கே கிரேக்கக் கலாசாரத்தைப்பற்றிப் படிக்க ஆரம்பித்தான்.

கிரேக்கர்கள் 'மெமரி'க்குப் புகழ் பெற்றவர்கள். ஏராளமான தகவல்களை விரல் நுனியில் வைத்திருக்கும் வல்லமை பெற்றிருந்தார்கள். அதற்கு அவர்கள் பயன்படுத்திய ஆயுதம், கற்பனை!

அதாவது 'இந்தியாவின் தலைநகரம் டெல்லி' என்று படித்தால் மறந்துவிடும். அதே இந்திய வரைபடத்தின் உச்சியில் ஒரு சிவப்புப் புள்ளிவைத்து அங்கே டெல்லி என்று எழுதியிருப்பதுபோல் கற்பனை செய்துகொண்டால், தகவல் மறந்தாலும் இந்தக் கற்பனை உங்கள் நினைவில் தங்கிவிடும்.

சுவாரஸ்யமான டோனி இந்தத் துறைபற்றி நிறையப் படிக்க ஆரம்பித்தார். உலகின் மிகப் பெரிய மேதைகளெல்லாம் தங்களுடைய சிந்தனைகளை வெறும் எழுத்துகளாக அல்லாமல், கோட்டுச் சித்திரங்கள், வண்ணங்கள், வடிவமைப்புகளாகப் பதிவு செய்திருப்பதைக் கவனித்தார். அதன் அடிப்படையில் ஒரு புதிய 'நினைவாற்றல்' உத்தியைக் கண்டுபிடித்தார். அதன் பெயர் 'மைண்ட் மேப்'. தமிழில் 'மன வரைபடம்'.

மைண்ட் மேப்கள் மாணவர்களுக்குமட்டுமல்ல, கோர்வையாகச் சிந்திக்க விரும்பும் எல்லோரும் இதனைக் கற்றுக்கொள்ளவேண்டும். பல மணி நேரங்கள் கூட்டம் கூடிப் பேசிச் சாதிக்கமுடியாததை ஒரு வெள்ளைக் காகிதமும் மைண்ட் மேப் வரைபடமும் சாதித்துவிடும் என்பது ஆதாரபூர்வமாக நிரூபிக்கப்பட்டிருக்கிறது. உலகெங்கும் லட்சக்கணக்கான மாணவர்களும் நிறுவனங்களும் இதனை வெற்றிகரமாகப் பயன்படுத்திவருகின்றன.

அந்த டோனி புஜான் பின்னர் இந்தத் துறையில் மிகப் பல ஆராய்ச்சிகளைச் செய்தார். பல அற்புதமான உத்திகளை உருவாக்கினார். ஏராளமான புத்தகங்களை எழுதினார். அவை தமிழ் உள்பட எண்ணற்ற மொழிகளில் வெளிவந்துள்ளன. அவற்றில் அதிமுக்கியமானது, டோனி புஜானின் மிகச் சிறந்த புத்தகம் 'ஹவ் டு மைண்ட் மேப்' (How To Mind Map - Thorsons வெளியீடு - ரூ 125/-).

அதென்ன மைண்ட் மேப்? நாம் எப்படி அதை வரைவது?

முதலில், எந்த விஷயத்தைப்பற்றி யோசிப்பதற்கும், அடுத்தவர்கள் பேசுவதை நோட்ஸ் எடுத்துப் பதிவு செய்து வைப்பதற்கும் மைண்ட் மேப் பயன்படுகிறது. இதற்கு நீங்கள் பெரிய ஓவியராக இருக்க வேண்டியதில்லை. இந்தப் புத்தகத்தில் டோனி புஜான் சொல்லித் தருகிற ஏழே ஏழு எளிய உத்திகளைப் பின்பற்றினாலே போதும்:

1. காகிதத்தைப் படுக்கைவசமாகத் திருப்பிக்கொண்டு அதன் மையத்தில் ஒரு வட்டம் போடுங்கள். நீங்கள் எதைப்பற்றிச் சிந்திக்கிறீர்களோ அதை எழுதிக்கொள்ளுங்கள்.

2. வெறும் எழுத்துகள் போதாது. முடிந்தவரை படங்கள், கிறுக்கல்கள், எளிய கோட்டுச் சித்திரங்களைப் பயன்படுத்துங்கள். உங்கள் மூளை அவற்றைப் பளிச்சென்று நினைவில் வைத்துக்கொள்ளும்.

3. படங்களைப்போலவே வண்ணங்களும் முக்கியம். ஒரு கறுப்பு வெள்ளை 'மைண்ட் மேப்'பில் எல்லாம் ஒரேமாதிரியாக அமைந்து போரடிக்கும். ஒருகட்டத்தில் சலிப்பு ஏற்படுத்த ஆரம்பித்துவிடும். ஒவ்வொரு தலைப்புக்கும் வெவ்வேறு வண்ணங்கள், புதிய யோசனைகளுக்குப் பச்சை நிறம், ஆபத்தான விஷயங்களைப்பற்றிப் பேசும்போது சிவப்பு நிறம் என்று உங்கள் கற்பனையை ஓடவிடுங்கள்.

4. நடுவில் உள்ள வட்டத்திலிருந்து எல்லாத் திசைகளிலும் கோடுகளை வரையுங்கள். அவற்றில் உப தலைப்புகளை எழுதுங்கள். உதாரணமாக, நடுவட்டத்தில் 'சுற்றுலா' என்று எழுதினால், இந்தக் கோடுகளில் 'எங்கே போகலாம்?', 'எப்போது போகலாம்?', 'எப்படிப் போகலாம்?' என்பதுபோன்ற உப தலைப்புகள் இடம் பெறும்.

   அடுத்து, இந்தக் கோடுகள் மீண்டும் பிரிகின்றன - ஒரு மரத்தின் மையத் தண்டிலிருந்து கிளைகள் தோன்றி, அவை மீண்டும் கிளைகளாகப் பிரிவதுமாதிரி. உதாரணமாக 'சுற்றுலா... எங்கே

போகலாம்?' என்ற கிளையை மறுபடி மூன்றாகப் பிரித்து 'உள்ளூர்', 'வெளியூர்', 'வெளிநாடு' என்று எழுதலாம். 'வெளியூர்' என்ற கிளையைப் பிரித்து 'ஊட்டி', 'கொடைக்கானல்', 'காஷ்மீர்', 'ஹைதராபாத்' என்று எழுதலாம்...

இப்படி உங்களால் முடிகிறவரை கோடு கிழித்துக் கிளை பிரித்து எழுதிக்கொண்டே போகலாம். ஆங்காங்கே வண்ணங்கள், படங்களை மறக்கவேண்டாம். உதாரணமாக, 'ஹைதராபாத்' என்று எழுதிப் பக்கத்தில் சார்மினார் கோபுரத்தையோ ஹைதராபாத் முத்து மாலையையோ வரையலாம். முடிந்தவரை உங்கள் மைண்ட் மேப் உங்களுக்கே சலிப்பூட்டாமல் பார்த்துக் கொள்ளுங்கள்.

5. மைண்ட் மேப்பில் நேர் கோடுகளைவிட வளைவான கோடுகள் சுவாரஸ்யம் சேர்க்கும். நிஜ மரக் கிளைகளைப்போல் என்று வைத்துக்கொள்ளுங்களேன்!

6. முடிந்தவரை சுருக்கமாக எழுதுங்கள். மைண்ட் மேப்பில் வளவளா என்று கதை வேண்டியதில்லை. முக்கியமான விஷயங்களைமட்டும் ஒன்றிரண்டு வார்த்தைகளில் விவரியுங்கள். தேவைப்பட்டால் எக்ஸ்ட்ரா கிளைகளை வரைந்து கூடுதல் விஷயங்களைப் பதிவு செய்யலாம். எல்லாவற்றையும் ஒரே கிளையில் போட்டுப் பாரம் ஏற்றாதீர்கள்.

7. அவ்வப்போது வார்த்தைகளுக்குப் பதில் படம் வரைந்து வையுங்கள். உங்கள் மைண்ட் மேப்பில் படங்களும் எழுத்துகளும் கிட்டத்தட்ட சம விகிதத்தில் இருந்தால்தான் அது நன்றாக மனத்தில் பதியும்.

அதிகம் வேண்டாம். ஒரே ஒரு மைண்ட் மேப் முயற்சி செய்து பாருங்கள். எப்போதும் விடமாட்டீர்கள். உங்கள் நினைவாற்றலிலும் சிந்தனை வளத்திலும் மிகப் பெரிய மாற்றங்கள் தெரியும். அதற்கு, டோனி புஜானைப் பின்பற்றிப் பலன் அடைந்துவரும் கோடிக்கணக் கான மக்கள் கேரன்டி!

3

திறமை + ஆர்வம்!

அந்த இளைஞன் அற்புதமாகப் பாடுவான். எந்தவகைப் பாட்டானாலும் சீக்கிரத்தில் பிடித்துக்கொண்டு ஸ்ருதி சுத்தமாகவும், கேட்பவர்களைக் கிறங்கடிக்கக்கூடியவகையில் உணர்ச்சிகரமாகவும் அவனுடைய குரல் அசத்தும்.

ஆனால் அவன் நினைத்ததுபோல் அவனால் பாடகனாக முடியவில்லை. குடும்ப நிலைமை, முடி திருத்தும் வேலைக்குச் சென்றான். அங்கேயும் விடாமல் பாடினான். அவன் பாட்டைக் கேட்பதற்காகவே பலர் அந்த சலூனைத் தேடி வந்தார்கள்.

அப்படி ஒருநாள் அவன் மும்முரமாகப் பாடியபடி முடி திருத்திக்கொண்டிருந்த நேரம், அந்தப் பக்கமாக வந்த ஒரு சினிமாக்காரர் அவனுடைய பாட்டைக் கேட்டார். நாட்டுப்புற மெட்டும் பிசிறில்லாத குரலும் அவரை மயக்கியது. அப்படியே கொத்திக்கொண்டு போய்விட்டார்.

சலூனிலிருந்து ஸ்டுடியோவுக்கு லாங் ஜம்ப் செய்த அந்த இளைஞர், இன்றைக்கும் பல கோடி இசைப் பிரியர்களைக் கட்டிப் போட்டிருக்கும் முகம்மது ரஃபி!

அநேகமாக நாம் எல்லோருமே வயிற்றுப் பிழைப்புக்காக ஒரு வேலையைச் செய்கிறோம். அதில் என்னதான் சிறப்பாகப் பணிபுரிந்து பிரமோஷன், போனஸ், சம்பள உயர்வெல்லாம் வாங்கினாலும்

ஒருகட்டத்துக்குமேல் ஏதோ அலுப்பு தோன்றிவிடுகிறது. வேலையைச் சுமையாக நினைக்க ஆரம்பித்துவிடுகிறோம். நிம்மதியைத் தேடி வேறு கவன ஈர்ப்புகளில் விழுகிறோம்.

இந்தச் சலிப்புக்கு என்ன காரணம்? சிலர்மட்டும் இந்த வலையில் சிக்காமல் என்றென்றும் தங்களுடைய 'வேலை'யை, துறையை, வாழ்க்கையை, இந்த உலகத்தையே நேசித்துக்கொண்டிருப்பவர் களாகத் தெரிகிறார்களே, இந்த மேஜிக் எங்கே, எப்போது, எப்படி நிகழ்கிறது?

தத்துவார்த்தமான இந்தக் கேள்வியை எடுத்துக்கொண்டு அதற்கு ஒரு ப்ராக்டிகல் தீர்வைச் சொல்கிறது 'தி எலிமன்ட்' (The Element) புத்தகம். இதன் ஆசிரியர்கள் டாக்டர் சர் கென் ராபின்சன் மற்றும் லூ அரோனிகா.

ஆங்கிலத்தில் 'எலிமென்ட்' என்றால் அடிப்படை, அதாவது இது இல்லாவிட்டால் வேறு எதுவுமே இல்லை என்கிற அளவுக்கு அத்தியாவசியமான ஆதி அம்சங்கள்!

'அப்படி நம் ஒவ்வொருவருக்கும் ஒரு விஷயத்தின்மீது ஆசை, தீராத காதல், வெறி இருக்கும்' என்கிறார் கென் ராபின்சன். 'அந்த எலிமென்ட் எது என்று கண்டறிந்து அங்கே உழைப்பைக் கொட்டினால் சுலபமாக ஜெயிக்கலாம். அதன்மூலம் பணம், புகழ், பதவி, கௌரவம் கிடைப்பதெல்லாம்கூட இரண்டாம்பட்சம்தான். அந்த நிம்மதியும், விரும்பியதைச் செய்கிறோம் என்கிற திருப்தியும் இருக்கிறதே, அவை கோடிகோடியாகக் கொட்டினாலும் கிடைக்காது!'

ஆனால் இங்கே எதார்த்தத்தில் என்ன நடக்கிறது? அப்பா சொன்னார், எதிர்வீட்டுப் பெரியவர் அட்வைஸ் செய்தார், டிவியில் கேட்டேன் என்று உப்புப்பெறாத காரணங்களால் படிப்புகளும் வேலைகளும் தீர்மானிக்கப்படுகின்றன. நிறையச் சம்பாதிப்பதற்கான வாய்ப்பு உள்ள துறைகளுக்குமட்டுமே இங்கே தனிமரியாதை. இந்தப் போக்கு தொடர்ந்தால் உலகம்முழுக்க நிம்மதி இல்லாத பணக்காரர்களால் நிரம்பிவிடும்.

அப்படியானால் பணம் சம்பாதிப்பது தப்பா?

இல்லை. ஆனால் அதுமட்டுமே உங்கள் பாதையைத் தீர்மானிக்கிற விஷயமாக இருக்கமுடியாது, இருக்கக்கூடாது என்பதுதான் இந்தப் புத்தகம் வலியுறுத்துகிற செய்தி. நமது எலிமென்டைக் கண்டுபிடித்து அதையே நம்முடைய பாதையாக மாற்றிக்கொண்டால், பணமும்

சம்பாதிக்கலாம், வாழ்க்கையையும் முழுமையாக அனுபவிக்க முடியும்!

சரி. என்னுடைய எலிமென்ட் எது? அதை எப்படி அடையாளம் காண்பது?

இதற்கு ஒரு மிக எளிமையான வழிமுறை இருக்கிறது. நம்மை நாமே இரண்டு கேள்விகள் கேட்டுக்கொண்டால் போதும். எலிமென்ட் சிக்கிவிடும்!

முதலில், 'நான் எதையெல்லாம் செய்வதில் திறமைசாலியாக இருக்கிறேன்?' ஒன்றுவிடாமல் பட்டியல் போடத் தொடங்குங்கள்!

இப்போது முதல் பட்டியலை மூடிவைத்துவிட்டு அடுத்த கேள்வி, 'நான் எதையெல்லாம் செய்ய விரும்புகிறேன்?' இன்னொரு பட்டியல் போடுங்கள்!

ஆக, முதல் பட்டியல் திறமை, இரண்டாவது ஆர்வம். இந்த இரண்டிலும் இடம் பெறுகிற விஷயங்களைத் தொகுத்துப் பார்த்தால், எலிமென்ட்!

உதாரணமாக ஒருவர் பெரிய சாஃப்ட்வேர் புள்ளி, லட்சம் லட்சமாகச் சம்பாதிக்கிறார், ஆனால் அவருக்குள் கிரிக்கெட் தாகம். ஒருவேளை அவர் அதைக் காப்பாற்றி வளர்த்தால் கோடிகளில் புரளலாம், அதை விட முக்கியம், நாம் நமது எலிமென்ட்டில் உள்ளவரை சலிப்பு வராது, அதிருப்தி இருக்காது!

எலிமென்ட் என்பது ஒரே ஒரு விஷயமாகத்தான் இருக்கவேண்டும் என்கிற அவசியம் இல்லை. சிலருக்கு ஒன்றுக்கு மேற்பட்ட துறைகளின்மீது காதல் இருக்கலாம். அவற்றுக்குத் தங்களது நேரத்தை, உழைப்பைப் பிரித்துக்கொடுத்து ஜெயிக்கலாம்!

இந்தப் புத்தகத்தில் கென் ராபின்சன் சொல்கிற இன்னொரு முக்கியமான விஷயம், 'ஐ.க்யூ. என்று பொதுவாகச் சொல்லப்படும் கணக்கு, ஆங்கில அறிவுமட்டும் உசத்தி இல்லை. நம் ஒவ்வொரு வருக்கும் வெவ்வேறு விதமான அறிவுகள், திறமைகள் இருக்கின்றன. உணர்ச்சிகளைக் கையாளும் லாகவம், குழுவுடன் இணைந்து செயல்படுகிற, மற்றவர்களை வழிநடத்துகிற திறமைகள், இசை ஞானம், நடனத்திறன் போன்றவற்றுக்கும் முக்கியத்துவம் தரவேண்டும். இவற்றில் சிறந்து விளங்குகிற ஒருவர் அதற்கு ஏற்ற ஒரு துறையைத் தேர்ந்தெடுத்து உழைத்தால் ஜெயிப்பதற்கான வாய்ப்புகள் அதிகம்!'

‘நீங்கள் இளைஞராக இருந்தால் உங்களது திறமையும் ஆர்வமும் ஒருங்கிணைகிற அந்தப் புள்ளியை, உங்களது எலிமென்ட் எது என்பதைச் சீக்கிரம் அடையாளம் காணுங்கள். அதைச் சுற்றி உங்கள் வாழ்க்கையை அமைத்துக்கொள்வதற்கான வழிகளை யோசியுங்கள்’ என்கிறார் கென் ராபின்சன். இதற்கு ஏராளமான பிரபலங்களின் வாழ்க்கையிலிருந்து உதாரணங்களை அடுக்கி விளக்குகிறார். எலிமென்ட்க்குமுன், எலிமென்ட்க்குப்பின் என்று அவர்களுடைய வெற்றிக்கதைகளில் இந்த விஷயம் ஒரு முக்கியமான திருப்பு முனையாக அமைந்திருப்பதைக் கண்கூடாகப் பார்க்கமுடிகிறது.

ஒருவேளை காலம் கடந்திருந்தால்? எலிமென்ட் எது என்று தெரியாமலே நாம் வேறொரு பாதையில் சிக்கிக்கொண்டிருந்தால்?

பிரச்னை இல்லை. ‘இந்த விஷயத்தில் டூ லேட் என்று எதுவும் கிடையாது. எப்போது வேண்டுமானாலும் நாம் நமது எலிமென்ட்டை அடையாளம் காணலாம். உடனடியாக இல்லாவிட்டாலும் காலப் போக்கில் அங்கே சென்றுசேர்வதற்காகத் திட்டமிடலாம்’ என்று நம்பிக்கை தருகிறது இந்தப் புத்தகம். இதற்குச் சாட்சியாக வாழ்நாள் முழுக்க வேறு வேலைகளில் சிக்கிக்கொண்டிருந்துவிட்டு திடீரென்று ஒருநாள் தங்களது எலிமென்ட் அடிப்படையில் மாற்றம் கண்டு ஜெயித்த சாதனையாளர்களின் சரித்திரங்கள் விவரிக்கப்படுகின்றன.

நாம் இந்த இரண்டில் எந்தக் கட்சியாக இருந்தாலும் பரவாயில்லை, நமது பிள்ளைகளுக்கு, இன்றைய மாணவர்களுக்கு, அடுத்த தலைமுறைக்கு அவர்களுடைய எலிமென்ட்களைச் சீக்கிரமாக அடையாளம் காணவும் அவற்றின் அடிப்படையில் தங்கள் வாழ்க்கையை அமைத்துக்கொள்ளவும் சொல்லித்தருவது மிக முக்கியம், அவசியம், அவசரம்!

4

ஆனந்த மழை

உங்கள் வீடு (அல்லது அலுவலகம்) எப்படி இருக்கிறது? மகிழ்ச்சியாகக் கலகலவென்றா? அல்லது சோகமாக அழுதுவடிந்துகொண்டா?

பல நேரங்களில் நம்முடைய உற்சாகத்தை அக்கம்பக்கத்தில் இருப்பவர்கள் பகிர்ந்துகொள்வதில்லை. அதனால் ஆளுக்கு ஒரு திசையைப் பார்த்துக்கொண்டு தனித்தனித் தீவுகளாகிவிடுகிறோம்.

அப்படி இல்லாமல் நாம் எந்நேரமும் சிரித்துக்கொண்டிருக்க வேண்டும். மற்றவர்களும் அதே நல்ல மூடில் இருக்கவேண்டும். எங்களுக்குள் பரஸ்பர மரியாதை, அல்லது அன்பு, அக்கறை மலர வேண்டும். தினமும் என்னைப் பார்க்கவேண்டும் என்று அவர்கள் ஆவலுடன் காத்திருக்கவேண்டும். நான் வந்தாலே அந்த இடத்தில் சிரிப்பும் கும்மாளமும் பொங்கவேண்டும். நாங்கள் எல்லோரும் எப்போதும் கலகலப்பாகச் சேர்ந்து வேலை செய்யவேண்டும், அல்லது மகிழ்ச்சியாக நேரத்தைச் செலவிடவேண்டும்…

இதெல்லாம் கேட்பதற்கு நன்றாகத்தான் இருக்கிறது. ஆனால் எதார்த்தத்தில் சாத்தியமா?

நாம் ஒவ்வொருவரும் சில எளிய வழிகளைப் பயன்படுத்தினால் நமது இல்லம் அல்லது பணியிடத்தில் ஹீரோக்களாக மாறமுடியும், எல்லோரிடமும் 'நல்ல பிள்ளை' என்று பெயரெடுக்கமுடியும்,

அனைவரையும் உற்சாகப்படுத்தி வேலை வாங்கமுடியும் என்கிறது ஒரு சுவாரஸ்யமான புத்தகம். 'இன்ஸ்டன்ட் டர்ன்அரவுண்ட் (Instant Turnaround) என்ற அந்த பிஸினஸ் நாவலின் ஆசிரியர்கள் ஹாரி பால் மற்றும் ராஸ் ரெக்.

கதை வடிவில் விரியும் இந்தப் புத்தகத்தின் அடிநாதம் ஒரே ஒரு வாக்கியம்தான். 'உங்களைச் சுற்றி எப்போதும் மழை பெய்து கொண்டிருக்கவேண்டும்!'

நிஜ மழை இல்லை. இந்தப் புத்தகம் விவரிக்கிற நான்கு முக்கியமான விஷயங்களை RAIN என்ற ஆங்கில வார்த்தையை வைத்து ஞாபகத்தில் பதியவைக்கலாம். அவை: Real, Appreciative, Interested, Nice.

1. Be Real:

வேஷம் போடுகிறவர்களை மக்கள் ரசித்துக் கை தட்டுவது சினிமாவில்மட்டும்தான். நிஜ வாழ்க்கை அதற்கு நேர் எதிரானது. இங்கே நீங்கள் உண்மையானவராக நடந்துகொள்ளவேண்டும் என்றுதான் எல்லோரும் எதிர்பார்ப்பார்கள்.

உதாரணமாக நமக்கு ஒரு வேலை ஆகவேண்டும் என்றால் அதற்காக ஒருவரைப் புகழ்வது, அவர்கள்மீது அக்கறையோடு இருப்பதுபோல் நடிப்பது. அப்புறம் அந்த வேலை முடிந்தவுடன் அவர்களை ஒட்டு மொத்தமாக மறந்துவிடுவது, அல்லது அலட்சியப்படுத்துவது.

இதுபோன்ற ஷார்ட்கட் ஃபார்முலாக்கள் ஆரம்பத்தில் கொஞ்சம் பலன் தரலாம். அப்புறம் மக்களுக்கு உங்களுடைய நிஜமுகம் புலப்பட்டுவிடும். அதன்பிறகு எப்பேர்ப்பட்ட வேஷமும் எடுபடாது!

ஆகவே, அநாவசிய ஒப்பனைகள் ஏதுமின்றி உங்கள் நிஜமான சுபாவத்தை வெளிப்படுத்துங்கள். அதில் குறைகள் இருந்தால் கவனித்துச் சரி செய்யுங்கள். எதிலும் போலித்தனம் இல்லாமல் நடந்துகொள்ளுங்கள். மற்றவர்களும் தானாக மாறுவார்கள்!

2. Be Appreciative:

சின்னஞ்சிறு குழந்தைமுதல் பழுத்த முதியவர்வரை எல்லோருமே இந்த உலகம் தங்களைச் சுற்றிச் சுழல்வதாகத்தான் நினைத்துக் கொண்டிருக்கிறார்கள். ஒவ்வொருவருக்கும் தாங்கள் செய்கிற வேலை முக்கியம்தான். அதை மற்றவர்கள் பார்த்துப் பாராட்ட வேண்டும் என்கிற ஆசை அவர்களுக்குள் நிச்சயமாக இருக்கும்!

தினமும் சில மணித்துளிகளை ஒதுக்கி உங்களைச் சுற்றியுள்ளவர் களைக் கூர்ந்து கவனியுங்கள். அவர்களுடைய வேலையில் தென்படும் குறிப்பிடத்தக்க அம்சங்களைக் குறிப்பிட்டு இரண்டு வரி பாராட்டுங் கள். அது அவர்களுடைய செயல்திறனில் எப்பேர்ப்பட்ட மாற்றங் களைக் கொண்டுவருகிறது என்று பாருங்கள்.

உதாரணமாக நமக்கு தினமும் கடிதங்களைக் கொண்டுவருகிற தபால்காரரின் நேரம்தவறாமை, பாத்திரம் தேய்க்கிற பணியாளரின் செய்நேர்த்தி, எந்தப் பிரச்னையையும் புன்னகையோடு எதிர் கொள்ளும் ஒரு நண்பரின் ரிலாக்ஸ் மனோபாவம்... எல்லா வற்றையும் கவனிக்க, பாராட்ட மனசுதான் வேண்டும்.

நம் வீட்டிலேயே மனைவியின் சமையலைப் பாராட்டுகிற கணவர்கள் எத்தனை பேர்? குழந்தை ஹோம்வொர்க் முடிக்கவில்லை என்று கோபிக்கிற பெற்றோர் அது ஒழுங்காகச் செய்கிற ஏதேனும் ஒரு வேலையைக் குறிப்பிட்டுப் பாராட்டுகிறார்களா? எல்லோரும் மற்றவர்களிடம் இருக்கும் நல்ல விஷயங்களைக் கவனித்துச் சுட்டிக்காட்டப் பழகினால்தான் அங்கே இயல்பான பிணைப்பு உருவாகும், நீடித்திருக்கும்!

3. Be Interested:

அடுத்தவர்கள் ஏதாவது பேசும்போது நீங்கள் என்ன செய்வீர்கள்? வெறுமனே காதைமட்டும் திறந்துவைத்துவிட்டு மனத்தை வேறு எங்கேயோ அலையவிடுவீர்களா? அது நியாயம்தானா?

ஒவ்வொருவருக்கும் அவர்களுடைய கவலைகள்தான் முக்கியம். ஆனால் அதற்கு நடுவிலும் நாம் அடுத்தவர்களது வார்த்தைகளைக் கேட்கிறோம், கவனிக்கிறோம், அதில் ஆர்வம் காட்டுகிறோம் என்றால் அதுதான் நாம் அவர்களுக்குத் தருகிற மிகப் பெரிய மரியாதை. அவர்கள்மீது அக்கறை வைத்திருப்பதற்கான அடையாளம்!

பையன் ப்ளஸ்டூ பாஸ் செய்துவிட்டான். அவன் எந்தக் கல்லூரியில் சேரவேண்டும் என்று அம்மாவும் அப்பாவும் மண்டையைப் போட்டு உடைத்துக்கொள்கிறார்கள். அப்போது அந்தப் பையன் கிராமத்தில் இருக்கும் தனது தாத்தா, பாட்டிக்கு ஃபோன் செய்கிறான். 'நீங்க இதைப்பத்தி என்ன நினைக்கறீங்க' என்று ஒரு வார்த்தை விசாரிக்கிறான்.

அந்தப் பெரியவர்கள் காலேஜ் விஷயத்தில் பெரிதாக எதையும் சொல்லிவிடப்போவதில்லை. ஆனால் தங்கள் கருத்தையும்

காதுகொடுத்துக் கேட்க யாரோ இருக்கிறார்கள் என்ற எண்ணம் அவர்களை மகிழ்ச்சியில் ஆழ்த்தும்.

நீங்கள் அடுத்தவர்களுடைய பேச்சை மதிக்கிறீர்களோ இல்லையோ, அலட்சியப்படுத்தாமல் கவனித்துக் கேளுங்கள். அப்புறம் முடிவெடுங்கள். அலட்சியத்தால் யாரையும் காயப்படுத்தாதீர்கள்!

4. Be Nice:

கடைசியாக, மிக முக்கியமான விஷயம், எல்லோரிடமும் இனிமையாக நடந்துகொள்வது!

ஒரு சங்கிலியில் எல்லா வளையங்களும் வலுவாக உள்ளன. ஆனால் ஒரே ஒரு பகுதிமட்டும் தேய்ந்து பலவீனமாகிவிடுகிறது. அதனால் அந்தச் சங்கிலி மொத்தமும் அறுந்து பயனற்றுப்போகிறதல்லவா? அதுபோல இனிதாகப் பேசிப் பழகாதவர்களுடைய மற்ற நல்ல குணங்களையெல்லாம்கூட இது மறக்கடித்துவிடுகிறது.

தினந்தோறும் காலையில் பார்க்கிறவர்களுக்கு ‘குட் மார்னிங்’ சொல்வதில் ஆரம்பித்து, புன்னகை முகம், மறுப்பைக்கூட காயப்படுத்தாமல் சொல்லும் தன்மை, தனக்குக் கீழே உள்ளவர்களை இழிவாக நடத்தாமல் தவிர்ப்பது, கர்வம், அகங்காரமின்மை, மனத்தாலும் மற்றவர்களுக்குக் கெடுதல் நினைக்காமல் இருப்பது என பல விஷயங்கள் ‘நைஸ்’ என்ற இந்த ஒற்றை வார்த்தையில் அடங்கிவிடுகின்றன. இவைதான் நம்மை அடுத்தவர்கள் எந்த அளவு மதிக்கிறார்கள், விரும்புகிறார்கள், நம்புகிறார்கள் என்பதைத் தீர்மானிக்கின்றன.

இதற்குச் சாட்சியாக, ஒரு சமீபத்திய கணக்கெடுப்பைக் குறிப்பிடுகிறது இந்தப் புத்தகம். ‘ஓர் அதிகாரி எப்படி இருக்கவேண்டும்? திறமைசாலியாகவா, அல்லது பழக இனிமையானவராகவா?’ என்று கேட்டபோது பெரும்பாலானோர் இனிமையான சுபாவத்தைத்தான் முக்கியமாகக் குறிப்பிட்டிருந்தார்கள்.

அதிகாரிகளுக்குமட்டுமல்ல, நம் எல்லோருக்குமே திறமைக்கு இணையாக, அல்லது அதைவிட ஒரு படி மேலாகவே பழகத்தெரிய வேண்டும். அதுதான் மற்றவர்கள் மத்தியில் நம்மைச் சில படிகள் உயர்த்திக் காண்பிக்கும்!

ஆக, Be Real, Be Appreciative, Be Interested, Be Nice, நான்கு விஷயங்களும் (RAIN) நினைவில் இருந்தால் போதும். காலமெல்லாம் ஆனந்த மழையில் நனையலாம்!

5

முழுமையான வாழ்க்கை!

அந்த இளைஞருடைய பெயர் நிக். இருபத்தெட்டு வயது. நடக்கிறார், சிரிக்கிறார், பேசுகிறார், இசைக்கருவிகளை வாசிக்கிறார், கால்ஃப் விளையாடுகிறார், கீழே விழுகிறார், மீண்டும் அவரே சிரமப்பட்டு எழுந்து நிற்கிறார்...

கொஞ்சம் பொறுங்க சார். 28 வயசு ஆள் இதையெல்லாம் செய்யறது ஒரு பெரிய விஷயமா? இதைப்போய் மகா அதிசயம்மாதிரி சொல்ல வந்துட்டீங்களே!

அதிசயம்தான் சார். இவ்வளவையும் சர்வசாதாரணமாகச் செய்கிற நிக்கிற்கு இரண்டு கைகளும் இல்லை, இரண்டு கால்களும் இல்லை!

1982ம் வருடம் ஆஸ்திரேலியாவில் நிக் பிறந்தபோதே அவருக்குக் கைகள், கால்கள் இல்லை. வெறும் உடம்புமட்டும்தான். இதற்கு என்ன மருத்துவக் காரணம் என்று இதுவரை யாருக்கும் தெரியவில்லை.

காரணம் கிடக்கட்டும், இந்தக் குழந்தையை இப்போது என்ன செய்வது?

நிக்கின் பெற்றோர் துடித்துப்போனார்கள். 'உடம்பில் ஒரு சின்ன ஊனம் உள்ளவர்கள்கூட இயல்பாக வாழமுடியாமல் சிரமப்படுவதைப் பார்க்கிறோம். இந்தப் பிள்ளை கையும் காலும் இல்லாமல் எப்படி வளரப்போகிறது? கடவுளே!'

அவர்களுடைய பிரார்த்தனைகளுக்கு எந்தப் பதிலோ, பலனோ இல்லை. 'இந்த வியாதி(?)யைக் குணப்படுத்தமுடியாது' என்று டாக்டர்களும் கைவிரித்துவிட்டார்கள்.

அதேநேரம், நிக் மளமளவென்று வளர்ந்துகொண்டிருந்தான். கை, கால்கள் இல்லை என்ற ஒரு பிரச்னையைத்தவிர அவனுடைய ஆரோக்கியத்தில் எந்தக் குறைபாடும் இல்லை. மற்ற சராசரிக் குழந்தைகளைப்போலவே பேசினான், சிரித்தான், படித்தான். நடப்பது, படியேறுவது, பாத்ரூம் போவதுமாதிரி வேலைகளுக்கு மட்டும் அவனுடைய பெற்றோர் உதவி செய்யவேண்டியிருந்தது.

சிறுவன் நிக் ஐந்து வயதைத் தாண்டியதும், அவனுடைய பெற்றோர் அவனைப் பள்ளியில் சேர்க்க முயற்சி செய்தார்கள். ஆனால், எந்தப் பள்ளி நிர்வாகமும் அவனைச் சேர்த்துக்கொள்ள முன்வரவில்லை. 'இதுமாதிரி பசங்களுக்குன்னே ஸ்பெஷல் ஸ்கூலெல்லாம் இருக்கும்மா. அங்கே இவனுக்குச் சுலபமா சீட் கிடைக்கும்!'

நிக்கின் தாய் துஷ்கா அந்த 'ஸ்பெஷல்' பள்ளிகளையும் சென்று பார்த்தார். ஆனால் அவற்றில் உடல் ஊனமுற்ற குழந்தைகள், மனநிலை சரியில்லாத குழந்தைகள்தான் சேர்க்கப்பட்டிருந்தார்கள். துறுதுறுவென்று எந்நேரமும் சிரித்துக்கொண்டிருக்கும் நிக்கை அவர்களுக்கு மத்தியில் படிக்கவிடுவது அவருக்குச் சரியாகப் படவில்லை.

ஆகவே, துஷ்கா அரசாங்கத்திடம் முறையிட்டார். 'என் பையனும் மத்த பசங்கமாதிரியேதான் படிக்கறான். அவனும் வழக்கமான ஸ்கூல்கள்ல சேர்ந்து படிக்க அனுமதி வேணும்!'

அரசாங்கமும் சரி, பள்ளி நிர்வாகங்களும் சரி, இதை ஏற்றுக்கொள்ள வில்லை. நிக்கை விரட்டுவதிலேயே குறியாக இருந்தார்கள். அப்போதும் துஷ்கா மனம் தளராமல் தொடர்ந்து போராடினார்.

கடைசியாக, அவருக்கு வெற்றி கிடைத்தது. நிக் ஒரு வழக்கமான பள்ளியில் சேர்க்கப்பட்டான்.

ஆனால் அதன்பிறகுதான் இன்னும் பெரிய பிரச்னைகள் தொடங்கின. மற்ற மாணவர்கள் நிக்கைக் கேலியாகப் பார்த்தார்கள். கிண்டலடித்துச் சிரித்தார்கள். நாள்முழுவதும் அவர்களுடைய நக்கல் பேச்சுகளைக் கேட்டுக்கொண்டிருப்பது அவனுக்குப் பெரிய வேதனையாக இருந்தது. இன்னொருபக்கம், தன்னுடைய பெற்றோருக்குச் சுமையாக இருக்கிறோமோ என்கிற சிந்தனைவேறு. எல்லாமாகச் சேர்ந்து எட்டு வயது நிக்கைத் தற்கொலை முடிவுக்குத் தள்ளிவிட்டது.

நல்லவேளையாக, நிக் தற்கொலை செய்துகொள்ளவில்லை. 'எனக்காக இவ்ளோ கஷ்டப்பட்ட எங்க அம்மா, அப்பாவை நினைச்சுப் பார்த்தேன். சாகறதுக்கு மனசு வரலை!'

அதன்பிறகு, நிக் நிறையப் படிக்க ஆரம்பித்தார். அவரைப்போலவே உடல் குறைபாடுகளால் அவதிப்பட்டவர்கள், அதைத் தைரியமாக எதிர்த்து நின்று ஜெயித்தவர்களைப்பற்றியெல்லாம் வாசித்து, கேட்டுத் தெரிந்துகொண்டார்.

அப்போதும், அவருக்கு ஒரு சந்தேகம்மட்டும் தீரவில்லை. 'என் வாழ்க்கைக்கு என்ன அர்த்தம்? எந்தப் பிரயோஜனமும் இல்லாமல் நான் ஏன் வாழணும்?'

விரைவில், அந்தக் கேள்விக்கும் பதில் கிடைத்தது. நிக் தன்னுடைய ஊனத்தைப்பற்றிக் கவலைப்படாமல் தைரியமாக வாழ்க்கையை எதிர்கொள்கிறார் என்பதைக் கவனித்த சிலர் 'நீங்க இந்த விஷயத்தை மேடையேறிப் பேசணும்' என்றார்கள்.

'நானா? என் பேச்சை யார் கேட்பாங்க?'

'ஏன் அப்படிச் சொல்றீங்க? பொதுவா நாங்க எல்லாருமே சின்னச் சின்னப் பிரச்னைகளைக்கூடப் பெரிசுபடுத்திகிட்டுச் சோர்வடையற வங்கதான். ஆனா நீங்க, ஒரு மிகப் பெரிய பிரச்னையைச் சாதாரணமா எடுத்துக்கிட்டு எதிர்த்து நின்னு ஜெயிச்சிருக்கீங்க. எங்களுக்கெல்லாம் நீங்க ஒரு பெரிய ரோல் மாடல்!'

அதுதான் ஆரம்பம். அதன்பிறகு ஆஸ்திரேலியாவிலும் அமெரிக்காவிலும் இன்னும் பல நாடுகளிலும் நூற்றுக்கணக்கான மேடைப்பேச்சுகளை நிகழ்த்தியிருக்கிறார் நிக். விரக்தியின் விளிம்பில் இருக்கிறவர்கள்கூட அவருடைய பேச்சைக் கேட்டால் கண்ணீர் சிந்துகிறார்கள். அடுத்த நிமிடம் அதைத் துடைத்து எறிந்துவிட்டு நம்பிக்கையோடு எழுந்து நிற்கிறார்கள்.

கடைசியாக, நிக் தன்னுடைய வாழ்க்கைக்கு என்ன அர்த்தம் என்று தெரிந்துகொண்டார். அதன்பிறகு அவர் உலகம்முழுவதும் சுற்றி வந்து மாணவர்கள், கார்ப்பரேட் ஊழியர்கள், அரசியல்வாதிகள், பொது மக்கள்மத்தியில் நம்பிக்கையூட்டும்விதமாகப் பேசுகிறார். தானே ஒரு சமூக சேவை நிறுவனத்தைத் தோற்றுவித்து, இதுபோன்ற பிரச்னைகளால் அவதிப்படுகிறவர்களுக்கு உதவிக்கொண்டிருக்கிறார். ஏராளமான இளைஞர்கள் அவரைத் தங்களுடைய லட்சிய பிம்பமாக ஏற்றுக் கொண்டிருக்கிறார்கள்.

இதுவரை நீங்கள் வாசித்தது, ஒரு சுயசரிதைப் புத்தகத்தின் சுருக்கம். நிக் வாயாசிச் என்ற அந்தச் சாதனை இளைஞர் தன் கதையைத் தானே எழுதிச் சமீபத்தில் வெளியிட்டிருக்கிறார். 'லைஃப் வித்தவுட் லிமிட்ஸ்' (Life Without Limits) என்ற அந்தப் புத்தகத்தை அவர் ஒரு வாழ்க்கை வரலாறாக அமைக்காமல், சுவாரஸ்யத்துடன், சுய முன்னேற்ற நூலைப்போன்ற ஒழுங்குடன் எழுதியிருக்கிறார்.

இத்தனை சிரமங்களுக்கு இடையிலும் நிக் வெற்றியடைந்தது எப்படி? அதற்கு அவரே சொல்லும் இந்தப் பத்து சூத்திரங்களை யார் வேண்டுமானாலும் பயன்படுத்தி ஜெயிக்கலாம்:

1. **நம் வாழ்க்கைக்கு ஓர் உறுதியான, நிச்சயமான நோக்கம் இருக்கவேண்டும்.**

2. **நம்முடைய நம்பிக்கையை யாரும் உடைத்துவிடக்கூடாது. அந்த அளவுக்கு நாம்தான் அதற்கு வலிமையூட்டவேண்டும்.**

3. **கடவுளை நம்பவேண்டும். அவர் நினைத்தால் எதுவும் முடியும் என்கிற எண்ணம் வேண்டும்.**

4. **எத்தனை குறைகள் இருந்தாலும் பரவாயில்லை, நம்மை நாமே நேசிக்கவேண்டும். முழுமையாக ஏற்றுக்கொள்ளவேண்டும். தாழ்வு மனப்பான்மை கூடாது.**

5. **சின்னச் சின்ன இலக்குகளெல்லாம் வேண்டாம். மிகப் பெரிய லட்சியங்களைமட்டுமே குறி வையுங்கள்.**

6. **எப்போதும் மாற்றங்களுக்குத் தயாராக இருக்கவேண்டும்.**

7. **எல்லோரும் நல்லவர்கள்தான், நம்புங்கள்!**

8. **எந்நேரமும் கண்களை அகலத் திறந்துவைத்திருப்பது அவசியம். நல்ல வாய்ப்புகளைத் தேடிக்கொண்டே இருங்கள்.**

9. **எதிலும் இறங்குவதற்குமுன்னால் நன்றாக யோசித்துக் கணக்குப் போட்டு அதன்பிறகு முடிவெடுங்கள்.**

10. **கஷ்டப்படுகிறவர்கள்மீது கருணை காட்டுங்கள், சேவை மனப்பான்மையோடு வாழ்ந்து பழகுங்கள்!**

6

ஃபோகஸ் ப்ளீஸ்!

இன்றைய நவீன வாழ்க்கை, மிகவும் பரபரப்பானது. வேகம் முக்கியம், அதேசமயம் விவேகமும் இருக்கவேண்டும், சுற்றியிருக்கிற எல்லாவற்றையும் பார்த்துப் புரிந்துகொண்டு விரைவாகக் கிரகித்துக் கொண்டு முன்னேறிப் போகவேண்டும். இல்லாவிட்டால் காலம் நம்மைத் தூக்கிச் சாப்பிட்டுவிடும்!

இதனால், நாம் எல்லோரும் அதிவேகமாக ஓடிக்கொண்டே இருக்க வேண்டிய கட்டாயம். ரேடியோவில், டிவியில், செய்தித்தாள்களில், பத்திரிகைகளில், இன்டர்நெட்டில், மொபைல் ஃபோனில், லௌட் ஸ்பீக்கர்களில், விளம்பர நோட்டீஸ்களில், கடிதங்களில், ஆஃபீஸ் ஃபைல்களில், அக்கம்பக்கத்துக் கிசுகிசுக்களில் என்று நல்லதும் கெட்டதுமாக ஏகப்பட்ட தகவல்கள் நிரம்பி வழிகின்றன. அத்தனையையும் பார்த்து, கேட்டுப் புரிந்துகொள்வதற்குள் நமக்குத் தாவு தீர்ந்துவிடுகிறது.

ஒரே பிரச்னை, இந்தத் தகவல் மழைக்கு நடுவே நம்மால் நம்முடைய வேலைகளை உருப்படியாகச் செய்யமுடிவதில்லை. கவனம் சிதறுகிறது. ஒரே நேரத்தில் ஏழெட்டு விஷயங்களைத் தொடங்கி விட்டு எல்லாவற்றிலும் அரைகுறையாகக் கை வைத்துக்கொண்டு எதை எப்படி முடிப்பது என்று தெரியாமல் திணறுகிறோம்.

'பல விஷயங்கள் நம்மை ஆளுக்கு ஒரு திசையில் பிடித்து இழுத்தாலும்கூட, கொஞ்சம் முயற்சி செய்தால் கவனத்தை ஒரே

இடத்தில் குவிக்கமுடியும். நம்முடைய வேலைகளை ஒழுங்காகச் செய்துவிடமுடியும்' என்கிறது ஒரு சமீபத்திய புத்தகம். 'ஃபோகஸ்' (Focus) என்ற அந்தப் புத்தகத்தின் ஆசிரியர் லியோ பபௌதா!

பள்ளி, கல்லூரி மாணவர்கள்முதல் வேலை தேடுபவர்கள், வேலைக்குப் போகிறவர்கள், இல்லத்தரசிகள், சீனியர் சிட்டிசன்கள் என்று அநேகமாக எல்லோருக்கும் இந்தக் கவனக் குவிப்புப் பிரச்னை இருக்கிறது. அவர்கள் அனைவரும் சுலபத்தில் பின்பற்றக்கூடிய பல எளிய வழிமுறைகளை இந்தப் புத்தகம் கற்றுத்தருகிறது.

நம் வாழ்க்கை 'அவுட் ஆஃப் ஃபோகஸ்' ஆகிவிடாமலிருக்க லியோ பபௌதா சொல்லும் வழிமுறைகளில் முக்கியமானவை இங்கே:

1. எப்பப்பார் ஈமெயில் பார்க்கிறீர்களா? நிமிடத்துக்கு ஒருமுறை ஏதாவது எஸ்.எம்.எஸ். வந்திருக்கிறதா என்று மொபைல் ஃபோனை நோண்டுகிறீர்களா? டிவி பார்த்துக்கொண்டே சாப்பிடுவது, கார் ஓட்டிக்கொண்டே ஃபோனில் பேசுவது, நியூஸ் பேப்பர் பார்த்துக்கொண்டே குழந்தையோடு விளையாடுவது என்று எப்போதும் இரட்டை வேலை பார்க்கிறீர்களா? இதெல்லாம் பெருமை இல்லை சார் - பெரிய வியாதி, அதை முதலில் புரிந்துகொள்ளுங்கள்!

2. ஒரு நேரத்தில் ஒரு வேலையைப் பார்ப்பதுதான் நல்லது. அப்போதுதான் நீங்கள் உங்களுடைய முழுத் திறமையையும் வெளிப்படுத்தி உழைக்கமுடியும். அப்படியில்லாமல் அடிக்கடி இங்கும் அங்கும் தாவினீர்களென்றால், அதிலேயே சக்தியெல்லாம் வடிந்துபோய்ச் சோர்ந்துவிடுவீர்கள். உங்கள் செயல்திறன் நிச்சயமாகக் குறைந்துபோகும்!

3. ஒரு நாளைக்குச் சில மணி நேரங்களாவது டிவி, மொபைல் ஃபோன், இன்டர்நெட் தொடர்புகள் எவையும் இல்லாமல் கைவசம் உள்ள வேலையில்மட்டும் முழு கவனம் செலுத்திப் பழகுங்கள். நீங்கள் கொஞ்சநேரம் எஸ்.எம்.எஸ். பார்க்கா விட்டால் உலகம் ஒன்றும் இருண்டு போய்விடாது, நம்புங்கள்!

4. தினமும் காலை எழுந்தவுடன் சில குறிப்பிட்ட வேலைகளைச் செய்வது என்று 'சடங்கு'களை ஏற்படுத்திக்கொள்ளுங்கள். அரை மணி நேரம் உடற்பயிற்சி, பத்து நிமிடம் நியூஸ்பேப்பர், ஒரு மணி நேரம் என் மனத்துக்குப் பிடித்த ஒரு பொழுதுபோக்கு, அப்புறம் குளியல், ஆஃபீஸுக்குப் புறப்படுவது... இப்படி ஓர் ஒழுங்குடன் செயல்படும்போது கவனம் தானாகக் குவியும்.

5. அதேசமயம், என்றைக்காவது கொஞ்சம் எக்ஸ்ட்ராவாகத் தூங்கிவிடுகிறீர்கள். அல்லது யாரையோ அழைத்துவருவதற்காக ரயில்வே ஸ்டேஷனுக்குப் போகவேண்டியிருக்கிறது. அல்லது யாரோ ஃபோனில் அழைத்து செம ப்ளேட் போட்டுவிடுகிறார்கள்... இப்படி எதிர்பாராத ஒரு விஷயத்தால் உங்களுடைய இந்த ஒழுங்கு குலைந்துவிட்டால், பதறிக் கூச்சல் போடாதீர்கள், டென்ஷனாகாதீர்கள். ரத்த அழுத்தத்தை எகிறவைத்து உடம்பைக் கெடுத்துக்கொள்ளாதீர்கள். இந்தச் சடங்குகளெல்லாம் நீங்கள் ஏற்படுத்திக்கொண்டவைதானே? அவ்வப்போது தவிர்க்க முடியாத சூழ்நிலையில் அவற்றை மீறினால் தப்பில்லை!

6. ஓசியில் கிடைக்கிறதே என்று எல்லா டிவி சானல்களையும் பார்க்காதீர்கள். ரிலீஸாகிற எல்லாப் படங்களையும் உடனே பார்த்துவிடவேண்டும், அனைத்துச் செய்தித்தாள்கள், பத்திரிகைகளையும் வரிவிடாமல் படித்தே தீரவேண்டும் என்று முயற்சி செய்யாதீர்கள். உங்களுடைய தேவைக்கும் ரசனைக்கும் ஏற்ற சில விஷயங்களைமட்டும் தேர்வு செய்து முழுமையாக அனுபவியுங்கள். நேரமும் மிச்சம், திருப்தியும் கிடைக்கும்.

7. ஏதாவது ஓர் ஈமெயில் அல்லது எஸ்.எம்.எஸ். வந்தால் உடனே பதில் எழுதவேண்டும் என்று துடிக்காதீர்கள். அந்தக் கவனச்சிதறல் உங்களுடைய கைவசம் இருக்கும் வேலையைப் பாதிக்கும். இதை முடித்துவிட்டு அதைக் கவனிக்கலாம், அதற்குள் ஒன்றும் கெட்டுப்போய்விடாது.

8. அலுவலகத்திலோ அல்லது வீட்டிலோ நீங்கள் வேலை செய்கிற இடம் எது? அதை நீங்கள் எப்படி வைத்திருக்கிறீர்கள்? காயலான் கடைமாதிரி இடத்தில் உட்கார்ந்துகொண்டு காவியம் படைக்க முடியாது. உங்களுடைய மேஜையை, சுற்றியிருக்கும் இடங்களை, தரையை, சுவர்களை, கூரையைச் சுத்தப்படுத்துங்கள். மிக அவசியமான பொருள்களைமட்டும் ஒழுங்காக அடுக்கிவையுங்கள். இல்லாவிட்டால், ஏகப்பட்ட குப்பை சேர்ந்து உங்களுடைய கவனம் சிதறும், வேலை கெட்டுப்போகும்!

9. வேலை செய்யும்போது இசை கேட்பது ஒரு நல்ல உத்தி. உங்களுடைய ரசனை சினிமாப் பாட்டோ, கர்நாடக சங்கீதமோ, வெஸ்டர்ன் ம்யூசிக்கோ, அதைக் காதில் ஒலிக்கவிட்டபடி வேலை பார்த்தால் மற்ற தொந்தரவுகள் நம்மை அதிகம் பாதிக்காது. கவனத்தை ஒரே இடத்தில் குவிக்கலாம். கடமைகளை ஒழுங்காக முடிக்கலாம். (அதற்காக ஸ்பீக்கரில் பாட்டை அலறவிட்டு அக்கம்பக்கத்தில் உள்ளவர்களைத் தொந்தரவு

செய்யாதீர்கள், உங்களுக்குமட்டும் இசை கேட்கும்படி ஒரு நல்ல ஹெட்ஃபோன் வாங்கிக்கொள்ளுங்கள்!)

10. பத்து மணிக்கு ஓர் இடத்துக்குப் போகவேண்டும் என்றால் ஒன்பது ஐம்பத்தைந்துக்குக் கிளம்பாதீர்கள். அங்கே சென்று சேர எவ்வளவு நேரம் ஆகும் என்று யோசித்து முடிந்தவரை சீக்கிரமாகக் கிளம்புங்கள். வழியில் இருக்கும் போக்குவரத்து நெரிசலையும் கருத்தில் கொண்டு முடிவெடுங்கள். அப்போது தான் அநாவசிய டென்ஷன் இல்லாமல் நிதானமாக நம் வேலையில் கவனம் செலுத்தமுடியும்.

11. ஏகப்பட்ட பொறுப்புகளை ஏற்றுக்கொண்டு சிரமப்படாதீர்கள். யாராவது உங்கள் தலையில் ஒரு புதுப் பொறுப்பைச் சுமத்த முயன்றால், ஒரு நிமிடம் நின்று யோசியுங்கள். ‘இது எனக்குத் தேவையா? ஏற்கெனவே என் கையில் உள்ள எல்லாப் பொறுப்பு களையும் ஒழுங்காகச் செய்து முடித்தபிறகு இதையும் செய்வதற்கு நேரம் இருக்குமா? இதனால் என்னுடைய தனிப்பட்ட வாழ்க்கை, குடும்பத்தோடு செலவிடும் நேரம் பாதிக்கப்படுமா?’ என்று பலவிதமாகக் கேள்வி கேளுங்கள். ஒரு சின்னச் சந்தேகம் இருந்தால்கூட ‘ஸாரி, என்னால் முடியாது’ என்று சொல்லி மறுத்துவிடுங்கள். அப்படிச் சொன்னால் அவர்கள் என்ன நினைப்பார்களோ என்று கவலைப்படாதீர்கள், தயங்காதீர்கள். நீங்கள் அந்தப் பொறுப்பை ஏற்றுக்கொண்டு அரைகுறையாக வேலை செய்து சொதப்புவதைவிட, ஆரம்பத்திலேயே மறுத்துவிடுவது நல்லது!

12. ‘நான் இந்த வருடம் இதையெல்லாம் செய்து முடிப்பேன்’ என்று இலக்கு நிர்ணயித்துக்கொள்வது முக்கியம்தான். ஆனால் அதேசமயம் அந்த இலக்குகள் நம்முடைய நிகழ்காலத்தைப் பாதித்துவிடாதபடி பார்த்துக்கொள்ளவேண்டும். இந்த விநாடியை ரசித்து அனுபவிப்பது ரொம்ப முக்கியம்!

7

தினசரிப் பரீட்சை!

கடைசியாக நீங்கள் எப்போது பரீட்சை எழுதினீர்கள்?

பரீட்சைக்குப் பயந்தே படிப்பைப் பாதியில் நிறுத்துகிறவர்கள் உண்டு. மற்றவர்கள் எப்பாடு பட்டாவது பரீட்சைகளை எழுதி முடித்து பாஸ் செய்துவிடுகிறார்கள். பள்ளி, கல்லூரிப் படிப்பை முடித்தவுடன் 'பரீட்சை தொந்தரவு விட்டதுடா சாமி' என்று நிம்மதி அடைகிறார்கள்.

ஆனால் நாம் ஒவ்வொருவரும் தினந்தோறும் நமக்கு நாமே ஒரு தேர்வு வைத்துக்கொள்ளவேண்டும் என்கிறது ஒரு சுவாரஸ்யமான புத்தகம். 'இன்வால்யுபிள்' (Invaluable) என்ற அந்தப் புத்தகத்தை எழுதியவர் டேவ் க்ரென்ஷா.

தினந்தோறும் பரீட்சை என்றவுடன் பயந்துவிடாதீர்கள். இந்தப் பரீட்சைக்கு நீங்கள் படிக்கவேண்டியதில்லை. வாத்தியார் இல்லை. கொஸ்டின் பேப்பர்கூட அதிக நீளமில்லை, நான்கே நான்கு கேள்விகள்தான். அவை இங்கே:

1. ஒவ்வொரு நாளும் நான் என்னென்ன வேலைகளைச் செய்கிறேன்?
2. அந்த வேலைகள் ஒவ்வொன்றுக்கும் நிஜமான தேவை உள்ளதா?
3. நான் அந்த வேலைகளை எவ்வளவு சிறப்பாகச் செய்கிறேன்?

4. இந்த வேலைகளை என்னைத்தவிர வேறு யாராவது செய்துவிட முடியுமா? (அதாவது, இன்னொருவர் என்னைத் தூக்கி எறிந்து விடுவது சாத்தியமா?)

இந்த நான்கு கேள்விகளையும் அடிக்கடி கேட்டுக்கொள்கிறவர்கள் வாழ்க்கையில் ஃபெயிலாக வாய்ப்பே இல்லை என்கிறார் டேவ் க்ரென்ஷா. காரணம் இவைதான் நம்மை ஒரு விலைமதிக்கமுடியாத வைரமாகப் பட்டை தீட்டுகின்றன. வீடோ, அலுவலகமோ, தொழிற்சாலையோ, நாமின்றி அணுவும் அசையாது என்கிற அளவுக்கு நம்மை உயர்த்துகின்றன.

முக்கியமான விஷயம், இந்தக் கேள்விகள் எல்லாவற்றுக்கும் திருப்தியான பதில்களைப் பெறவேண்டும். ஏதாவது ஒன்று நன்றாக இருக்கிறது என்று இன்னொன்றை சாய்ஸில் விடக்கூடாது. பொய்யான பதில்களைச் சொல்லி நம்மை நாமே ஏமாற்றிக்கொள்ளக் கூடாது.

உதாரணமாக, நீங்கள் செய்யும் வேலையில் ஒரு குறை இருக்கிறது என்று வையுங்கள். அதை இன்னொருவர் அடையாளம் கண்டு சுட்டிக் காட்டும்வரை காத்திருந்தால் நீங்கள் பத்தோடு பதினொன்று ஆகிவிடுகிறீர்கள். அப்படியில்லாமல் நீங்களே (இந்த மினிபரீட்சை யின் உதவியோடு) அதைக் கண்டுபிடித்துச் சரிப்படுத்திக்கொள்ளப் பழகினால், கொஞ்சம்கொஞ்சமாக உங்களுடைய குறைகள் மறையும். உங்கள் இடத்தை யாராலும் பிடிக்கமுடியாது என்கிற நிலையை எட்டுவீர்கள்.

சில சமயங்களில் ஆபத்து வெளியிலிருந்தும் வரலாம். நீங்கள் பிரமாதமாகச் செய்துகொண்டிருக்கிற ஒரு விஷயத்தை உங்களை விடச் சிறப்பாகச் செய்யக்கூடிய இன்னொருவர் வரலாம், அல்லது ஒரு புதிய தொழில்நுட்பம் அறிமுகமாகலாம். அதைக் கற்றுக் கொள்ளாவிட்டால் உங்களுடைய இப்போதைய நிலைக்கு அபாயம் ஏற்படலாம்.

உதாரணமாக சில வருடங்களுக்குமுன்புவரை நம் ஊரில் பாட்டுக் கேட்பது என்றாலே ரேடியோவும் கேஸட்களும்தான் கதி. பல நிறுவனங்கள் இதை நம்பிப் பிழைத்துக்கொண்டிருந்தன.

பின்னர் சி.டி. எனப்படும் குறுந்தகடு தொழில்நுட்பம் வந்தது. மக்கள் எம்பி3 வடிவத்தில் பாட்டுக் கேட்க ஆரம்பித்தார்கள். மெல்லமாக கேஸட்களுக்கு மவுசு குறைய ஆரம்பித்தது.

இதைக் கவனித்த அந்த இசை நிறுவனங்கள் தங்களது பாடல்களை சிடி வடிவத்தில் வெளியிடத் தொடங்கினார்கள். இதனால் அவர்கள் காலவசத்தில் தூக்கி எறியப்படுகிற ஆபத்து தவிர்க்கப்பட்டது.

இந்தப் பிரச்னை நிறுவனங்களுக்குமட்டுமில்லை. நம்மைப் போன்ற தனி நபர்களுக்கும் வரக்கூடும். அதைத் தவிர்ப்பதற்குத்தான் அந்த நான்கு கேள்விகள்!

சரி. எனக்கு நானே பரீட்சை வைத்துக்கொண்டுவிட்டேன். நான் எதில் ஸ்ட்ராங், எங்கே வீக் என்பது புரிந்துவிட்டது. அடுத்து என்ன செய்வது?

இங்கே நீங்கள் ஒரு முக்கியமான முடிவை எடுக்கவேண்டும். நீங்கள் எதில் கவனம் செலுத்தப்போகிறீர்கள்? உங்களுடைய பலங்களை நன்கு பயன்படுத்திக்கொள்வீர்களா? அல்லது பலவீனங்களைச் சரி செய்ய மெனக்கெடுவீர்களா?

உதாரணமாக நீங்கள் திட்டமிடுவதில் கெட்டி. ஆனால் அந்தத் திட்டத்தை எதார்த்தத்தில் செயல்படுத்துவது என்றால் மூச்சு வாங்குகிறீர்கள் என்று வைத்துக்கொள்வோம். அப்படியானால் உங்களுக்கு இங்கே இரண்டு சாய்ஸ்கள் உள்ளது:

- என் பலம் திட்டமிடுவதுதான். நான் அதில்மட்டும் அதிக கவனம் செலுத்துவேன். அந்தத் திட்டங்களைச் செயல்படுத்துகிற பொறுப்பை அதற்கான திறமை, தகுதி கொண்ட இன்னொருவரிடம் ஒப்படைத்துவிடுவேன்.

  (அல்லது)

- திட்டமிடுவதில் நான் ஏற்கெனவே நல்ல தேர்ச்சி பெற்றுவிட்டேன். இனிமேல் அதைச் செயல்படுத்துவதில் கவனம் செலுத்துவேன். அதிலும் எக்ஸ்பர்ட் ஆவேன்.

இந்த இரண்டில் எது உசத்தி எது மட்டம் என்று யோசித்துக் குழம்பவேண்டாம். அது ஒவ்வொருவருடைய தனிப்பட்ட சூழ்நிலை, விருப்பு வெறுப்புகளைப் பொறுத்து மாறும். உங்களுக்கு எது சரி என்று நீங்கள்தான் முடிவெடுக்கவேண்டும். அதற்கு டேவ் க்ரென்ஷா வழங்கும் சில டிப்ஸ்:

1. நீங்கள் தினசரி 24 மணி நேரத்தை எப்படிச் செலவிடுகிறீர்கள் என்று யோசியுங்கள். அரை மணி நேரத்துக்குமேல் செலவாகிற எல்லா வேலைகளையும் பட்டியல் போடுங்கள். ஒவ்வொன்றும்

எவ்வளவு நேரத்தைத் தின்கிறது என்று பக்கத்திலேயே குறிப்பிடுங்கள்.

2. அந்த வேலைகள் ஒவ்வொன்றையும் எடுத்துக்கொண்டு மேலே நாம் பார்த்த நான்கு கேள்விகளைக் கேளுங்கள்.

3. உங்களது லட்சியம், திறமைகளுக்குப் பொருந்தாத விஷயங்களை என்ன செய்யலாம் என்று யோசியுங்கள், வேறொருவரிடம் ஒப்படைக்கலாமா? அல்லது நாமே அந்தத் திறனை வளர்த்துக் கொள்ளலாமா?

4. மிச்சமிருக்கும் விஷயங்களுக்குமட்டும் உங்களுடைய நேரத்தைச் சரியாகக் கணக்கிட்டு ஒதுக்குங்கள். மற்றதைப் பற்றி கவலைப்படாதீர்கள்.

5. இந்தப் பரீட்சையைக் குறைந்தபட்சம் மாதம் ஒருமுறையாவது நடத்துங்கள், நீங்கள் வடிகட்டித் தேர்ந்தெடுத்திருக்கிற விஷயங்கள் ஒவ்வொன்றையும் உங்களை விட்டால் வேறு யாராலும் அத்தனை சிறப்பாகச் செய்யவேமுடியாது என்கிற மதிப்பு மிகுந்த, உன்னதமான நிலையை எட்டும்வரை விடாதீர்கள். அப்புறம் உங்களை யாராலும், எதனாலும் அசைக்கமுடியாது!

8

ஆப்பிளுக்கு ஆறு பக்கம்!

பொதுவாக, ஆப்பிள் எந்த வடிவத்தில் இருக்கும்?

இதில் என்ன சந்தேகம்? பந்து போன்ற கோள வடிவத்தில்தான்!

அதே ஆப்பிளை எல்லா மூலைகளிலும் தட்டையாக வெட்டி எடுத்தால் என்ன ஆகும்? ஆறு பக்கங்களைக் கொண்ட ஒரு சதுர வடிவம் கிடைக்குமல்லவா?

இந்தச் சதுர ஆப்பிள், சாதாரண விஷயமில்லை. அது ஒரு முக்கியமான வெற்றி அடையாளம். வாழ்க்கையில் ஜெயிக்க விரும்புகிற, அடுத்தவர்களை வழிநடத்திச் செல்ல எண்ணுகிற ஒருவருக்கு அவசியம் இருந்தாகவேண்டிய ஆறு முக்கியமான குணங்களை இந்தச் சதுர ஆப்பிளின் ஆறு பக்கங்களும் குறிப்பிடுகின்றன.

சூஸன் ஸ்மித் மற்றும் தாமஸ் குஸ்மார்ஸ்கி என்ற தம்பதியர் இணைந்து எழுதியுள்ள 'ஆப்பிள்ஸ் ஆர் ஸ்கொயர்' (Apples Are Square) என்ற புத்தகத்தில்தான் இப்படி ஒரு வித்தியாசமான வளர்ச்சிச் சூத்திரம் விவரிக்கப்பட்டிருக்கிறது. வெற்றி ஆப்பிளின் பக்கங்களாக இந்தப் புத்தகம் குறிப்பிடும் அந்த ஆறு அம்சங்கள்:

1. பணிவு.
2. கருணை.
3. வெளிப்படையாகப் பழகும் தன்மை.

4. எல்லோரையும் அரவணைத்துச்செல்லும் குணம்.

5. குழுவோடு இணைந்து பணியாற்றும் திறமை.

6. முடிவெடுக்கும் திறன்.

பணிவு:

இப்போதெல்லாம் ஒரு துறையில் புதிதாக நுழைகிறவர்கள் நாலு விஷயம் உருப்படியாகச் செய்யப் பழகியவுடனேயே கர்வம் அவர்களுடைய தலைக்குமேல் ஏறிக்கொள்கிறது. 'என்னைப்போல யாரு?' என்று நினைக்கத் தொடங்கிவிடுகிறார்கள். இதுதான் சரிவுக்கான முதல் படி!

நாம் எந்நேரமும் தனித் தீவுகளாக வாழமுடியாது. எப்போதாவது நாலு பேருடன் சேர்ந்து வேலை பார்க்கவேண்டிய கட்டாயம் வரும். அப்போது இந்தக் கர்வ மனப்பான்மை ஈகோவாக மாறி உங்களுடைய முன்னேற்றத்துக்குத் தடை போடும். 'நான் என்ன இவன் பேச்சைக் கேட்கிறது?' என்கிற நினைப்பிலேயே பல நல்ல உறவுகளை, நட்புகளை, வளர்ச்சிக்கான வாய்ப்புகளைத் தவறவிடுவீர்கள். தேவையா?

அதற்குப் பதிலாக, பணிவை வளர்த்துப் பாருங்கள். உங்கள் திறமைமீது நம்பிக்கை இருக்கட்டும். அதேசமயம் அது தலைகனமாக மாறிவிடாமல் பார்த்துக்கொள்ளுங்கள். எத்தனை உயரத்துக்குச் சென்றாலும் அடக்கத்தை மறந்துவிடாதீர்கள். மற்றவர்கள் வலிய வந்து உங்களுக்கு உதவுவார்கள், உங்கள் முன்னேற்றத்துக்குத் துணை நிற்பார்கள்.

கருணை

உங்களைச் சுற்றியிருக்கும் மற்றவர்கள் ஒரு துயரத்தை அனுபவிக்கும் போது நீங்கள் என்ன செய்வீர்கள்? 'அவனுக்கு நல்லா வேணும்' என்று பார்த்து ரசித்துச் சிரிப்பீர்களா? அல்லது 'அடடா' என்று உச்சுக் கொட்டுவீர்களா? அல்லது அவர்களுடைய வருத்தத்தைப் புரிந்து கொண்டு உங்களால் இயன்ற உதவிகளைச் செய்வீர்களா?

நம்முடைய துன்பத்தை ஒருவர் புரிந்துகொள்கிறார் என்கிற எண்ணமே அவர்களுக்குப் பெரிய ஆறுதலாக இருக்கும். அந்த அரவணைப்பை உங்களால் தரமுடிந்தால், எல்லோருக்கும் உங்களைப் பிடிக்கும். உங்களுக்கு ஒரு தேவை என்றால் பக்கபலமாக நிற்பதற்கு இந்த உலகமே தேடி வரும்.

வெளிப்படையாகப் பழகும் தன்மை

உள்ளே ஒன்றை நினைத்துக்கொண்டு வெளியே வேறுவிதமாகப் பேசுகிறவர்கள், விஷயங்களை வேண்டுமென்றே மறைத்து வைப்பவர்கள், போலியாக நடிப்பவர்கள், நேர்மையில்லாமல் நடந்துகொள்கிறவர்கள்... இவர்களெல்லாம் எப்போதும் வில்லன் களாகத்தான் இருக்கமுடியும். ஒருகாலத்திலும் ஹீரோவாகமுடியாது!

வீட்டிலும் சரி, வெளியிலும் சரி, உங்களுக்கு மேலே உள்ளவர் களிடமும் சரி, கீழே உள்ளவர்களிடமும் சரி, வெளிப்படையாக நடந்துகொள்ளுங்கள். மர்மங்கள் ஏதும் இல்லாத திறந்த புத்தகமாக வாழத் தொடங்குங்கள். பல புதிய வாசல்கள் தானே திறப்பதைக் காண்பீர்கள்!

எல்லோரையும் அரவணைத்துச்செல்லும் குணம்

பொதுவாக மனிதர்கள் தங்களைப்போலவே இருப்பவர்களிடம்தான் நட்பு காட்டுவார்கள், நெருங்கிப் பழகுவார்கள். ஒரே ஜாதி, ஒரே ஊர், ஒரே மாநிலம், ஒரே மொழி, ஒரே ரசனை என்று பல காரணங்களுக்காக நாம் சிலர்மீது கூடுதல் அக்கறை காட்டுவதும், சிலரைப் புறக்கணிப்பதும் சர்வசாதாரணமாக நடக்கிறது.

வெற்றி பெற விரும்புகிறவர்கள் இந்தக் குணத்தை முதலில் மறக்க வேண்டும். உலகில் எல்லாவிதமான மனிதர்களும்தான் இருப்பார்கள் என்பதை ஒப்புக்கொண்டு, அவர்களுக்கு இடையே உள்ள வேற்றுமைகளை ஏற்றுக்கொண்டு ஒவ்வொருவரிடமும் இருக்கும் நல்ல விஷயங்களைப் பார்த்துப் புரிந்துகொண்டு பழகத் தொடங்கினால் உங்களுடைய நட்பு வட்டம் பெருகும். வாழ்க்கையும் அழகாகும்.

குழுவோடு இணைந்து பணியாற்றும் திறமை

சிலர் தனிப்பட்டமுறையில் பெரிய திறமைசாலிகளாக இருப்பார்கள். எப்பேர்ப்பட்ட கடினமான வேலையைக் கொடுத்தாலும் கண்சிமிட்டு கிற நேரத்துக்குள் செய்து முடித்துப் பெயர் வாங்கிவிடுவார்கள்.

ஆனால் அதே நபர்களை ஒரு குழுவில் உட்காரவைத்துப் பணியாற்றச் சொன்னால் போச்சு. 'நான் என்னோட வேலையை முடிச்சுட்டேன். மத்தவங்க எக்கேடு கெட்டா எனக்கென்ன?' என்று மூலையை வெறித்துக்கொண்டு உட்கார்ந்திருப்பார்கள். இப்படி ஆளாளுக்குத் தங்களுடைய வேலையைமட்டும் கவனித்துக்கொண்டிருந்தால் அந்தக் குழுவின் வண்டி எப்படி ஓடும்?

நாம் ஒவ்வொருவரும் தனித்தனியே எத்தனை பிரமாதமான திறமைகளைக் கொண்டிருந்தாலும் அது ஒரு குறிப்பிட்ட அளவு முன்னேற்றத்தைத்தான் கொடுக்கும். எல்லோரும் இணைந்து பணியாற்றப் பழகினால் அந்த வெற்றி பலமடங்கு உயர்வானதாக இருக்கும். அதனால்தான் 'டீம் ப்ளேயர்' எனப்படும் குழுவோடு இணைந்து பணியாற்றுகிற திறமைசாலிகளுக்கு எந்தத் துறையிலும் தனி மரியாதை உண்டு!

முடிவெடுக்கும் திறன்

கடைசியாக, மிக முக்கியமான விஷயம். ஏதாவது ஒரு பிரச்னை ஏற்பட்டு அதில் நீங்கள் ஒரு முடிவெடுக்கவேண்டியிருந்தால் அதற்கு அடிப்படையாக இருப்பது எது? சும்மா மனம்போன போக்கில் எதையாவது செய்துவைப்பீர்களா? அல்லது வாழ்க்கையில் இதுதான் முக்கியம் என்று நீங்கள் தீர்மானித்துவைத்திருக்கிற மதிப்பீடுகளின் அடிப்படையில் முடிவெடுப்பீர்களா? ஒவ்வொருமுறையும் அதேமாதிரி முடிவுகளைக் கவனம் பிசகாமல் உங்களால் எடுக்கமுடியுமா?

தினந்தோறும் நாம் எல்லோருமே எல்லாப் பிரச்னைகளிலும் ஏதாவது ஒரு முடிவை எடுத்துக்கொண்டுதான் இருக்கிறோம். அதை எந்த அளவு யோசித்துச் செய்கிறோம் என்பதில்தான் வித்தியாசம் இருக்கிறது. நமது திறமை மற்றும் அனுபவத்தைச் சரியான விகிதத்தில் கலந்து குழைத்து எடுக்கும் முடிவுகள்தான் நம் வாழ்வின் முக்கியமான திருப்புமுனைகளாக இருக்கின்றன. அவையே நமது வளர்ச்சியையும் அடுத்த நிலைக்குக் கொண்டுசெல்கின்றன.

உங்களுடைய ஆப்பிளில் இந்த ஆறு பக்கங்களும் உண்டா? இல்லை எனில், இப்போதே அவற்றைச் செதுக்க ஆரம்பித்துவிடுங்கள்!

9

தள்ளாதே!

இப்போது, உங்களுக்கு ஒரு சின்னப் பரீட்சை.

இந்தக் கொஸ்டின் பேப்பரில் மொத்தம் பத்துக் கேள்விகள் இருக்கும். அதில் ஒன்பது கேள்விகள் சுலபமானவை, பத்தாவது கேள்வி கஷ்டமானது. நீங்கள் எதை முதலில் எழுதுவீர்கள்?

நம்மில் பெரும்பாலானோர், சுலபமான கேள்விகளைத்தான் முதலாவதாக எழுதி முடிப்போம். அதன்பிறகு கடைசியாக அந்தக் கஷ்டமான கேள்விக்கு வருவோம்.

இது பரீட்சையில் சரிப்படும். நிஜ வாழ்க்கையில்?

தினந்தோறும் நாம் செய்யவேண்டிய வேலைகள் என்று ஒரு சின்ன லிஸ்ட் போடுகிறோம். பலர் அதை மனத்துக்குள் எழுதிக் கொள்கிறார்கள். சிலர் பேப்பரில் குறித்துவைக்கிறார்கள். ஹைடெக் பேர்வழிகள் கம்ப்யூட்டரிலோ, மொபைல் ஃபோனிலோ பதிவு செய்கிறார்கள்.

இந்த லிஸ்டை நாம் எப்படித் தயாரிக்கிறோம் என்பது முக்கியமல்ல. தயாரித்தபிறகு அதில் உள்ள வேலைகளை எந்த வரிசையில் எப்படிச் செய்கிறோம் என்பதைத்தான் நாம் கவனிக்கவேண்டும்.

மேலே பார்த்த அதே பரீட்சை, ஆனால் பத்துக் கேள்விகளுக்குப் பதிலாக, இங்கே பத்து வேலைகள். அவற்றில் ஒன்றுமட்டும் கஷ்டமானது. நீங்கள் எதை முதலில் செய்வீர்கள்?

நூற்றுக்குத் தொண்ணூற்றொன்பது பேர் அந்தக் கஷ்டமான வேலையை 'அப்புறமாப் பார்த்துக்கலாம்' என்று தள்ளிப் போடுவார்கள். மற்ற சுலபமான வேலைகளை உடனே செய்து முடித்துத் திருப்தி அடைவார்கள்.

ஆனால், பரீட்சைக்கும் இதற்கும் முக்கியமான வித்தியாசம், அங்கே கஷ்டமான கேள்வியைத் தவறவிடுகிற ஒரு மாணவன், தேர்வு முடிவதற்குள் அதற்குத் திரும்பி வருவான். அந்தக் கேள்விக்குச் சரியாக பதில் எழுதி மார்க் வாங்கிவிடுவான்.

நிஜ வாழ்க்கையில் அப்படி நடப்பதில்லை. சிரமம் என்று நினைத்துத் தள்ளிப்போடுகிற ஒரு வேலையை, அத்தனை சுலபத்தில் நாம் மீண்டும் எடுத்துச் செய்வதே கிடையாது. காரணம், இன்னும் இன்னும் சுலபமான வேறு வேலைகள் குறுக்கிடும். மனம் அதில்தான் போகும். கஷ்டமான வேலையை எடுத்துச் செய்யத் தோன்றாது.

இதற்குச் சிறந்த உதாரணம், உடம்பு இளைப்பது. குண்டுப் பேர்வழி கள் எல்லோருக்குமே இது ஒரு பெரிய கனவாக இருக்கும். உடல் மெலிந்தால்தான் ஆரோக்கியமாக நீண்டநாள் வாழமுடியும் என்பது அவர்களுக்கு நன்றாகத் தெரியும். அதற்காக, டயட், உடற்பயிற்சி, தினசரி ஜாகிங், நீச்சல் என்று என்னென்னவோ திட்டம் போடுவார்கள். ஆனால் செய்யமாட்டார்கள். 'அடுத்த வாரம் மச்சினி கல்யாணம், அதை முடிச்சுட்டு டயட் ஆரம்பிச்சுடலாம்!', 'மூணாவது விரல்ல நகசுத்தி, அது சரியானப்புறம்தான் எக்ஸர்சைஸ்' என்று தள்ளிப்போடுவார்கள். அப்புறம் பல மாதங்கள், பல வருடங்கள் கடந்தபிறகும் உடல் மெலிதல் ப்ராஜெக்ட் தொடங்கவே தொடங்காது!

'தள்ளிப்போடுதல்' என்பது கொடுமையான ஒரு வியாதி. அதைச் சீக்கிரத்தில் குணப்படுத்திக்கொள்ளாவிட்டால், நம்முடைய நேரம் ஓடும், ஆனால் நாம் எங்கேயும் ஓடாமல், முன்னேறாமல் அதே இடத்தில்தான் நிற்போம். இந்த உண்மையை நகைச்சுவையோடு விளக்கிச் சொல்லுகிற ஒரு சுவாரஸ்யமான புத்தகம் 'ஈட் தட் ஃப்ராக்' (Eat That Frog). எழுதியவர் ப்ரயன் ட்ரேஸி!

'ஃப்ராக்'? தவளைக்கும் தள்ளிப்போடுவதற்கும் என்ன சம்பந்தம்?

தினமும் நீங்கள் செய்யவேண்டிய வேலைகளுக்கு நடுவே, ஒரே ஒரு பெரிய வேலை கண்ணை உறுத்தும். அதைச் செய்வது கஷ்டமானது என்று நமக்குப் புரியும். அதனாலேயே அதை 'நாளைக்குப் பார்த்துக்கலாம்' என்று தள்ளிப்போட நினைப்போம்.

'அந்தப் பழக்கத்தை ஆரம்பத்திலேயே கிள்ளிப்போடுங்கள்' என்கிறார் ப்ரயன் ட்ரேஸி. 'உங்கள்முன்னே தட்டில் அறுசுவை உணவு இருக்கிறது. அதற்கு மத்தியில் ஒரு தவளையும் இருக்கிறது. உவ்வே, அதைப் போய் யார் சாப்பிடுவார்கள்? ஓரமாக ஒதுக்கிவைத்துவிட்டு மற்ற ஐட்டங்களை ஒரு கட்டு கட்டுகிறீர்கள்!'

'கஷ்டமான வேலை' என்பதும் ஓர் அருவருப்பான தவளையைப் போல்தான் நமக்குத் தோன்றுகிறது. அதைத் தள்ளிப்போட்டு விட்டால் நம் வாழ்க்கை ஆனந்தமயமாக இருப்பதுபோல் எண்ணுகிறோம்.

உண்மையில், அது ஒரு மாயை. நீங்கள் தள்ளிப்போடும் அந்த முக்கிய மான வேலைதான் உங்களுடைய வீட்டில், அலுவலக வாழ்க்கையில், தனிப்பட்ட வளர்ச்சியில் ஒரு மிகப் பெரிய மாற்றத்தை, முன்னேற்றத் தைக் கொண்டுவருகிற விஷயமாக இருக்கும். அதைத் தள்ளிப்போடு வதன்மூலம் உங்களுடைய வளர்ச்சிக்கு நீங்களே தடை போட்டுக் கொள்கிறீர்கள் என்பதுதான் நிஜம்.

ஆகவே, 'அறுசுவை உணவு கிடக்கட்டும், முதலில் அந்தத் தவளையைச் சாப்பிடுங்கள்' என்று வலியுறுத்துகிறார் ப்ரயன் ட்ரேஸி. 'ஆரம்பத்தில் இது ஒரு கஷ்டமான விஷயமாகத் தோன்றலாம். ஆனால் போகப்போக, சிரமமான வேலைகளைச் செய்து முடிக்கிற சவால் உங்களுக்குப் பிடித்துவிடும். அவற்றை உடனுக்குடன் செய்வதால் கிடைக்கும் பெரிய பலன்கள் புரிய ஆரம்பிக்கும்!'

இதெல்லாம் கேட்பதற்கு நன்றாகத்தான் இருக்கிறது. ஆனால் நிஜத்தில் தவளையைச் சாப்பிடுவது அவ்வளவு சுலபம் இல்லை. நம்மில் பலர் அந்தத் தவளையை (அதாவது கஷ்டமான வேலையை) வெறித்து வெறித்துப் பார்த்துக்கொண்டிருப்போம். சுற்றிலும் வேடிக்கை பார்ப்போம். 'இதைத் தின்றுதான் தீரணுமா?' என்று பரிதாபமாக யோசிப்போம்.

இவை அனைத்தும் சும்மா நேரத்தை வீணடிக்கும் விஷயங்கள். நீங்கள் ஒரு வேலையைத் தள்ளிப்போடுவதால்மட்டும் ஏதோ மேஜிக் நடந்து அது கஷ்டத்திலிருந்து சுலபமாக மாறிவிடப்போவதில்லை. அடுத்தவர்கள் அந்தத் தவளையை எடுத்துத் தின்றுவிடமாட்டார்கள். நீங்கள்தான் அதைச் சாப்பிடவேண்டும். வேறு வழியே இல்லை.

நிலைமை அப்படியிருக்க, அதைத் தள்ளிப்போடுவதால் என்ன பிரயோஜனம்? நீங்கள் யோசித்து நேரம் கடத்துகிறபோதெல்லாம் அந்தத் தவளை அங்கேயே உட்கார்ந்துகொண்டு சத்தம் போட்டுத்

தொந்தரவு செய்துகொண்டிருக்கும். முதலில் அந்த வேலையைச் செய்து முடியுங்கள். மற்றதை அப்புறம் பார்த்துக்கொள்ளலாம்!

இப்போது, இன்றைக்கு நீங்கள் செய்ய நினைத்திருக்கும் வேலைகளை ஒரு பட்டியல் போடுங்கள். அதில் 'தவளை' எது என்று யோசியுங்கள். அதை முதலில் செய்யுங்கள். அதனால் கிடைக்கும் மனத் திருப்தியை அனுபவியுங்கள்!

அடுத்து, இந்த வாரம்முழுக்க, இந்த மாதம்முழுக்க, இந்த வருடம் முழுக்க, உங்களுடைய வாழ்நாள்முழுக்க நீங்கள் செய்ய விரும்புகிற வேலைகளையும் தனித்தனியே பட்டியல் போடுங்கள். ஒவ்வொன்றிலும் மத்தியில் ஒரு தவளை கம்பீரமாக உட்கார்ந்திருக்கும். நீங்களும் அதைக் கவனித்திருப்பீர்கள். ஆனால் பார்க்காததுபோல் ஒதுங்கி நடந்திருப்பீர்கள்.

இனிமேல் அந்த விளையாட்டு வேண்டாம். நீங்கள் தள்ளிப்போடுகிற ஒவ்வொரு வேலையும் உங்கள் வளர்ச்சியை மெதுவாக்குகிறது என்பதை உணருங்கள். சிரமம் பார்க்காமல் அவற்றைச் செய்து முடியுங்கள். உங்கள் வாழ்க்கையில் ஒரு பெரிய மாற்றத்தைப் பார்க்கமுடியும்!

10

எகிறிக் குதி!

பெரிய பிரபலங்கள், சாதனையாளர்கள், பிரமாதமான வெற்றிகளைக் குவித்தவர்களுடைய வாழ்க்கைக் கதைகளைத் தொகுத்துப் படித்தால், ஒரு பொதுவான அம்சத்தைக் கவனிக்கலாம். அநேகமாக எல்லா வெற்றிக் கதைகளுக்குள்ளும் அடிநாதமாக இந்த விஷயம்தான் ஓடிக்கொண்டிருக்கும்.

பிறவி மேதைகள், வசதியான, அதிகாரம் நிறைந்த குடும்பங்களில் பிறந்தவர்கள் என்று மிகச் சிலரைத் தவிர்த்துவிட்டுப் பார்த்தால், பெரும்பாலான சாதனையாளர்களுடைய வாழ்க்கை மிகச் சாதாரண மாகத்தான் தொடங்கியிருக்கிறது. ஒரு குறிப்பிட்ட காலகட்டம்வரை அவர்களும் நம்மைப்போல் சராசரியாகத்தான் காலம் தள்ளியிருக்கிறார் கள். அப்புறம் திடீரென்று ஒரு திருப்புமுனை. சரேலென்று வானத்தில் எம்பிக் குதித்துவிடுகிறார்கள்.

நாம் அவர்களைப் பார்த்து ஆச்சரியப்பட்டுக் கைதட்டுவதுடன் நிறுத்திக்கொண்டுவிடவேண்டுமா? நாமும் அவர்களைப்போல வானத்தில் எகிற வழி உண்டா? சுவாரஸ்யமான இந்தக் கேள்வியை முன்வைத்துப் பேசும் சமீபத்திய புத்தகம், 'தி லீப்' (The Leap). இதன் ஆசிரியர் ரிக் ஸ்மித்.

இந்த ரிக் ஸ்மித்தும் நம்மைப்போலச் சாதாரணமான ஒரு வாழ்க்கை யில் முடங்கிக் கிடந்தவர்தான். ஆஃபீஸ், சம்பளம், பிரமோஷன், போனஸ் என்று சின்னச் சின்னச் சந்தோஷங்களில் திருப்தியடைந்து

கொண்டிருந்தவர், திடீரென்று ஒரு புத்தகம் எழுதினார், பிரபலமானார், வெற்றிகரமான எழுத்தாளராக நாடுமுழுவதும் சுற்றிவந்தார்.

ஆனால் அந்தச் சந்தோஷத்தை அவரால் முழுமையாக அனுபவிக்க முடியவில்லை. காரணம், அவருக்கு வேலை போய்விட்டது!

அடுத்து என்ன செய்வது? வெறுமனே எழுத்தை நம்பிப் பிழைக்க முடியுமா? இன்னோர் இடத்தில் வேலை செய்யப் போவதா? அல்லது சொந்தமாகத் தொழில் தொடங்குவதா? என்னை நம்பி யார் பிஸினஸ் தருவார்கள்? ரிக் ஸ்மித் தவித்தார்.

சிரமமான அந்தச் சூழ்நிலையில், அவருக்கு வெற்றியாளர்கள் பலருடைய வாழ்க்கைகளை ஊன்றிப் படிக்கிற ஆர்வம் வந்தது. அவர்கள் எல்லோருமே சில குறிப்பிட்ட விஷயங்களைச் சரியாகச் செய்திருக்கிறார்கள், அதன்மூலம்தான் பெரிய அளவில் முன்னேறியிருக்கிறார்கள் என்று கண்டுபிடித்தார்.

ஆச்சரியமான விஷயம், ரிக் ஸ்மித் கண்டுபிடித்த அந்தச் சமாசாரங்கள் எல்லோருக்கும் பொதுவானவை. யார் வேண்டுமானாலும் எளிதில் பின்பற்றக்கூடியவை.

இதன் அர்த்தம், வெற்றியாளராவது ஒரு பெரிய கம்ப சூத்திரமே கிடையாது. சில எளிய விஷயங்களை ஒழுங்காகச் செய்தால் நீங்களும் நானும்கூடச் சாதாரண வாழ்க்கையிலிருந்து எகிறி அடுத்த மட்டத்துக்குப் போய்விடலாம். பெரிய அளவில் சாதிக்கலாம்.

'தி லீப்' புத்தகத்தில் ரிக் ஸ்மித் அழகான உதாரணங்களோடு விவரிக்கும் அந்த மூன்று விஷயங்கள்:

1. **உங்களுடைய 'கலர்' என்ன என்று கண்டுபிடியுங்கள்!**

2. **அந்தக் கலரை வைத்து வண்ணம் தீட்டுவதற்கு ஒரு நல்ல யோசனையைத் தேர்ந்தெடுங்கள்!**

3. **நல்ல யோசனை கிடைத்தவுடன் எகிறிவிடவேண்டாம், பொறுமையாகத் திட்டமிட்டு முன்னேறுங்கள்!**

முதலில், இங்கே ரிக் ஸ்மித் 'கலர்' என்று குறிப்பிடுவது நம்முடைய தோலின் நிறத்தை அல்ல. நாம் நிஜமாகவே நம் வாழ்க்கையைக் கொண்டு என்ன செய்ய விரும்புகிறோம் என்பதைத்தான்.

உதாரணமாக, ஒருவர் ஏதோ அலுவலகத்தில் குமாஸ்தாவாக இருக்கலாம். ஆனால் அவருக்குள் என்றைக்காவது பெரிய நடிகராக வேண்டும் என்கிற தாகம் இருக்கும். அதுதான் அவருடைய 'கலர்'.

இப்படி நம் எல்லோருக்கும் ஒரு 'கலர்' உண்டு. சில அதிர்ஷ்டசாலிகள் அந்த வண்ணத்திலேயே புரண்டு மகிழ்ந்துகொண்டிருப்பார்கள். சிலர் வேறு வண்ணத்தில் சிக்கித் தவித்துக்கொண்டிருப்பார்கள். ஆனால் எப்படியாவது அவர்கள் தங்களுடைய சொந்தக் கலருக்குச் சென்றால் தான் அவர்களது முழுத் திறமையும் வெளிப்படும். பெரிய அளவில் சாதிக்கமுடியும்.

ஆக, நம்முடைய கலரைத் தேர்ந்தெடுப்பது முதல் வேலை. அடுத்து, அந்தக் கலரை வைத்து வண்ணம் தீட்டுவதற்கு ஏற்ற ஒரு யோசனையை, திட்டத்தைத் தேடிப் பிடிப்பது.

இதற்கும் ரிக் ஸ்மித் ஒரு தெளிவான இலக்கணம் சொல்கிறார்:

பெரியது, சுயநலம் இல்லாதது, எளிமையானது!

உதாரணமாக, நீங்கள் கிரிக்கெட் வீரராகவேண்டும் என்று நினைத்தால், லோக்கல் டீம் ரேஞ்சுக்கு யோசிக்காதீர்கள். இந்திய அணியில் இடம் பிடிக்கவேண்டும். வேர்ல்ட் கப் ஜெயிக்கவேண்டும் என்கிற அளவுக்கு ஆசைப்படுங்கள். உள்ளுவதெல்லாம் உயர்வுள்ளல்.

அடுத்து, அந்த யோசனையில் சுயநலம் இருக்கக்கூடாது. அதாவது, நீங்கள் பெரிய கிரிக்கெட் வீரராக வந்தால் அதன்மூலம் பணம் சம்பாதிக்கலாம் என்கிற சுயநல நோக்கத்தோடுமட்டும் அதில் இறங்கினால், சுற்றியிருக்கிற மற்றவர்கள் யாரும் உங்களுக்கு மனம் வந்து உதவமாட்டார்கள்.

அதற்குப் பதிலாகப் பொதுநல நோக்கம் கொண்டு செயல்படுகிறவர் களுக்கு எல்லோருடைய ஆதரவும் கிடைக்கும். அவர்களுடைய முன்னேற்றமும் வேகமாக இருக்கும்.

அப்படியானால், என்னுடைய சொந்த லாபத்தைப்பற்றி நான் நினைக்கவே கூடாதா?

நினைக்கலாம். பொதுநலத்தோடு ஓரமாகக் கொஞ்சம் சுயநலமும் கலந்திருந்தால் தப்பில்லை. அதேசமயம் வெறும் சுயநலம்தான் உங்களுடைய இலக்கு என்றால் கஷ்டம். அதில் மற்றவர்களுக்கும் உதவுகிற ஒரு நோக்கமும் இருந்தால், அந்த நல்லெண்ணமே உங்களைத் தூக்கிவிடும்.

கடைசியாக, எளிமையான யோசனை. நீங்கள் என்ன செய்ய விரும்பு கிறீர்கள் என்பது எல்லோருக்கும் தெளிவாகப் புரியவேண்டும். இதுவா அதுவா என்று புரியாமல் குழப்பியடித்தால் 'பய ஒருமாதிரி'

என்று மற்றவர்கள் விலகிப்போய்விடுவார்கள். யாரும் உதவ மாட்டார்கள்.

சரி. கலர் கிடைச்சாச்சு, யோசனையும் கிடைச்சாச்சு, அடுத்து என்ன? எகிறவேண்டியதுதானே?

அதுதான் கூடாது. 'நீங்கள் யோசித்துவைத்திருக்கும் விஷயம் என்னதான் உயர்வானதாக இருந்தாலும், அதை நம்பி ஓரளவுக்குமேல் ரிஸ்க் எடுக்காதீர்கள். கவனமாகக் காலடி எடுத்துவையுங்கள்' என்கிறார் ரிக் ஸ்மித்.

இதென்ன கூத்து? பொதுவாக ரிஸ்க் எடுத்தால்தானே நிறைய ஜெயிக்க முடியும் என்று சொல்வார்கள்?

உண்மைதான். ஆனால் அதேசமயம் கண்மூடித்தனமாக ரிஸ்க் எடுப்பதும் தவறு. இப்போது நீங்கள் இருக்கும் நிலையிலிருந்து அடுத்து செல்லவிருக்கும் நிலையைக் கற்பனை செய்து பாருங்கள். அந்தப் பாதையில் ஏதாவது சிரமங்கள், தடைகள் வந்தால் எப்படிச் சமாளிப்பது என்று மாற்று யோசனைகளைப் பக்காவாகத் தயார் செய்துகொள்ளுங்கள். ஆரம்பத்தில் ஆழம் பார்த்துக் காலை விடுங்கள். களம் ஓரளவு பழகியபிறகு புகுந்து விளையாடலாம்.

சுருக்கமாகச் சொன்னால், உங்க கலரைத் தெரிஞ்சுக்கோங்க. அதுக்கு ஏற்றதுபோல் ஒரு பெரிய, தன்னலமற்ற, எளிமையான யோசனையைக் கண்டுபிடிங்க. கவனமாக் காலடி எடுத்துவெச்சு மேலே மேலே போங்க!

11

விஷுவல் வித்தை!

அது ஒரு நவீன உணவகம். வட்ட மேஜைகளைச் சுற்றிலும் சொகுசு இருக்கைகள். அரையிருட்டு. எங்கிருந்தோ மிதந்து வரும் மெல்லிசை. வெள்ளைவெளேர் உடைகளில் நாசூக்காகப் பரிமாறும் சர்வர்கள்.

அங்கே ஒரு மேஜையில் நான்கு பேர் பழரசம் அருந்திக்கொண்டிருக் கிறார்கள். ஐந்தாவதாக ஒருவர் அவர்களிடம் படபடவென்று பேசிக் கொண்டிருக்கிறார்.

அந்த இளைஞர் ஒரு பெரிய கம்பெனியில் சாதாரண ஊழியராகப் பணியாற்றிக்கொண்டிருக்கிறவர். ஆனால் அந்த வேலையால் அவருடைய ஆர்வத்துக்குத் தீனி போட முடியவில்லை. அவருக்குள் ஏகப்பட்ட யோசனைகள் பொங்கிக்கொண்டிருந்தன. அவற்றைப் பயன்படுத்திச் சொந்தமாக ஏதேனும் தொழில் தொடங்கி முன்னேற வேண்டும் என்று விரும்பினார்.

சொந்த பிஸினஸ் ஆரம்பிப்பது என்றால் அதற்குப் பண முதலீடு வேண்டுமே. அதற்காகதான் அவர் இந்த நாலு பேரைப் பார்க்க வந்திருக்கிறார். தன்னுடைய திட்டங்களை அவர்களுக்கு விவரித்துக் கொண்டிருக்கிறார்.

ஆனால் அவர் என்னதான் விளக்கமாகக் கதை சொன்னாலும் அந்தப் பணக்காரர்களுக்குச் சரியாகப் புரியவில்லை. குழப்பத்தோடு

தலையைச் சொறிந்தார்கள். 'இது சரிப்படாது, பில்லைக் கொடுத்துட்டுக் கிளம்பிடலாமா?' என்று யோசிக்கத் தொடங்கினார்கள்.

இதைப் பார்த்த இளைஞர் பதறிப்போனார். 'உடனடியா ஏதாவது செஞ்சு இவங்களோட கவனத்தை ஈர்க்கணுமே!' என்று யோசித்தார். மேஜைமேல் இருந்த கை துடைக்கும் காகிதங்களின்மீது எதேச்சையாக அவரது பார்வை பட்டது. சட்டென்று அவற்றை எடுத்துப் பின்பக்கம் திருப்பினார். கிறுக்கல்களாகப் படம் வரைந்து விளக்கத் தொடங்கினார்.

இரண்டே நிமிடங்கள்தான். அதுவரை ஆர்வம் இல்லாமல் திருதிருவென்று விழித்துக்கொண்டிருந்த பணக்காரர்கள் அவரது திட்டத்தை உன்னிப்பாகக் கவனிக்க ஆரம்பித்தார்கள். நிறைய கேள்வி கேட்டு அவரைக் குடைந்தார்கள். சந்தேகங்களைத் தெளிவுபடுத்திக் கொண்டார்கள். 'அருமையான பிஸினஸ் ப்ளான்' என்று பாராட்டினார் கள். அவருடைய தொழிலில் முதலீடு செய்ய ஒப்புக் கொண்டார்கள்.

இந்த அதிசயம் எப்படி நடந்தது? ஒரு சாதாரணக் கை துடைக்கும் காகிதம், அஞ்சு ரூபாய் பால்பாயின்ட் பேனாவுக்கு இத்தனை பெரிய சக்தியா?

ஆமாம்! ஆயிரம் வார்த்தைகளால் சொல்லிப் புரியவைக்கமுடியாத விஷயங்களை ஒரு கிறுக்கல் ஓவியம் தெளிவாக விளக்கிவிடும். அதுதான் 'விஷுவல் சிந்தனை'யின் மேஜிக்!

'எதையும் விஷுவலாகச் சிந்தித்துப் படம் வரையப் பழகிக்கொண்ட வர்களால் வாழ்க்கையில் பெரிய அளவு ஜெயிக்கமுடியும்' என்கிறார் டான் ரோம். இந்தச் சிந்தனையை முன்வைத்து இவர் எழுதியிருக்கும் 'தி பேக் ஆஃப் தி நாப்கின்' (The Back Of The Napkin) புத்தகம் அட்டகாசமான உதாரணங்களோடு இதை விளக்கிச் சொல்கிறது. நூற்றுக்கணக்கான டிப்ஸ்களை அள்ளி வீசுகிறது.

ஹோட்டலில் கை துடைக்க வைத்திருக்கும் பேப்பர் நாப்கின் என்பது ஒரு குறியீடு. அதன் பின்பக்கம் யார் வேண்டுமானாலும் படம் வரையலாம். அதற்கு நீங்கள் பெரிய ஓவியராக இருக்கவேண்டிய அவசியமே இல்லை. எதையும் வார்த்தைகளாகச் சொல்லும்போதே அதை எளிய கிறுக்கல் படங்களாகவும் மாற்றத் தெரிந்து கொண்டாலே போதும்.

உதாரணமாக, கிரிக்கெட் மேட்ச்சின்போது எத்தனை வீடியோ பார்த்தாலும் எந்த வீரர் எவ்வளவு ரன் எடுத்தார் என்று ஒரு கிராஃப்

போட்டுக் காண்பித்தால் விஷயம் கச்சிதமாகப் புரிகிறதில்லையா? அதுபோல நீங்கள் சொல்வதையெல்லாம் விஷுவலாகப் படம் வரைந்து விளக்கப் பழகினால் யாரையும் சுலபத்தில் கவர்ந்துவிட முடியும். எப்பேர்ப்பட்ட பிரச்னையையும் அலசி ஆராய்ந்து தீர்த்து விடமுடியும். கூட்டமும் போட்டியும் அதிகமாகிவிட்ட இன்றைய அவசர உலகத்தில் ஜெயிப்பதற்கு இது ஒரு மிக அவசியமான கலை!

நாம் விஷுவல் சிந்தனையைப் பழகிக்கொள்வதற்கு டான் ரோம் சொல்லும் முக்கியமான கட்டளைகள் இங்கே:

1. எப்பேர்ப்பட்ட சிக்கலான விஷயத்தையும் கிறுக்கல் படங்களின் மூலம் எளிமையாகப் புரியவைத்துவிடமுடியும். நம்புங்கள்!

2. 'எனக்குப் படம் வரையத் தெரியாதே' என்று தயங்காதீர்கள். நீங்கள் பிக்காஸோ ரேஞ்சுக்குப் பிரமாதமாக ஓவியம் தீட்ட வேண்டும் என்று யாரும் எதிர்பார்க்கவில்லை. எல்கேஜி குழந்தையைப்போல் கிறுக்கினால்கூடப் போதும், கலை அழகைவிட, விஷயம் சரியாகச் சென்று சேர்கிறதா என்பதுதான் இங்கே முக்கியம்.

3. நீங்கள் போகும் இடத்திலெல்லாம் பேப்பர், பென்சில் கிடைக்கும் என்பது நிச்சயமில்லை. ஆகவே, முதல் வேலையாக ஒரு நல்ல நோட்டுப் புத்தகம், பேனா வாங்கிக்கொள்ளுங்கள். அது இல்லாமல் பாத்ரூமுக்குக்கூடப் போகாதீர்கள். எப்போது யாரிடம் பேசினாலும் சட்டென்று நோட்டைப் பிரித்து அதைப் படமாக, எழுத்துகளாக விவரித்துப் பாருங்கள், அந்தப் பயிற்சிதான் உங்களை விஷுவல் வித்தகராக்கும்.

4. நிறைய வட்டம் போடுங்கள், கட்டம் போடுங்கள், நட்சத்திரங்களை வரையுங்கள், மனித முகங்கள் அல்லது குச்சி உருவங்களைக் கார்ட்டூன்போலக் கிறுக்குங்கள். அவற்றைக் கோடுகளாலோ அம்புக்குறிகளாலோ இணைத்து விஷயங்களைப் புரியவையுங்கள். ஆங்காங்கே கொட்டை எழுத்துகள், நம்பர்கள், புள்ளி விவரங்களைக் கொட்டி நிரப்புங்கள். முக்கியமான மேட்டர்களுக்கு அடிக்கோடு போட்டுக் காட்டுங்கள்.

5. நீங்கள் பேச விரும்புகிற ஒவ்வொரு விஷயத்தையும் அடிப்படையாக வைத்து ஆறு கேள்விகளைக் கேளுங்கள். அவை ஒவ்வொன்றையும் படங்களின்மூலம் விளக்குங்கள்: இதை யார் செய்யவேண்டும்? எப்படிச் செய்யவேண்டும்? ஏன் செய்ய

வேண்டும்? எங்கே செய்யவேண்டும்? எப்போது செய்ய வேண்டும்? எவ்வளவு (எண்ணிக்கை) செய்யவேண்டும்?

6. விஷுவல் சிந்தனைக்கு ஒரு தெளிவான நோக்கம் இருக்க வேண்டும். உதாரணமாக உங்கள் வீட்டிலிருந்து பக்கத்தில் இருக்கும் சினிமா தியேட்டருக்கு எப்படிப் போவது என்று படம் வரைந்தால் அதன் நோக்கம் 'வழி காட்டுதல்'. இப்படி உங்களுடைய ஒவ்வொரு படத்தின் நோக்கம் எது என்று யோசித்து அதை அழுத்தமாக வலியுறுத்திப் பேசுங்கள். நீங்கள் கிறுக்கும் ஓவியங்களுக்கு நடுவே பேசவந்த விஷயம் மறைந்து விடாமல் பார்த்துக்கொள்ளுங்கள்!

மேட்டர் புரிந்ததா? ஒரு சின்ன பயிற்சி செய்து பாருங்கள். டெலிவிஷன் என்றால் என்ன என்றே தெரியாத ஒரு கற்கால மனிதர். அவருக்கு ஆனா, ஆவன்னா, ஏபிசிடி எதுவுமே தெரியாது. வெறும் படங்களைப் பயன்படுத்தி அவருக்கு டிவியைப் பற்றி விளக்கிச் சொல்லவேண்டும். முடியுமா? பேப்பர், பேனாவை எடுங்கள், கொண்டாடுங்கள்!

12

ஆறு சல்லடைகள்

இது தகவல் யுகம். இன்னும் சரியாகச் சொல்வதென்றால் தகவல்கள் பிதுங்கி வழிந்துகொண்டிருக்கிற யுகம்.

செய்தித் தாள்கள், பத்திரிகைகள், தொலைக்காட்சி, வானொலி, இன்டர்நெட், எஸ்.எம்.எஸ்., விளம்பர நோட்டீஸ்கள், ஒலிபெருக்கி அறிவிப்புகள் என்று பலவிதங்களில் நம்மைச் சுற்றிலும் விதவிதமான செய்திகள் குவிந்துகொண்டே இருக்கின்றன. இவற்றில் எதை எடுத்துக்கொள்வது, எதை விடுவது என்று யாருக்கும் புரிவதில்லை. உறைந்து நின்றுவிடுகிறோம்.

மற்ற நேரங்களில்கூடப் பரவாயில்லை. ஏதாவது ஒரு விஷயத்தைப் பற்றித் தெரிந்துகொள்ளவேண்டும் என்கிற ஆர்வத்தோடு தேடும் போதுதான் இந்த உப்புமாத் தகவல்களின் தொல்லை மிக அதிகமாக இருக்கிறது. நமக்குத் தேவைப்படும் விவரங்களைப் பெற்றுக்கொள்ள முடியாதபடி அவை தடுத்துவிடுகின்றன.

'கவலைப்படவேண்டாம். எப்பேர்ப்பட்ட குப்பை கூளத்துக்கு நடுவிலும், உருப்படியான விஷயங்களைமட்டும் சேகரித்துப் பயன்படுத்தமுடியும். அதன்மூலம் நேரத்தை வீணடிக்காமல் நம் ஞானத்தை வளர்த்துக்கொள்ளமுடியும்' என்கிறார் பிரபல மேலாண்மை நிபுணர், எழுத்தாளர் எட்வர்ட் டி பொனோ. அவர் எழுதியுள்ள 'சிக்ஸ் ஃப்ரேம்ஸ்' (Six Frames - வெர்மிலியன் வெளியீடு - ரூ 295/-) என்ற புத்தகம் இதைப்பற்றி விரிவாகப் பேசுகிறது.

சல்லடை பார்த்திருக்கிறீர்கள்தானே? அதில் அசுத்தம் கலந்த மாவைப் போட்டுச் சலித்தால் கீழே தூய்மையான மாவு விழுகிறது. அதுபோல, நம்மிடம் வந்து குவிகிற தகவல்களையும் சல்லடை போட்டுச் சலித்துப் பயன்படுத்தவேண்டும் என்பதுதான் எட்வர்ட் டி பொனோவின் ஐடியா. அதுவும் ஒரு சல்லடை அல்ல. ஆறு சல்லடைகள்.

1. **முக்கோணச் சல்லடை.**
2. **வட்டச் சல்லடை.**
3. **சதுரச் சல்லடை.**
4. **இதயச் சல்லடை.**
5. **வைரச் சல்லடை.**
6. **செவ்வகச் சல்லடை.**

இந்த ஆறு சல்லடைகளுக்கும் வெவ்வேறு நோக்கங்கள் உண்டு. எல்லாவற்றையும் தொகுத்துப் பயன்படுத்தும்போது கடைசியாக அடியில் தங்கும் தகவல்கள்தான் நமக்கு உபயோகமானவை. மற்ற எல்லாம் வீசி எறியப்படவேண்டிய அசுத்தங்கள்.

முதலில், **முக்கோணச் சல்லடை**யை எடுத்துக்கொள்வோம். ஒரு முக்கோணத்துக்கு மூன்று 'முனை'கள் உண்டு. அவை நோக்கத்தைக் குறிக்கின்றன.

நம் முன்னே ஏகப்பட்ட தகவல்கள் இருந்தாலும், அதில் அப்போதைய நம்முடைய நோக்கத்துக்கு எவை பொருந்தும் என்று யோசித்து அதைமட்டும் எடுத்துக்கொள்ளவேண்டும். மற்றதை ஒதுக்கிவிட வேண்டும். அதுதான் முக்கோணச் சல்லடையின் நோக்கம்.

உதாரணமாக, ஒரு ரயில் எத்தனை மணிக்குக் கிளம்பும் என்று விசாரிக்கச் செல்லும்போது, அந்த ரயிலில் எத்தனை பெட்டிகள் என்கிற தகவல் அவசியமில்லை. ஒரு சினிமா நன்றாக இருக்கிறதா, இல்லையா என்று விசாரிக்கும்போது அதை எடுக்க எத்தனை கோடி செலவாச்சு என்கிற தகவல் அவசியமில்லை.

அடுத்து, **வட்டச் சல்லடை**. ஒரு வட்டத்தை மையத்திலிருந்து பார்த்தால் எல்லாத் திசைகளிலும் ஒரேமாதிரியாக இருக்கும். இது தகவல் துல்லியத்தைக் குறிக்கிறது.

அதாவது, நம்மிடம் உள்ள தகவல்களில் எவையெல்லாம் துல்லிய மானவை? எவை சும்மா வாய்மொழியாகக் காற்றில் பறந்துவந்த வதந்திகள்? எதை நம்பலாம்? எதை நம்பக்கூடாது?

உதாரணமாக, ஒரு விண்ணப்பம் சமர்ப்பிக்கக் கடைசி தேதி என்ன என்று அந்தக் கல்லூரியில் விசாரித்தால் அது உருப்படியான தகவல். யாரோ ஒரு நண்பர் சொல்லக் கேட்டால் அது நிச்சயமில்லாத தகவல். வட்டச் சல்லடை அதை வடிகட்டி எடுத்துவிடும்.

மூன்றாவதாக, **சதுரச் சல்லடை**. ஒரு சதுரத்துக்கு நான்கு பக்கங்கள். அவை எல்லாமே சரிசமமாக இருக்கும்.

அதுபோல, ஒரு விஷயத்தை எல்லாக் கோணங்களில் இருந்தும் யோசித்துப் புரிந்துகொள்ளவேண்டும். இல்லாவிட்டால் அரைகுறை ஞானத்தை வைத்துக்கொண்டு சிரமப்படுவோம்.

ஒரு நீதிபதி வழக்கின் இருதரப்பு வாதங்களையும் கேட்கிறார். அதன் பிறகுதான் தன்னுடைய தீர்ப்பைச் சொல்கிறார். அதுபோல நாமும் சதுரச் சல்லடையைப் பயன்படுத்தப் பழகவேண்டும்.

நான்காவது சல்லடை, இதய வடிவத்தில் இருக்கிறது. இது ஆர்வத்தைக் குறிக்கிறது.

அதாவது, நமக்குக் கிடைத்திருக்கும் அந்தத் தகவலின்மீது நமக்கு ஏதேனும் ஆர்வம் இருக்கிறதா? அல்லது இந்தக் காதில் கேட்டு அந்தக் காதில் விடப்போகிறோமா?

உதாரணமாக, எனக்குக் கிரிக்கெட் பிடிக்கும். ஆனால் கிரிக்கெட் வீரர்களின் தனிப்பட்ட வாழ்க்கை பற்றிய கிசுகிசுக்கள் பிடிக்காது. அதில் எனக்கு ஆர்வம் இல்லை. அதுமாதிரியான தகவல்களை வடிகட்டி எடுத்துவிட இதயச் சல்லடை பயன்படுகிறது.

ஐந்தாவது சல்லடை, நான்கு பக்கங்களைக் கொண்ட சாய்சதுரம். இதை வைர வடிவம் (டைமண்ட்) என்றும் சொல்வார்கள். **வைரச் சல்லடை.**

வைரம் என்பது மிகவும் மதிப்பு மிகுந்த ஒரு பொருள். அதைப்போல, நம் கையில் இருக்கும் தகவலும் மதிப்பு வாய்ந்ததுதானா? நாம் இப்போது எந்த விஷயத்தைப் பற்றித் தெரிந்துகொள்ள ஆசைப்படு கிறோமோ அந்தத் தேடலுக்கு இது துணைபுரிகிறதா? நம்முடைய அறிவை ஒரு படியாவது உயர்த்துகிறதா? இதையெல்லாம் கேட்பது தான் வைரச் சல்லடையின் நோக்கம்.

கடைசிச் சல்லடை, செவ்வகச் சல்லடை. மிக முக்கியமானது. செவ்வக வடிவத்தில் இருக்கும் இந்தச் சல்லடைதான் நாம் இதுவரை பலவிதங்களில் பொறுக்கியெடுத்த தகவல்களையெல்லாம் தொகுத்துச் சமர்ப்பிக்க உதவுகிறது.

இந்தச் செவ்வகச் சல்லடையை 'ஸ்லாப்' என்று செல்லமாக அழைக்கிறார் எட்வர்ட் டி பொனோ. இது பல்வேறு விஷயங்களைச் சேர்த்துப் பேசுகிறது. ஆரம்பத்தில் முக்கோணச் சல்லடையைப் பற்றிப் பேசும்போது சில நோக்கங்களை முடிவுசெய்துகொண்டோமில்லையா? அந்த இலக்குகள் இப்போது எட்டப்பட்டுவிட்டனவா? இல்லை எனில், எதெல்லாம் மிஸ்ஸிங் என்று அலசி ஆராய்ந்து பார்ப்பதற்குத்தான் இந்தச் சல்லடை.

எட்வர்ட் டி பொனோவின் 'சிக்ஸ் ஃப்ரேம்ஸ்' உத்தியை நீங்கள் அலுவலகத்திலும் பயன்படுத்தலாம், வீட்டிலும் பயன்படுத்தலாம். தேவையில்லாத விஷயங்களை ஒதுக்கி உபயோகமானவற்றில் மட்டும் கவனத்தைத் திருப்ப உதவுகிற எளிமையான தந்திரம் இது!

13

கற்றுத்தரும் 'கம்பெனி'கள்!

உங்களுடைய குருநாதர் யார்? யாரிடமிருந்து நீங்கள் அதிக விஷயங்களை, பண்புகளை, நல்ல குணங்களை, பாடங்களைக் கற்றுக் கொண்டிருக்கிறீர்கள்?

இந்தக் கேள்விக்குப் பதிலாகச் சிலர் தங்களது பெற்றோரைக் குறிப்பிடுவார்கள். இல்லாவிட்டால் தாத்தா, பாட்டி, அண்ணன், அக்கா, வேறு உறவினர்கள், ஸ்கூல் வாத்தியார், கல்லூரி புரொஃபஸர், முதன்முதலாக வேலை கொடுத்து ஆதரித்தவர், பிடித்த எழுத்தாளர், ஸ்வாமிஜி, அவ்வளவு ஏன், சினிமா நடிகர்கள், கிரிக்கெட் வீரர்களைத் தங்களது குருநாதர்களாகக் குறிப்பிடுகிறவர்கள்கூட உண்டு!

ஆனால் இவர்கள் எல்லோருமே நகமும் சதையுமான மனிதர்கள். கொஞ்சம் வித்தியாசமாக, உயிரே இல்லாத சமாசாரங்களிடமிருந்து பாடம் கற்கமுடியுமா? அதாவது, சரித்திரத்தில் மிகப் பெரிய வெற்றியடைந்த நிறுவனங்களைப் பார்த்து நாம் பழகவேண்டிய குணங்கள் ஏதேனும் உண்டா?

சுவாரஸ்யமான இந்தக் கேள்வியுடன் ஜிம் காலின்ஸ், ஜெர்ரி போரஸ் என்ற இரண்டு மேலாண்மை நிபுணர்கள் அமெரிக்கக் கம்பெனி களைப் புரட்டிப்பார்த்திருக்கிறார்கள் . அவற்றில் மிகச் சிறந்தவை, பல தலைமுறைகளாக வெற்றியைத் தக்கவைத்துக்கொண்டிருப்பவை எனப் பதினெட்டு 'க்ரேட்' நிறுவனங்களைத் தேர்ந்தெடுத்து,

அவற்றின் போட்டியாளர்களோடு ஒப்பிட்டு அலசியிருக்கிறார்கள். இவை ஏன் ஜெயித்தன என்று யோசித்திருக்கிறார்கள்.

அப்போது, இந்தப் பதினெட்டு நிறுவனங்களுக்கும் இடையே ஆச்சரியமான சில பொதுத்தன்மைகள் தென்பட்டன. இவை எல்லாமே மற்ற நிறுவனங்களிடம் மிஸ்ஸிங்!

அப்படியானால், இந்தக் குணங்கள்தான் அந்த நிறுவனங்கள் நீடித்து நிலைக்கக் காரணமா? இவற்றைப் பயன்படுத்தி மற்ற புதுக் கம்பெனிகளும், நம்மைப்போல் தனிநபர்களும்கூடப் பயன் பெறமுடியுமா? இப்படி யோசித்த ஜிம் காலின்ஸ், ஜெர்ரி போரஸ் அவற்றை 'பில்ட் டு லாஸ்ட்' (Built To Last) என்ற தலைப்பில் ஒரு சுவையான புத்தகமாகத் தொகுத்து எழுதியிருக்கிறார்கள். அந்தக் குணங்களில் முக்கியமான சில, இங்கே சுருக்கமாக:

1. உங்களிடம் கைக் கடிகாரம் இருக்கிறதா? போகிற வழியில் 'டைம் என்ன சார்?' என்று நிறையப் பேர் கேட்கிறார்களா? வரிசையாக அவர்களுக்கெல்லாம் நேரம் பார்த்துச் சொல்லிக் கொண்டிருந்தால், நீங்கள் வெறும் 'வாட்ச்'மேன் ஆகிவிடு வீர்கள். வேண்டாம்! அப்படிக் கேட்கிற யாருக்கும் நேரம் சொல்லாதீர்கள். அதற்குப் பதிலாக அவர்களுக்கு மணி பார்க்கக் கற்றுக்கொடுங்கள். இதன்மூலம் உங்களுடைய திறமை பறிபோய்விடும் என்று நினைக்காதீர்கள், உங்களைப் பின்பற்ற ஒரு கூட்டம் உருவாகும். நீங்கள் தனி நபராகச் சாதிப்பதைவிட, இப்படிப் பல சிஷ்யர்களை உருவாக்கத் தொடங்கினால் தனிப்பட்ட வாழ்க்கையிலோ, அலுவலகத்திலோ, சமூகத்திலோ உங்களது தாக்கம் மிகப் பெரிய அளவில் இருக்கும்.

2. இதுவா அதுவா என்று தடுமாறாதீர்கள். ஒரே நேரத்தில் இரண்டாகவும் நீங்கள் இருக்கமுடியும். மென்மை காட்ட வேண்டிய நேரத்தில் மென்மை காட்டுங்கள். தேவையானபோது கடுமையாகவும் இருங்கள். இது இரட்டை வேடம் அல்ல, இரண்டிலும் இருக்கும் நல்ல அம்சங்களைப் பயன்படுத்திக் கொள்ளும் சாமர்த்தியம்!

3. பணம், லாபம், வருமானம் இதுதான் முக்கியம் என்று நினைக்காதீர் கள். அந்த வாழ்க்கை ஆரம்பத்தில் பரவசமாக இருந்தாலும், ஒரு கட்டத்தில் சலித்துப்போய்விடும். பெரிய பணக்காரர்களே கடைசி யில் சொத்தையெல்லாம் தானதர்மம் செய்துவிட்டு நிம்மதியைத் தேடி அலைவதைப் பார்க்கிறோம். அவ்வளவு நாள் காத்திருப்பதைவிட, இப்போதே பணத்தை

இரண்டாம்பட்சமாகத் தள்ளிவிட்டு, உங்களுடைய உண்மை யான வாழ்க்கை லட்சியத்தைத் தேடுங்கள். அது தரும் திருப்தியை அனுபவியுங்கள்.

4. காலத்துக்கு ஏற்ப மாறாதவர்கள் பிழைக்கமுடியாது. ஆகவே, உங்களுடைய திறமைகளை அவ்வப்போது புதுப்பித்துக் கொள்ளுங்கள், உங்களைச் சுற்றிலும் என்னவெல்லாம் நடக்கிறது என்று கூர்ந்து கவனித்துவாருங்கள். இல்லாவிட்டால், காலத்தால் பின்னுக்குத் தள்ளப்பட்டுவிடுவீர்கள். உலகம் உங்களை விட்டு எங்கேயோ போய்விடும்.

5. அதேநேரம், அப்படி மாற்றங்களுக்கு ஆளாகிறபோது உங்களது அடிப்படைக் கொள்கைகள், நம்பிக்கைகளை விட்டுக்கொடுத்து விடாதீர்கள். அவைதான் உங்கள் அடையாளம், பலம், எல்லாமே!

6. உங்களுக்கென்று ஒரு பெரிய, மிகப் பெரிய, பிரம்மாண்டமான இலக்கை நிர்ணயித்துக்கொள்ளுங்கள். அந்த இலக்கு எந்த அளவு பெரியதாக இருக்கிறதோ அந்த அளவுக்கு உங்களுடைய உத்வேகமும் அதிகரிப்பதைக் காணலாம்

7. புதிய விஷயங்களை முயற்சி செய்யத் தயங்காதீர்கள். ஒருவேளை துணிந்து இறங்கினால் அடிபடுமோ என்று யோசிக்காதீர்கள். அதற்குப் பயந்தால் நீங்கள் செக்குமாடுமாதிரி ஒரே இடத்தைச் சுற்றிச் சுற்றி வரவேண்டியதுதான். தைரியமாகப் பல விஷயங் களை முயன்று பாருங்கள். அவற்றில் எது க்ளிக் ஆகிறதோ அதை எடுத்துக்கொள்ளுங்கள், எதெல்லாம் சொதப்புகிறதோ அவற்றிலிருந்து பாடம் படித்துக்கொள்ளுங்கள். எல்லாம் நல்லதுக்குத்தான்.

8. நிறையப் புத்தகங்கள் படியுங்கள். திறமைசாலிகளுடன் பேசுங்கள். அனுபவஸ்தர்களின் அறிவுரைகளைக் கேளுங்கள். ஆனால் இதுமட்டுமே உங்களுடைய வெற்றிக்கு வழி வகுக்கும் என்று அசட்டுத்தனமாக நம்பாதீர்கள். இந்த உலகத்தில் ஒவ்வொரு வரும் ஒவ்வொருவிதத்தில் தனித்துவமானவர்கள். ஆகவே, உங்களுக்கு எது சரிப்படும் என்பதை நீங்கள்மட்டுமே சரியாக உணரமுடியும். ஆகவே எப்பொருள் யார்யார்வாய்க் கேட்பினும் மெய்ப்பொருள் எது என்று யோசித்து முடிவெடுங்கள். உங்களுடைய ஸ்டைல், நீங்கள் உருவாக்கிய ‘தனி வழி’யாகவே இருக்கட்டும்.

9. ‘போதும் என்ற மனமே பொன் செய்யும் மருந்து’ என்பது பழமொழி. ஆனால் எதார்த்தத்தில் அது உங்களுடைய வெற்றிக்குத் தடை. உன்னதமான நிலையை நோக்கி முன்னேறமுடியாதபடி நம்மைத் தடுப்பதே ‘இது போதும்’ என்கிற மனோநிலைதான். ஆகவே, சுலபத்தில் திருப்தி அடைந்துவிடாதீர்கள். இன்னும் மேலே போகவேண்டும் என்று யோசித்துக்கொண்டே இருங்கள். அதற்காகத்தான் பெரிய, மிகப் பெரிய இலக்குகளை யோசிக்கச் சொன்னது!

10. எப்போதும் தொலைநோக்குப் பார்வையை இழந்து விடாதீர்கள். ஒரு தெளிவான நோக்கத்தைத் தீர்மானித்துக்கொண்டு அதன் அடிப்படையில் நீண்ட காலத் திட்டங்களை வகுத்துக் கொண்டு முன்னேறுங்கள். அதுவே உங்களது தினசரித் திட்டங்களுக்கும் வழி வகுக்கும். எப்போதாவது வழி தவறி வேறு வழியில் சென்றாலும் சட்டையைப் பிடித்து ஒழுங்கான பாதைக்குக் கொண்டுவரும்.

இந்தப் பத்து விதிமுறைகளும் எக்காலத்துக்கும் பொருந்தக்கூடியவை. இவற்றைப் பின்பற்றி இருநூறு வருடங்களாகத் தொடர்ந்து ஜெயித்துக்கொண்டிருக்கும் நிறுவனங்களெல்லாம் இருக்கின்றன. நீங்களும் ஆரம்பித்துவிடுங்கள்!

14

மயக்கு கண்ணா மயக்கு!

சிலரை நமக்குப் பார்த்தவுடன் பிடித்துவிடும். அப்போதுதான் அறிமுகம் என்றாலும் அவர்களோடு பல வருடங்களாகப் பழகியது போல் உணர்வோம். அவர்கள் என்ன சொன்னாலும் மறுக்காமல் உடனே செய்துவிடவேண்டும் என்று நினைப்போம்.

இந்த வசீகரம் தானாக வருவது அல்ல, அவர்கள் கவனமாகப் பார்த்துப் பார்த்து உருவாக்கிய விஷயம் என்று சொன்னால் நம்புவீர்களா?

நம்புங்கள். அடுத்தவர்களை ஈர்ப்பது ஒரு கலை. வெற்றிக்கு மிக அவசியமான கலை. இதைப் பழகியவர்கள் வீட்டிலும் சரி, வெளியிலும் சரி, கம்பீரமான தலைவர்களாகச் சுற்றிவருவார்கள். எந்தப் பிரச்னை என்றாலும் அவர்களுக்குத் தோள் கொடுக்க ஒரு பெரிய கூட்டமே நிற்கும்.

'ஈர்க்கும் கலை'யைச் சொல்லித்தருகிற ஒரு கலகலப்பான புதிய புத்தகம் சமீபத்தில் வெளியாகி சூப்பர் ஹிட்டாகியிருக்கிறது. கை கவாஸாகி எழுதியிருக்கும் அந்தப் புத்தகத்தின் பெயர் 'என்சான்ட்மென்ட்' (Enchantment).

ஆங்கிலத்தில் 'என்சான்ட்மென்ட்' என்றால் மயக்குவது. அப்பாவி களுக்கு அல்வா கொடுத்து மயக்குகிற திருட்டுத்தனம் அல்ல, நமது நடவடிக்கைகளின்மூலம் மக்களைக் கவர்ந்து இழுப்பது. நம்முடைய

தொண்டர்களாக மாற்றிக்கொள்வது. அந்த நட்பு வட்டத்தின் பலத்துடன் வெற்றியடைவது.

இந்தப் புத்தகம் நெடுகிலும் நம்முடன் பழகுபவர்களை மயங்கச் செய்வது எப்படி எனப் பல அருமையான யோசனைகளை உதாரணங் களுடன் விளக்கியிருக்கிறார் கை கவாஸாகி. அவற்றில் முக்கியமானவை, இங்கே சுருக்கமாக:

1. முதலில், அடுத்தவர்களுக்குப் பிடிக்கும்விதமாக நடந்து கொள்ளுங்கள். அதற்குச் சில வழிகள்:

- நேர்த்தியான உடை.
- கை குலுக்கலில் கம்பீரம், ப்ளஸ் உறுதி,
- யாராவது ஏதாவது உதவி கேட்டால் யோசிக்காமல், தயங்காமல் 'யெஸ்' என்று சொல்லிவிடுங்கள். அதன்பிறகு அதை எப்படிச் செய்வது என்று யோசித்து நாலு 'ஆனால்'களை, ஏழெட்டு நிபந்தனைகளைச் சேர்த்துக்கொள்ளலாம். தப்பில்லை. அந்த முதல் 'யெஸ்' உங்களுக்குப் பல ரசிகர்களை அள்ளித் தரும்!

2. இரண்டாவதாக, அவர்களுடைய நம்பிக்கைக்குப் பாத்திரமாக மாறுங்கள். இப்படி:

- முதலில் நீங்கள் அடுத்தவர்கள்மீது நம்பிக்கை வையுங்கள்.
- நீங்கள் ஒரு விஷயத்தில் ஏன் ஈடுபடுகிறீர்கள் என்கிற உண்மையை மறைக்காமல் சொல்லிவிடுங்கள்.
- ஒவ்வொரு வேலையிலும் உங்களுக்கு என்ன லாபம் என்பதை மட்டும் பார்க்காமல், அடுத்தவர்களுக்கும் அதில் ஏதாவது பயன் வரக்கூடுமா என்று பார்த்து அதற்கு ஏற்பச் செயல்படுங்கள்.

3. ஒவ்வொரு புதிய நபரைச் சந்திக்கும்போதும், ஒவ்வொரு புதிய வேலையைத் தொடங்கும்போதும் கச்சிதமாகத் திட்டமிட்டுத் தயார் செய்துகொள்ளுங்கள். இதுபோல:

- என்ன பேசப்போகிறோம் என்பதை முன்கூட்டியே மனத்தில் ஒருமுறை ஒத்திகை பார்த்துக்கொள்ளுங்கள்.
- நீங்கள் பேசும்போது அவர்கள் என்ன கேள்விகளைக் கேட்பார்கள் என்பதையும் நீங்களே ஊகியுங்கள். அதற்கு என்ன பதில் சொல்லலாம் என்று யோசித்துப் பயிற்சி எடுங்கள்.

- வளவளாவென்று நீட்டி முழக்காமல் சுருக்கமாகவும் எளிமையாகவும் பேசப் பழகுங்கள்.

- முடிந்தவரை உங்களுடைய கருத்தைக் கதையாகச் சொல்லுங்கள். எதையும் சம்பவங்களாக, உதாரணங்களோடு சொன்னால் மக்கள் ரசித்துக் கேட்பார்கள், எளிதில் புரிந்துகொள்வார்கள்.

- உங்கள் பேச்சில் யாராவது குறை சொன்னால் கோபித்து முகம் சுளிக்காதீர்கள். மனத்தைத் திறந்துவைத்திருங்கள். அவர்கள் சொல்வதில் இருக்கும் நியாயத்தைமட்டும் எடுத்துக் கொள்ளுங்கள். நியாயமில்லை என்றால் சிரித்து மறந்துவிடுங்கள்.

4. எந்த வேலையையும் ஏனோதானோ என்று செய்யாதீர்கள். திட்டமிடுவதற்கு இணையாக, உங்களுடைய செயல்பாடுகளும் இருக்கவேண்டும். அதற்கான சில வழிகள்:

- ஒரே நேரத்தில் நான்கைந்து வேலைகளை இழுத்துப் போட்டுக் கொண்டு சிரமப்படாதீர்கள். அதேசமயம் ஒன்றிலேயே கவனம் செலுத்தி மற்றதைக் கோட்டை விடாதீர்கள். இந்த இரண்டுக்கும் நடுவே சரியான பேலன்ஸ் எது என்று தெரிந்துவிட்டால் இரண்டு என்ன, ஏழெட்டுக் குதிரைகளில்கூடச் சவாரி செய்யலாம்.

- உங்களுடைய யோசனைகளை அடுத்தவர்கள்மீது திணிக்காதீர் கள். எதையும் அவர்களுடைய கோணத்திலிருந்து யோசியுங்கள். அவர்கள் கேட்க நினைக்கிற கேள்விகளை நீங்களே கேட்டுப் பதில் சொல்லிவிட்டால் மற்றவர்கள் உங்களது நிரந்தர சிஷ்யர்களாகி விடுவார்கள்.

5. உங்களுடைய பாதையில் தடைகள் வரும். சிலர் உங்களை நம்ப மறுத்துச் சந்தேகமாகப் பார்ப்பார்கள். அப்போது மனம் தளராமல் இந்த வழிகளைப் பின்பற்றுங்கள்:

- ஏதேனும் புதிய யோசனையைச் சொல்லும்போது, இதேமாதிரி விஷயம் வேறொரு கம்பெனியில், வேறொரு நகரத்தில், வேறொரு நாட்டில், வேறொரு காலகட்டத்தில், வேறொரு துறையில் எங்காவது வெற்றியடைந்திருக்கிறதா என்று உதாரணம் காட்டி நிரூபியுங்கள். 'நாமும் ஜெயிப்போம்' என்று உறுதி சொல்லுங்கள்.

- ஒருவேளை தோல்வி வந்தால், பிரச்னையில்லை. எப்பேர்ப்பட்ட சறுக்கலிலும் ஒரே ஒரு பாஸிட்டிவ் விஷயமாவது இருந்தே தீரும். அதைக் கண்டுபிடித்துக் கொண்டாடுங்கள். அதையே பிடித்துக்கொண்டு மேலே செல்லுங்கள்.

- உங்களது குழுவில் எல்லோரும் உங்களுக்கு எதிராகத் திரும்பினால், அதற்கு என்ன காரணம், அல்லது யார் காரணம் என்று கவனியுங்கள். அவர்களோடு பேசி நிலைமையைச் சரி செய்யப் பாருங்கள். பெரும்பாலான நேரங்களில் ஒரு சகஜமான பேச்சு பல பிரச்னைகளைத் தீர்த்துவிடும்.

6. நீங்கள் உருவாக்கும் 'மயக்கம்' தாற்காலிகமாக இருந்துவிடக்கூடாது. அவர்கள் நிரந்தரமாக உங்களது ஈர்ப்பிலேயே இருக்கவேண்டும். அதை உறுதி செய்துகொள்ள இந்த வழிகள் பயன்படும்:

- உங்களது துறையில் நீங்கள் கொண்டிருக்கும் அனுபவம் என்ன? திறமைகள் என்னென்ன? அதை மற்றவர்கள் உணர்ந்துள்ளார்களா? இல்லை என்றால் நீங்களே எடுத்துச் சொல்லுங்கள். 'சுய தம்பட்டம் அடிக்கக்கூடாது' என்று நினைக்கிறவர்கள் இந்தக் காலத்தில் முன்னேறமுடியாது. 'நான் சிறந்தவன்' என்பது ஓகே. 'நான்மட்டும்தான் சிறந்தவன்' என்று சொன்னால்தான் தப்பு!

- அதற்காக எல்லா அதிகாரங்களையும் நீங்களே பிடித்துவைத்துக் கொள்ளாதீர்கள். அதைச் சரியானமுறையில் பகிர்ந்து கொடுங்கள். அவர்கள் தயங்கி நின்றால் வழிகாட்டி உதவுங்கள். பிரச்னை வரும்போது கை கொடுங்கள். கடைசியாக அவர்கள் வெற்றி பெறும்போது கை தட்டிப் பாராட்டுங்கள். 'சார் பெரிய திறமைசாலி' என்று அடுத்தவர்களுக்கும் சொல்லுங்கள்.

- உங்களுடன் இருப்பவர்களை எப்போதும் உற்சாகமாக வைத்திருங்கள். அவர்களது குறைகளை முன்கூட்டியே உணர்ந்து சரி செய்யுங்கள். 'நாம் எல்லோரும் சேர்ந்து இழுப்பதால்தான் இந்தத் தேர் நன்றாக ஓடுகிறது' என்று திரும்பத் திரும்பச் சொல்லுங்கள்!

15

மெமரி கொக்கிகள்

ஆடம், ஜாஸ்மின் இருவரும் பள்ளி செல்லும் குழந்தைகள். முதுகில் பையை மாட்டிக்கொண்டு ஸ்கூல் பஸ்ஸுக்காகக் காத்திருந்தார்கள்.

அடுத்த தெருவில் அவர்களுடைய நண்பன் ஒருவன் இருந்தான். அவன் பெயர் ஜேம்ஸ். அவனும் அதே பஸ்ஸில் செல்கிறவன்தான்.

அன்றைக்கு ஜேம்ஸ் கொஞ்சம் லேட்டாக வந்தான். ஆடம், ஜாஸ்மினைப் பார்த்தவுடன் உர்ரென்று முகத்தை வைத்துக்கொண்டான். 'என்னாச்சு ஜேம்ஸ்?'

'நான் உங்களோட கா' என்றான் ஜேம்ஸ். 'நேத்திக்கு என்னோட பர்த்டே பார்ட்டி. நீங்க ரெண்டு பேரும் வரவே இல்லை!'

'அச்சச்சோ! ரொம்ப ஸாரி ஜேம்ஸ்' என்றான் ஆடம். 'எங்களுக்குச் சுத்தமா ஞாபகம் இல்லை. உன்னோட பார்ட்டியைப் பத்தி மறந்துட்டோம்!'

ஆடம், ஜாஸ்மின் இருவருக்கும் இது ஒரு பெரிய பிரச்னை. பள்ளிக்கூடப் பாடங்களில் ஆரம்பித்து அப்பா, அம்மா சொல்கிற சிறு வேலைகள்வரை பல விஷயங்கள் அவர்களுடைய நினைவில் நிற்பதே இல்லை. சில நிமிடங்களில் மாயமாக மறைந்துவிடுகிறது.

போன வாரம்கூட இப்படித்தான், இரண்டு நாள் ஹோம் வொர்க் நோட்டை வீட்டிலேயே மறந்துவிட்டுப் போய் டீச்சரிடம் திட்டு வாங்கினார்கள்.

என்ன செய்வது? இந்த ஞாபகப் பிரச்னையை எப்படித் தீர்ப்பது? யோசித்தபோது ஆடமுக்கும் ஜாஸ்மினுக்கும் அவர்களுடைய தாத்தா ஞாபகம் வந்தது.

அவர்களுடைய தாத்தா ஞாபகசக்தியில் கில்லாடி. ஐம்பது, அறுபது வருடங்களுக்கு முன்னால் நடந்த விஷயங்களைக்கூட இப்போதும் தெள்ளத்தெளிவாக நினைவில் வைத்திருந்து விவரிப்பார். அவரிடம் ஒரு விஷயத்தைச் சொன்னால் அப்புறம் நாம் அதைப்பற்றிக் கவலைப்படவே வேண்டியதில்லை.

ஆடமும் ஜாஸ்மினும் தாத்தாவிடம் ஓடினார்கள். 'தாத்தா, எங்களுக்கு ஞாபகசக்தியை வளர்க்கச் சொல்லிக்கொடுங்க' என்றார்கள். அவரும் ஒப்புக்கொண்டார். பாடம் நடத்த ஆரம்பித்தார்.

ஞாபகமறதி என்பது குழந்தைகளுக்குமட்டுமான பிரச்னை இல்லை. இதே அவஸ்தையில் சிக்கித் திணறுகிற பெரியவர்கள் பல கோடி. பள்ளி, கல்லூரிப் பாடங்கள், அலுவலக வேலைகள், வீட்டு விவகாரங்கள், நண்பர்களின் முகவரிகள், விசேஷங்கள், விழாக்கள் என்று பலவற்றையும் மறந்துவிட்டுத் திண்டாடுகிறவர்கள் உலகம் முழுக்க உண்டு.

அவர்களுக்கெல்லாம் உதவும்வகையில், ஆடம், ஜாஸ்மின் என்ற சிறுவர்களுக்குப் பாடம் சொல்லித்தரும் ஒரு கற்பனைத் தாத்தாவைச் சுவாரஸ்யமான புத்தகமாக்கியிருக்கிறார்கள் எழுத்தாளர்கள் ஆலன் பீஸ் மற்றும் பார்பரா பீஸ். 'மெமரி லாங்வேஜ்' (Memory Language) என்ற இந்தப் புத்தகம் செமஜாலியான கதை வடிவத்தில் எண்ணற்ற கார்ட்டூன்களுடன் எழுதப்பட்டுள்ளது. இதன்மூலம் யார் வேண்டுமானாலும் ஜஸ்ட் 48 நிமிடங்களில் மிகச் சிறந்த நினைவாற்றலைப் பெறமுடியும் என்கிறார்கள். அதற்கான பாடங்களும் பயிற்சிகளும்கூட இந்தப் புத்தகத்தில் தரப்பட்டுள்ளன.

கில்லாடித் தாத்தா சொல்லித்தரும் அட்டகாசமான மெமரி சூத்திரங்களில் முக்கியமான ஒன்று, இங்கே சுருக்கமாக:

நீங்கள் பத்து விஷயங்களை ஞாபகம் வைத்துக்கொள்ளவேண்டும் என்று வையுங்கள். அந்தப் பத்தையும் மாட்டிவைப்பதற்கு மெமரி கொக்கிகள் வேண்டும்.

'மெமரி கொக்கி'யா? அப்படீன்னா?

ஒன்று, இரண்டு என்கிற பத்து எண்களுக்கும் அவற்றின் வடிவங்களுக்கு ஏற்ப வெவ்வேறு உருவங்களைக் கற்பனை செய்துகொள்ளுங்கள்.

உதாரணமாக, 1 = கிரிக்கெட் ஸ்டம்ப், 2 = கொக்கு, 3 = சுருண்டு படுத்திருக்கும் மனிதன், 4 = நாற்காலி, 5 = பாம்பு, 6 = புகை பிடிக்கும் பைப்... இப்படி.

இங்கே சொல்லியிருக்கிற அதே உருவங்களைத்தான் நீங்கள் கற்பனை செய்துகொள்ளவேண்டும் என்று அவசியம் இல்லை. ஒண்ணு மண்ணு, ரெண்டு குண்டு, மூணு தேனு, நாலு வாலு என்று ரைமிங் வார்த்தைகளைக்கூட நினைத்துக்கொள்ளலாம். உங்கள் இஷ்டம் தான். ஆனால் இந்தப் பத்து கொக்கிகளையும் நீங்கள் எப்பவும் மறந்து விடக்கூடாது. இவைதான் உங்கள் நினைவாற்றலின் அடித்தளங்கள்.

இப்படிப் பத்து கொக்கிகளை முடிவு செய்தபிறகு, நீங்கள் எந்த விஷயத்தையும் அதில் அடுத்தடுத்து மாட்டிவைக்கலாம். இதற்கு நீங்கள் ஒரு 'ஸில்லி ஸ்டோரி'யைக் கற்பனை செய்துகொள்ள வேண்டும்.

'ஸில்லி ஸ்டோரி' என்றால் நம்புவதற்குக் கடினமான, எதார்த்தத்துக்குப் பொருந்தாத ஒரு விநோதமான கதை, அல்லது காட்சி. அந்தக் காட்சி எந்த அளவு விசித்திரமாக இருக்கிறதோ அந்த அளவுக்கு நீங்கள் அதை மறக்கமாட்டீர்கள்.

உதாரணமாக, ஒரு நண்பர் தன் வீட்டுக்கு வழி சொல்கிறார். 'பஸ்லேர்ந்து இறங்கினதும் ஒரு பிள்ளையார் கோவில் வரும். அங்கிருந்து பத்தடி தூரம் நடந்தா ஒரு ஸ்வீட் ஸ்டால் வரும். அங்கே வலதுபக்கம் திரும்பி நடந்தீங்கன்னா ஃபோட்டோ ஸ்டூடியோ. அதுக்குப் பக்கத்தில போஸ்ட் ஆஃபீஸ். அதோட மாடியில நம்ம வீடு.'

இந்த முகவரியை மெமரி கொக்கிகளில் 'ஸில்லி ஸ்டோரி'களைக் கொண்டு மாட்டிவைப்பது எப்படி? அது உங்களுடைய கற்பனையைப் பொறுத்து மாறுபடும். இங்கே ஓர் உதாரணம் பாருங்கள்:

- *ஒன்று:* பிள்ளையார் தன்னுடைய தும்பிக்கையில் ஒரு கிரிக்கெட் ஸ்டம்பைப் பிடித்துக்கொண்டு பந்துகளை அடித்து விளாசுகிறார்.
- *இரண்டு:* பிள்ளையாருடன் கிரிக்கெட் விளையாடும் ஒரு கொக்கு பத்தடி நடந்து ஒரு ஸ்வீட் ஸ்டாலுக்குள் புகுந்துவிடுகிறது. அங்கிருக்கும் மைசூர்பாகு, ஜாங்கிரி, ஜிலேபி வகையறாக் களைக் களேபரம் பண்ணுகிறது.
- *மூன்று:* ஸ்வீட் ஸ்டாலில் இருந்து வெளியேறும் கொக்கு வலதுபக்கம் திரும்பிக் கொஞ்ச தூரம் நடக்கிறது. அங்கே கையில் கேமெராவுடன் ஒரு மனிதன் சுருண்டு படுத்திருக்கிறான்.

அவனைத் தட்டி எழுப்பி ‘என்னை ஒரு ஃபோட்டோ எடு’ என்கிறது கொக்கு.

- நான்கு: அந்த மனிதன் கொக்கை நாற்காலியில் உட்கார வைக்கிறான். படம் பிடிக்கிறான். பின்னர் ‘அடுத்த பில்டிங்தான் போஸ்ட் ஆஃபீஸ். நாளைக்கு ஃபோட்டோவைத் தபால்ல அனுப்பிடறேன்’ என்று சொல்கிறான்.

மேலே நாம் பார்த்த கிரிக்கெட் ஸ்டம்ப், கொக்கு, சுருண்டு படுத்திருக்கும் மனிதன், நாற்காலி ஆகிய கொக்கிகளில் இந்த நண்பரின் வீட்டு முகவரியை மாட்டியாகிவிட்டது. இந்தக் கற்பனைக் கதைமட்டும் நம் நினைவில் இருந்தால் அவருடைய வீட்டுக்கு என்றைக்கும் வழி மறக்காது.

இப்படி மெமரி கொக்கி, ஸில்லி ஸ்டோரி போன்ற வழிமுறைகளைப் பயன்படுத்திப் பாடங்கள், செய்யவேண்டிய விஷயங்கள், தொலைபேசி எண்கள் என்று சகலத்தையும் நினைவில் வைத்துக்கொள்ள முடியும் என்கிறார்கள் ஆலன் பீஸ் மற்றும் பார்பரா பீஸ். தேவை, நிறையக் கற்பனை. அவ்வளவுதான்!

16

ஒபாமாவின் பாடங்கள்

பராக் ஒபாமா ஓர் அரசியல் தலைவர், அமெரிக்க அதிபர் என்பது எல்லோருக்கும் தெரியும். அவர் பிரமாதமான பேச்சாளர், அமைதிக்கான நோபல் பரிசு பெற்றவர் என்பதெல்லாம்கூடத் தெரிந்திருக்கலாம்.

ஆனால் ஒபாமா ஒரு நல்ல எழுத்தாளர் என்பது பலருக்குத் தெரியாது. இன்றைக்கும், ஒபாமாவின் தனிப்பட்ட சொத்து, வருவாயின் பெரும் பகுதி, அவருடைய புத்தகங்களின் விற்பனைமூலம் கிடைக்கிற ராயல்டிதான்!

ஏற்கெனவே சுயசரிதை, மேடைப் பேச்சுகளின் தொகுப்பு என்று சில புத்தகங்களை எழுதியுள்ள ஒபாமாவிடமிருந்து, சமீபத்தில் ஒரு மிக வித்தியாசமான புத்தகம் வந்துள்ளது, அவர் தனது இரு மகள்களுக்கும் எழுதிய கடிதமாக!

'ஆஃப் தீ ஐ சிங்' (Of Thee I Sing) என்ற தலைப்பில் வெளியாகியிருக்கும் இந்தப் புத்தகத்தை ஒரு தந்தையின் நெகிழ்ச்சியூட்டும் பாசப் பதிவாகவும் பார்க்கலாம். இளைஞர்களுக்குத் தன்னம்பிக்கை தரும் உத்வேகப் படைப்பாகவும் வாசிக்கலாம்.

இந்தப் புத்தகத்தின் 'கதாநாயகி'களாகிய தன்னுடைய மகள்களுக்கு ஒபாமா பன்னிரண்டு பேருண்மைகளை விளக்கிச் சொல்கிறார். அவை ஒவ்வொன்றையும் அடிப்படையாக வைத்து வாழ்ந்து காட்டிய சரித்திரச் சாதனையாளர்கள் பன்னிரண்டு பேரை அவர்களுக்கு உதாரணமாகக் காட்டுகிறார். 'இந்த உண்மைகளை மனத்தில் வைத்துத்தான் உங்களுடைய

வருங்காலப் பயணம் இருக்கவேண்டும்' என்கிற தன்னுடைய விருப்பத்தைத் தெரிவிக்கிறார்.

ஒபாமா சொல்லும் அந்தப் பன்னிரண்டு உண்மைகள், இங்கே சுருக்கமாக:

1. உங்களுடைய படைப்பாற்றலை உலகிற்குக் காட்டுங்கள். அற்ப விஷயங்களிலும்கூட ஓர் அழகு இருக்கிறது. அதை வெளிப்படுத்தத் தெரிந்துகொள்ளுங்கள்.

2. எப்போதும் புதுப்புது விஷயங்களை யோசித்துக் கொண்டிருங் கள். கற்பனைக் குதிரையைப் பறக்கவிடுங்கள். ஆல்பர்ட் ஐன்ஸ்டீன் தெரியும்தானே? அவர் தன்னுடைய மனத்தில் தோன்றிய பிம்பங் களைப் பெரிய அறிவியல் முன்னேற்றங்களாக மாற்றினார். அதன் மூலம் இந்த உலகத்தையே பல படிகள் முன்னே கொண்டு சென்றார். அதுபோல உங்களுடைய புத்திசாலித்தனம், அதிவேக வளர்ச்சிக்குத் துணைபுரியும்.

3. எந்தச் சூழ்நிலையிலும் பயத்துக்கு அடிமையாகிவிடாதீர்கள். தைரியமானவர்களால்மட்டும்தான் கனவு காணமுடியும், அவர்களால்மட்டும்தான் எதிர்காலம் எப்படி இருக்கும் என்று தீர்மானிக்கமுடியும். மற்றவர்கள் வெறுமனே அவர்களைப் பின்தொடர்ந்து செல்வார்கள். அவ்வளவுதான்!

4. அடுத்தவர்கள் துயரத்தோடு இருக்கும்போது, உங்களுடைய வார்த்தைகளால், செயல்களால் அவர்களுக்கு மருந்து போடத் தெரிந்துகொள்ளுங்கள். உங்களுடைய நண்பர்களை, எதிரிகளை, இன்னும் முகம் தெரியாத மனிதர்களைக்கூட அன்பால் குணப்படுத்தத் தெரிந்துகொண்டீர்கள் என்றால், நீங்கள் மறைந்தாலும் உங்களுடைய புகழ் மறையாது. உங்களைப் பின்பற்றி வாழ ஒரு கூட்டம் இருக்கும்.

5. ஒவ்வொருவருக்குள்ளும் ஒரு பாட்டு இருக்கும். உங்களுடைய பாட்டு எது? கண்டுபிடியுங்கள், கூச்சப்படாமல் அதை உரக்கப் பாடுங்கள். அதன்மூலம் உங்கள் உணர்வுகளை மற்றவர்கள் புரிந்துகொள்வார்கள். உங்களுடன் சேர்ந்து பாடுவார்கள்.

6. பல சமயங்களில் நாம் நம்முடைய ஆற்றலை உணர்வதில்லை. ஹெலன் கெல்லர் என்ற பெண், அவருக்குக் கண் பார்வை கிடையாது. காது கேட்காது. ஆனால் இதையெல்லாம் அவர் பொருட்படுத்தவில்லை. 'எனக்கு ஏன் இவ்வளவு கஷ்டம்?' என்று புலம்பிக்கொண்டு உட்காரவில்லை. நல்ல கண் பார்வையும் காது கேட்கும் திறனும் கொண்ட பலருக்கு, இந்தப் பெண் வழிகாட்டி யாக மாறினார். அவர்கள் தங்களுடைய

சவால்களைச் சந்திக்கத் தைரியம் கொடுத்தார். அதுபோல், நீங்கள் உங்களுடைய சக்தியை உணர்ந்துகொள்ளுங்கள், அதைப் பயன்படுத்துங்கள்.

7. நம்முடைய இன்றைய சந்தோஷ வாழ்க்கைக்காகத் தியாகம் செய்தவர்கள் பல பேர் உண்டு. அவர்களை எப்போதும் மறந்து விடாதீர்கள். அந்தத் தியாகங்களுக்கு மரியாதை செலுத்துங்கள். உதாரணமாக, நமது எல்லைப்புறங்களில் காவல் காக்கும் ராணுவத் தோழர்களை உங்களுக்குத் தெரியுமா? அவர்களுக்கும் உங்களைத் தெரியாது, ஆனால் உங்கள் பாதுகாப்புக்காக அவர்கள் தங்கள் வாழ்க்கையைப் பணயம் வைக்கிறார்கள். பதிலுக்கு நீங்கள் என்ன செய்கிறீர்கள்? குறைந்தபட்சம், ஒரு மரியாதையான மானசீக சல்யூட் வையுங்கள்.

8. எப்போதும் உங்களுக்குள் கருணை பொங்கிக்கொண்டிருக் கட்டும். வாழ்க்கையின் அடிமட்டத்தில் உள்ளவர்கள், ஏழைகள், உடல் குறைபாடு கொண்டவர்கள், மனக் கோளாறு உள்ளவர்கள் என்று எத்தனையோ பேர் உங்களது கருணையால் பலன் பெறக்கூடும். அதன்மூலம் உங்கள் மனமும் விசாலமாகும்.

9. விடாமுயற்சி அவசியம். ஒருகாலத்தில் அமெரிக்கா வன்முறை யில் சிக்கித் திணறிக்கொண்டிருந்தது. அப்போது, மார்ட்டின் லூதர் கிங் ஜூனியர் என்ற தனி மனிதர் ஒட்டுமொத்த தேசத்துக்கும் விடாமுயற்சியின் முக்கியத்துவத்தைச் சொல்லிக் கொடுத்தார். ‘மதங்கள், இனங்கள் போன்ற வித்தியாசங்களைப் பார்க்காமல் எல்லோரும் கை கோர்த்து முன்னேறவேண்டும்’ என்றார். அதன்படி நடந்துகாட்டினார்.

10. எப்போதும் தேடுவதை நிறுத்தாதீர்கள். இந்த உலகத்தில் நாம் அறிந்தது கையளவுதான். அறியாதது ஏராளம். தொடர்ந்து கேள்வி கேளுங்கள். பதில் கிடைக்கும்வரை விடாதீர்கள். யாரும் பயணம் செய்யாத புதுப் பாதைகளில் கால் வைக்கத் தயங்காதீர்கள். நிலாவில் சென்று இறங்கிய முதல் மனிதர் நீல் ஆர்ம்ஸ்ட்ராங்க் போல!

11. நீங்கள் தனி மனிதர் இல்லை. அப்படி எப்போதும் நினைக்காதீர் கள். உங்களுடைய வீடு, தெரு, ஊர், மாநிலம், நாடு, இந்த உலகம் என்று பல குடும்பங்களில் நீங்களும் நானும் மற்றவர்களும் அங்கத்தினர்களாக இருக்கிறோம். நாம் ஒவ்வொருவரும் தனித் தனியே உழைத்தால் கிடைக்காத விஷயங்கள் ஒட்டுமொத்தமாகச்

சேர்ந்து பாடுபடும்போது சாத்தியமாகும். அந்தக் கூட்டு முயற்சியின் கனிகள் கூடுதல் ருசியோடு இருக்கும்.

12. உங்களுக்குள் ஒரு தலைவர் இருக்கிறார். அவரை அடையாளம் காணுங்கள். அடுத்தவர்கள் சோர்ந்திருக்கும்போது அவர்களை உற்சாகப்படுத்தப் பழகிக்கொள்ளுங்கள். அவர்களுடைய வெற்றிகளை நீங்கள் கொண்டாடுங்கள். தோல்விகளின்போது ஊக்கம் கொடுங்கள். தங்களுடைய பலங்களை நினைத்துப் பெருமைப்படச் சொல்லிக்கொடுங்கள். பலவீனங்களைச் 'சரி செஞ்சுக்கலாம்ப்பா' என்று தட்டிக்கொடுங்கள். உங்களைப் பார்த்து உலகம் அழகாகும்

17

‘மூளை’தனம்

மூளை!

நம்முடைய உடம்பின் அதிமுக்கியமான பகுதி, இதுதான். மற்ற எல்லா உடல் பாகங்களுக்கும் கட்டளையிட்டுக் கட்டி மேய்க்கும் தலைமைச் செயலகம். இதுவன்றி எதுவும் அசையாது, சுவாசிக்கக்கூட முடியாது.

இப்படி உடம்பின் அடிப்படைச் செயல்பாடுகளுக்குக் காரணியாக இருக்கும் மிஸ்டர் மூளை, அடுத்தகட்டமாக நம்முடைய சமூக முன்னேற்றத்துக்கும் துணைபுரிகிறார். ஒரு விஷயத்தைப் படித்துப் புரிந்துகொள்வது, அடுத்தவர்களுக்கு விளக்கிச் சொல்வது, அவர்கள் சொல்வதைக் கேட்டுக் கருத்துச் சொல்வதில் ஆரம்பித்துப் புதிய சிந்தனைகள், யோசனைகள் என்று சகலத்துக்கும் மூளை அவசியம்.

ஆனால், நம்மில் பலர் மூளையின் முக்கியத்துவத்தை உணர்ந்திருப் பதாகத் தெரியவில்லை. அது ஏதோ பிறக்கும்போதே நமக்குள் இட்டு நிரப்பப்பட்டுவிட்ட ஒரு விஷயமாக நினைக்கிறோம். நாமாக முனைந்து அதன் தன்மையை, செயல்திறனை இன்னும் மேம்படுத்திக் கொள்ளமுடியும் என்று யோசிப்பதே கிடையாது.

‘வெளிஉடம்புக்கு சிக்ஸ் பேக் வேண்டி எக்ஸர்சைஸ் செய்கிறீர்கள். ஆனால் உங்களுடைய நிஜமான வெற்றிக்குக் காரணியாக இருக்கும் மூளைக்கு ஏதாவது பயிற்சி தருகிறீர்களா?’ என்று கேட்கிறார் ஜான் மெடினா. அமெரிக்காவைச் சேர்ந்த உயிரியல் நிபுணரான இவர்

‘மனித மூளையைப் புரிந்துகொள்வதன்மூலம், அதை நமக்குச் சிநேகிதனாகப் பழக்குவதன்மூலம் நாம் கற்பனையில்கூட நினைக்காத விஷயங்களைச் சாதிக்கலாம்’ என்று அடித்துச் சொல்கிறார். இதுபற்றி ‘பிரைன் ரூல்ஸ்’ (Brain Rules) என்ற தலைப்பில் ஒரு மிகச் சுவாரஸ்யமான புத்தகத்தை எழுதியிருக்கிறார்.

இந்தப் புத்தகத்தில், நாம் நம்முடைய மூளையைப் புரிந்து கொள்வதற்காகப் பன்னிரண்டு உண்மைகள், விதிமுறைகளை ஜான் மெடினா விவரிக்கிறார். ஏகப்பட்ட உதாரணங்கள், பயிற்சிகளுடன் விளக்கப்பட்டிருக்கும் அந்த விதிமுறைகள், மாணவர்கள் தொடங்கிப் பெரியவர்கள்வரை எல்லோருக்கும் பயன்படும்:

ரூல் 1: எந்த வேலையும் செய்யாமல் சும்மா உட்கார்ந்திருப்பவர்களுடைய மூளையும் சோம்பேறியாகிப்போகும். சோஃபாவை விட்டு எழுந்திருங்கள். கொஞ்ச தூரம் நடந்து திரும்புங்கள். உடற்பயிற்சி செய்யுங்கள். உங்கள் உடம்பு அசைய அசைய, மூளைக்குப் புது உத்வேகம் பிறக்கும்!

ரூல் 2: உங்களுடைய தலைக்குள் இருப்பது ஒரு மூளை அல்ல, மூன்று மூளைகள் - ஒரு பல்லி மூளை, ஒரு பூனை மூளை, இதற்கெல்லாம் மேலாக ஒரு மனித மூளை. இவை மூன்றும் மனிதனுக்கு ஒரே நேரத்தில் கிடைத்துவிடவில்லை. அடிப்படையில் ஆரம்பித்துப் படிப்படியாக மேலே வந்தான்.

ரூல் 3: எல்லா மனிதர்களின் மூளைகளும் ஒரேமாதிரி இருப்பதில்லை. உங்களுடைய மூளைக்குள் இருக்கும் பிணைப்புகளும் என்னுடைய மூளைக்குள் இருக்கும் பிணைப்புகளும் வெவ்வேறு. நீங்கள் தினசரி வாழ்க்கையில் என்ன செய்கிறீர்கள், எதைக் கற்றுக்கொள்கிறீர்கள் என்பதைப் பொறுத்து உங்களது மூளை வேறுவிதமாக வளரும்.

ரூல் 4: சிலர் ஒரே நேரத்தில் நாலு வேலைகளைச் செய்வதாகச் சொல்வார்கள். அது சும்மா ஏமாற்று. மனித மூளையால் ஒரு நேரத்தில் ஒரு விஷயத்தைத்தான் கவனித்துச் செய்யமுடியும். அதிலும் குறிப்பாக, போரடிக்கும் விஷயங்களை நம் மூளை சீக்கிரத்தில் அடையாளம் கண்டுவிடும். தூங்க ஆரம்பித்துவிடும். பத்து நிமிடத்துக்கு ஒருமுறை பார்வையில், கவனத்தில் சிறு மாற்றங்களைச் செய்து உங்களுடைய மூளையைத் தட்டி எழுப்பிக்கொண்டே இருப்பது அவசியம்.

ரூல் 5: ஞாபகசக்திக்கு அடிப்படை, மூளைதான். நம் வாழ்நாளில் அது பல லட்சம் தகவல்களைப் புரிந்துகொள்கிறது. வெவ்வேறு

இடங்களில் பிரித்துப் பதியவைக்கிறது. தேவையான நேரத்தில் மீண்டும் வெளிக்கொண்டுவருகிறது, அல்லது மறந்துவிடுகிறது. ஒருவேளை நீங்கள் எதையாவது மறக்காமல் நினைவில் வைத்துக் கொள்ள விரும்பினால், அதை வெறும் அரை நொடித் தகவலாக மூளைக்கு அனுப்பாதீர்கள். ஓர் அனுபவமாக மாற்றிவிடுங்கள். அப்போது உங்களுடைய மூளை அதனைச் சுலபத்தில் மறந்து விடாது.

ரூல் 6: மனித மூளைக்குள் ஏகப்பட்ட (பழைய) ஞாபகங்கள் உள்ளன. கண்ணெதிரே பல நிகழ்கால சம்பவங்களும் நடந்து கொண்டிருக்கின்றன. இவை இரண்டையும் சேர்த்துக் குழப்புவது மிஸ்டர் மூளைக்கு ரொம்பப் பிடித்த விஷயம். ஏமாந்துவிடாதீர்கள்!

ரூல் 7: மூளை எப்போதும் தூங்குவதே கிடையாது. ஆனால் உங்கள் உடம்புக்குத் தூக்கம் தேவை. அதை மேற்பார்வையிடுவது மூளைதான். நீங்கள் தூங்கிக்கொண்டிருக்கும்போது உங்கள் மூளையில் உள்ள நியூரான்கள் ஏகப்பட்ட மராமத்து வேலைகளைச் செய்கின்றன. ஆகவே, ஒருவேளை நீங்கள் ரொம்ப நாள் தூங்காமல், அல்லது போதுமான தூக்கம் இல்லாமல் வேலை செய்தால் மூளையின் கவனக்கூர்மை பாதிக்கப்படுகிறது. ஞாபகசக்தி குறைகிறது. உடல் இயக்கம்கூடத் தடுமாறுகிறது. ஆகவே, உங்களுடைய வயதைப் பொறுத்துத் தினமும் ஆறு முதல் எட்டு மணி நேரமாவது நன்றாகத் தூங்குங்கள். உறக்கத்தைக் குறைத்துக் கொண்டு சாதிப்பதாக நீங்கள் நினைத்தால், அது வெறும் மாயைதான்.

ரூல் 8: மன அழுத்தம், மூளையைப் பாதிக்கிறது. எதற்கெடுத்தாலும் பதற்றமாகிச் சுற்றிக்கொண்டிருந்தீர்கள் என்றால், அதன்மூலம் உங்களுடைய மூளையையும் கசக்கிப் பிழிந்து டென்ஷன்படுத்து கிறீர்கள் என்று அர்த்தம்.

ரூல் 9: நம் உடலில் ஐந்து புலன்கள் உள்ளன. இவை ஐந்தையும் தனித் தனியே பயன்படுத்துவதைவிட, ஒன்றாகச் சேர்ந்து பயன்படுத்தும் போது, மூளை சிறப்பாகச் செயல்படுகிறது. உதாரணமாக, ஒரு ரோஜாப்பூவின் படத்தைப் பார்க்கும்போது உங்கள் 'பார்வை'ப் புலன்மட்டும்தான் செயல்படுகிறது. அதே ரோஜாவை நிஜத்தில் பார்த்தால் அதன் மணம், மென்மை என்கிற தொடுஉணர்வு போன்றவையும் சேர்ந்துகொள்கின்றன, இவை அனைத்தும் உங்களுடைய மூளையில் அழுத்தமான ஞாபகங் களாகப் பதிகின்றன.

ரூல் 10: ஐந்து புலன்கள் இருந்தாலும், மூளைக்கு ரொம்பப் பிடித்தது, கண் பார்வைதான். சொல்லப்போனால், நம் கண் எதைப் பார்க்க வேண்டும் என்பதைத் தீர்மானிப்பது நாம் அல்ல, நம்முடைய மூளைதான். ஆகவே, வெறும் வார்த்தைகள், சொற்களை யெல்லாம் விட, காட்சிகள், படங்களைப் பார்க்கும்போது நாம் அதிகம் கற்றுக் கொள்கிறோம்.

ரூல் 11: ஆண், பெண் மூளைகள் வெவ்வேறுவிதமாக இயங்குகின்றன. இதில் யார் புத்திசாலி, யார் முட்டாள் என்று யோசிக்காதீர்கள். ஆண்களும் பெண்களும் தகவல்களை மூளையில் பதிய வைப்பது முதல் அவற்றைப் பயன்படுத்திச் சூழ்நிலைக்கு ஏற்ப முடிவெடுப்பது வரை எல்லாவற்றிலும் மாறுபட்டுச் செயல்படுகிறார்கள். இது உயிரியல் உண்மை, புரிந்துகொள்ளுங்கள்.

ரூல் 12: மனித மூளைக்குப் புது விஷயங்கள் பிடிக்கும். இதுவரை பார்க்காத ஒன்றை ஆராய்வது பிடிக்கும். சந்தேகமிருந்தால், சின்னக் குழந்தைகளைப் பாருங்கள். அவர்கள் ஒவ்வொரு விஷயத்தையும் எத்தனை ஆர்வத்தோடு ஆராய்ச்சி செய்கிறார்கள், பரிசோதிக்கிறார்கள், புரிந்துகொள்கிறார்கள். இந்தக் கற்கும் ஆர்வம் வாழ்நாள்முழுவதும் இருக்கும், இருக்கவேண்டும்!

18

வாழ்க்கைச் சக்கரம்

சோர்ந்து கிடப்பவர்களைத் தட்டி எழுப்புவது ஒரு கலை. அப்படி எழுந்து உட்கார்ந்தவர்களை உற்சாகப்படுத்தி வேலை வாங்குவது இன்னும் சிரமமான கலை!

சிலருக்கு இது இயல்பாகவே வருகிறது. அலுவலக மேனேஜர்கள் தொடங்கி மனைவிகள், அம்மாக்கள், நண்பர்கள், அவ்வளவு ஏன், பக்கத்து வீட்டுப் பொக்கைவாய்த் தாத்தாகூடத் தனக்கு ஒரு வேலை ஆகவேண்டுமென்றால் எப்படியோ நம்மைத் தாஜா பண்ணிக் காரியத்தைச் சாதித்துக்கொண்டுவிடுகிறார்!

திறமை, அனுபவம் ஆகியவற்றுக்கு இணையாக, 'மோடிவேஷன்' எனப்படும் உற்சாகப்படுத்துகிற கலையும் வெற்றிக்கு அவசியம். இதைச் சரியாகப் பழகியவர்கள் பிறரை வழிநடத்திச் செல்கிற தலைவர்களாகிறார்கள். மற்றவர்கள் வாழ்நாள்முழுக்கத் தொண்டர்களாகவே இருந்துவிடுகிறார்கள்.

அடுத்தவர்களை உற்சாகப்படுத்துவதற்குமுன்னால், நாம் நம்மையே உற்சாகப்படுத்திக்கொள்ள (செல்ஃப் மோடிவேஷன்) பழக வேண்டும். அந்த உத்வேகம் இல்லாவிட்டால் மற்றவர்களை விரட்டிப் பிரயோஜனம் இல்லை.

இங்கிலாந்தைச் சேர்ந்த புகழ் பெற்ற பேச்சாளராகிய கேவின் இன்காம் இதுபற்றி ஒரு சுவாரஸ்யமான புத்தகத்தை எழுதியுள்ளார்.

‘மோடிவேட் பீப்புள்’ (Motivate People) என்கிற அந்தப் புத்தகத்தில் நம்மை நாமே உற்சாகப்படுத்திக்கொள்வதற்கும், பிறரை வழிநடத்துவதற்கும் ஏராளமான உத்திகளை உதாரணங்களுடன் அடுக்கியிருக்கிறார் இவர்.

உதாரணமாக, ‘வாழ்க்கைச் சக்கரம்’ என்கிற ஓர் உத்தி. இதை வைத்து நாம் நம்முடைய இப்போதைய நிலைமையை, வருங்கால வளர்ச்சி சாத்தியங்களைப் பல கோணங்களில் ஆராயலாம், நம்மிடம் என்ன குறைகிறது என்று திட்டமிடலாம்!

ஒரு வெள்ளைக் காகிதத்தை எடுத்துக்கொள்ளுங்கள். அதன் மத்தியில் ஒரு புள்ளி வையுங்கள். பின்னர் அதன் நான்கு மூலைகளிலும் சிறிய வட்டங்களை வரைந்துகொள்ளுங்கள். இந்த வட்டங்களுக்கு நடுவே உள்ள இடைவெளிகளில் இன்னும் நான்கு வட்டங்களை வரையுங்கள், கிட்டத்தட்ட சுவர்க் கடிகாரம் மாதிரி.

ஆக, மொத்தம் எட்டு வட்டங்கள். இவை அனைத்தையும் நடுவில் உள்ள புள்ளியோடு இணைத்துவிடுங்கள். இதுதான் உங்களுடைய வாழ்க்கைச் சக்கரம்.

இப்போது, அந்த எட்டு வட்டங்களுக்கும் பெயர் வைப்போம். இப்படி:

1. உடல் ஆரோக்கியம்
2. மன அமைதி
3. வேலை / தொழில்
4. சம்பளம் / சேமிப்பு
5. குடும்பம்
6. நண்பர்கள் / நல்ல உறவுகள்
7. பொழுதுபோக்குகள்
8. தனிப்பட்ட முன்னேற்றம்

அடுத்து, இந்த எட்டு வட்டங்களையும் அடிப்படையாக வைத்து நம்முடைய வாழ்க்கையை எடை போடவேண்டும். இதற்கு நீங்கள் ஒன்றுமுதல் பத்துவரை உள்ள நம்பர்களைப் பயன்படுத்திக் கொள்ளலாம். உதாரணமாக:

- **உடல் ஆரோக்கியம்:** பெரிய வியாதி எதுவும் இல்லை. ஆனால் எடை ஜாஸ்தி, பெரிய தொப்பை, அஞ்சு மார்க்தான்.

- **வேலை / தொழில்:** என்னோட வேலையில எனக்குத் திருப்தி. மனநிறைவா இருக்கு. அதனால எட்டு மார்க்.

- **சம்பளம் / சேமிப்பு:** சுமார்தான். என் தகுதிக்கு இன்னும் நிறையத் தரலாம். நாலு மார்க்.

இப்படி எட்டுத் தலைப்புகளிலும் நம்மை நாமே சுய அலசல் செய்து கொண்டு, ஒரு மதிப்பெண் நிர்ணயிக்கிறோம். அதை அந்த வட்டத்தில் இருந்து மையத்தை நோக்கிச் செல்லும் கோட்டில் குறித்துவைக்கிறோம்.

ஆச்சா. இப்போது, இன்னொரு காகிதத்தை எடுத்துக்கொள்ளுங்கள். அல்லது அதே காகிதத்தின் பின்பகுதியைப் பயன்படுத்தலாம். முன்புபோலவே மையத்தில் ஒரு புள்ளி. எட்டு வட்டங்கள். அவற்றை இணைக்கும் கோடுகளை வரைந்துகொள்ளுங்கள்.

இந்த வாழ்க்கைச் சக்கரம், உங்களுடைய எதிர்காலத்தைக் குறிக்கிறது. அதாவது, ஐந்து வருடம் அல்லது பத்து வருடம் கழித்து நீங்கள் எப்படி இருக்க விரும்புகிறீர்கள். உதாரணமாக:

- **உடல் ஆரோக்கியம்:** தொப்பையைக் குறைச்சு, பத்து கிலோ எடை மெலிஞ்சு...

- **வேலை / தொழில்:** பிரமோஷன் வாங்கி மேனேஜரா...

- **சம்பளம் / சேமிப்பு:** இப்ப இருக்கிறதைவிட மூணு மடங்கு சம்பளம், பேங்க்ல இவ்ளோ சேமிப்பு...

புரிகிறதில்லையா? வாழ்க்கைச் சக்கரத்தின் எட்டு ஆரங்களிலும் நீங்கள் இப்போது இருக்கும் நிலைமையையும், சில வருடங்கள் கழித்து எங்கே செல்ல விரும்புகிறீர்கள் என்பதையும் தெளிவாகக் குறித்துவைக்கிறோம். அதில் ஒரு பேலன்ஸ் இருக்கும்படி பார்த்துக் கொள்கிறோம் - ஐந்து வருடத்தில் உங்கள் சம்பளம் கூடி, மன அமைதி குறைகிறது என்றால் தப்பாச்சே!

இந்த இரண்டு வாழ்க்கைச் சக்கரங்களையும் எப்போதும் உங்கள் பாக்கெட்டில் வைத்துக்கொள்ளுங்கள். அல்லது, நீங்கள்மட்டும் பார்க்கக்கூடிய ஓர் இடத்தில் ஒட்டிவையுங்கள். அநேகமாகத் தினமும் அது உங்கள் கண்ணில் பட்டுக்கொண்டே இருக்கவேண்டும். நீங்கள் செல்லத் தீர்மானித்திருக்கிற பாதையைச் சுட்டிக்காட்டிக்கொண்டே இருக்கவேண்டும். அதுதான் முக்கியம்.

கேவின் இன்காம் சொல்லும் வாழ்க்கைச் சக்கரம் ஒரு மிக எளிமையான, ஆனால் ரொம்ப முக்கியமான செல்ஃப் மோடிவேஷன் உத்தி. நம்முடைய இலக்குகளை நாமே தெளிவாக வரையறுத்துக் கொள்வதன்மூலம், இப்போதைய நிலைமைக்கும் அதற்கும் உள்ள இடைவெளி புரியும். எவ்வளவு தூரம் பயணம் செய்யவேண்டும் என்பது விளங்கும். அதற்கு ஏற்ப திட்டமிட்டு முன்னேறலாம்.

உங்களுடைய குடும்ப உறுப்பினர்கள், உங்களுக்குக் கீழே வேலை செய்கிறவர்கள், நண்பர்கள் என எல்லோருக்கும் நீங்கள் இந்த வாழ்க்கைச் சக்கர உத்தியை அறிமுகப்படுத்தலாம். அவர்களுடைய 'இடைவெளி'களைப் புரிந்துகொண்டு வெவ்வேறுவிதமாக உற்சாகப் படுத்தி வேலை வாங்கலாம்!

சக்கரம் கண்டுபிடிக்கப்பட்டபிறகுதான் ஆதிகால மனிதனால் அதிவேகத்தில் முன்னேறமுடிந்தது என்று சொல்வார்கள். நமக்கு இந்தச் சக்கரமும் அப்படித்தான், வரையத் தொடங்குங்கள்!

19

ஐந்து வில்லன்கள்

'ஆட்டிட்யூட்!'

இப்போதெல்லாம் இந்த வார்த்தையை அடிக்கடி கேட்கிறோம். 'பையன் நல்ல திறமைசாலிதான். ஆனா ஆட்டிட்யூட் சரியில்லையே!' என்கிறார்கள். மாணவர்களுக்கு 'வெறுமனே ஞானத்தை வளர்த்தால் போதாது, நல்ல ஆட்டிட்யூடும் இருந்தால்தான் நீங்கள் வேகமாக முன்னேறவேண்டும்' என்று சொல்லித்தரப்படுகிறது.

அதென்ன ஆட்டிட்யூட்?

தமிழில் இதனை மனப்பாங்கு அல்லது மனப்போக்கு என்கிறார்கள். அதாவது, நாம் விரும்பிச் செய்கிற, அல்லது நம் மீது சுமத்தப்படுகிற விஷயங்களைப் பற்றி நம்முடைய மனம் என்ன நினைக்கிறது, அவற்றை எப்படி எடுத்துக்கொள்கிறது, அவ்வப்போது நம்மைச் சுற்றி நிகழ்கிற விஷயங்களை எப்படி எதிர்கொள்கிறது, எப்படி எதிர்வினை (ரியாக்ட்) செய்கிறது... இவற்றின் தொகுப்பைத்தான் Attitude என்கிறோம்.

இன்றைய மாறிவரும் உலகச் சூழலில், நினைப்பதெல்லாம் நடந்து விடுவதில்லை. ஆகவே, சரியான ஆட்டிட்யூட் என்பது வெற்றிக்கு ஒரு முக்கியமான காரணியாக இருக்கிறது. சுமாரான திறமை கொண்டவர்கள்கூட, தங்களது மனப்போக்கைப் பொருத்தமானவகை

யில் அமைத்துக்கொண்டால் மிகப் பெரிய அளவு முன்னேறுவதைக் கண்கூடாகப் பார்க்கிறோம்.

அதேசமயம், இதற்கு நேர் எதிராக, பிரமாதமான திறமைசாலிகள் நல்ல ஆட்டிட்யூட் இல்லாமல் தடுமாறுவதும் உண்டு. இதற்குக் காரணம், நம்முடைய பெற்றோரோ, ஆசிரியர்களோ இதைச் சொல்லித்தருவது கிடையாது. அது 'தானாக வரவேண்டிய ஒரு குணம்' அல்லது 'பிறப்பிலேயே இருக்கவேண்டிய வரம்' என்று நினைத்துக் கொண்டிருக்கிறோம்.

உண்மையில், ஆட்டிட்யூட்தான் நம்முடைய மிக முக்கியமான சொத்து, அதுதான் மற்றவர்களையும் நம்மையும் வித்தியாசப்படுத்திக் காண்பிக்கும், கொஞ்சம் முயற்சி செய்தால் அதனை நன்கு பட்டை தீட்டிக்கொள்ளமுடியும், நம் வளர்ச்சிக்கு ஏதுவாகப் பயன்படுத்த முடியும் என்கிறது ஒரு சமீபத்திய புத்தகம். 'தி டிஃப்ரன்ஸ் மேக்கர்' (The Difference Maker) என்ற அந்தப் புத்தகத்தின் ஆசிரியர் ஜான் சி மேக்ஸ்வல்.

'நல்ல ஆட்டிட்யூட் வளர்த்துக்கொள்வது அத்தனை சிரமமில்லை. ஆனால், நீங்கள் அப்படி முன்னேறிவிடமுடியாதபடி தடுக்கக்கூடிய ஐந்து வில்லன்கள் இருக்கிறார்கள்' என்று மாக்ஸ்வெல் எச்சரிக்கிறார். 'நாம் இந்த ஐந்து பேரையும் புரிந்துகொண்டு முறியடிக்கப் பழகி விட்டால், அதன்பிறகு அவர்கள் என்ன செய்தாலும் பப்பு வேகாது, நாம்தான் ஜெயிப்போம்!'

மாக்ஸ்வெல் சொல்லும் அந்த 5 வில்லன்கள்: **ஊக்கமின்மை, மாற்றம், பிரச்னைகள், பயம் மற்றும் தோல்வி.**

இப்போது, சினிமாவில் வருவதுபோல் இந்த வில்லன்களை ஒவ்வொருவராக எதிர்த்து நிற்போம். அவர்களை ஜெயிக்கக்கூடிய ஆயுதங்கள் என்னென்ன என்று பார்ப்போம்.

1. ஊக்கமின்மை:

- நீங்கள் செய்கிற எதையும் மேலோட்டமாகப் பார்க்காதீர்கள், ஆழ்ந்து யோசித்து அதன் உண்மையான நோக்கத்தை உள்ளே பதிய வைத்துக்கொள்ளுங்கள்.
- சரியான நபர்களோடு பழகுங்கள். 'நீங்கள் செய்கிற எதுவும் உருப்படாது' என்று சொல்கிறவர்களோடு எந்நேரமும் வளைய வந்தால், உங்களைப்பற்றி உங்களுக்கே அவநம்பிக்கைதான் தோன்றும்.

- நெகட்டிவ் வார்த்தைகளைத் தவிர்த்துவிடுங்கள், உங்களுக்கே தெரியாமல் அவை ஏற்படுத்தும் அதிர்வுகள் உங்களைச் சோர்வாக்கும், முன்னேற்றத்தைப் பாதிக்கும்.
- எதையும் செய்யத் தொடங்குமுன் சரியான எதிர்பார்ப்புகளை வளர்த்துக்கொள்ளுங்கள். எதையோ எதிர்பார்த்து எங்கேயோ போய் விழுந்தால் களைப்புதான் மிஞ்சும்.
- சரியான நேரத்தில் சரியான முடிவுகளை எடுப்பது ஒரு கலை. பழகுங்கள்.

2. மாற்றம்:

- நீங்கள் விரும்பினாலும் விரும்பாவிட்டாலும் மாற்றங்கள் நிகழ்ந்தே தீரும். அதைப் புரிந்துகொள்ளுங்கள், முரண்டு பிடிக்காதீர்கள்.
- மாற்றம் இல்லாமல் முன்னேற்றம் இல்லை. இதை மனத்தில் வையுங்கள்.
- அதேசமயம், சில விஷயங்களை எப்போதும் மாற்றிக்கொள்ளக் கூடாது. அந்தக் கொள்கைகளில் உறுதியாக இருங்கள்.
- ஒவ்வொரு மாற்றத்துக்கும் நாம் ஒரு விலை தரவேண்டியிருக்கும். அதைக் கொடுக்கத் தயாராக இருங்கள். பலன் தானே வரும்.
- மாற்றம் முதலில் உங்களுக்குள் நிகழவேண்டும். அப்புறம்தான் வெளியே.
- 'இனிமேல் மாறமுடியாது, டூ லேட்' என்று எதுவும் இல்லை.

3. பிரச்னைகள்:

- பிரச்னைகள் நிகழ்ந்தே தீரும், தயாராக இருங்கள், அவற்றை எப்படி எதிர்கொள்ளலாம் என்று முன்கூட்டியே யோசித்துக் கொள்ளுங்கள். ஒன்று அல்ல, மூன்று தீர்வுகளைச் சிந்தித்து வையுங்கள். பின்னர் அந்தப் பிரச்னைகள் நிஜத்தில் வரும்போது தைரியமாகச் சந்தியுங்கள். புலம்பிப் பலன் இல்லை.
- பல சமயங்களில், நாம் பிரச்னை என்று நினைப்பது மேலோட்டமான ஒரு விஷயம். நிஜப் பிரச்னை ஆழத்தில் ஒளிந்திருக்கும். அதைக் கண்டுபிடியுங்கள்.

- ஒவ்வொரு பிரச்னையின் தீவிரம் என்ன என்று யோசித்துக் கணக்கிடுங்கள். அதன் அடிப்படையில் அடுத்த முடிவை எடுங்கள்.
- அத்தனைப் பிரச்னைகளுக்குள்ளும் ஒரு புதிய வாய்ப்பு ஒளிந்திருக்கிறது, தேடிப் பிடித்துப் பயன்படுத்துங்கள்.
- உங்களைவிடப் பெரிய பிரச்னை உள்ளவர்களை நினைத்துப் பார்த்துத் தைரியம் கொள்ளுங்கள்.

4. பயம்:

- பயம் இல்லாததுபோல் நடிக்காதீர்கள். 'எனக்கு இதை நினைத்து அச்சமாக உள்ளது' என்று ஒப்புக்கொள்கிறவன் கோழை அல்ல, வீரன். அவனால்தான் அந்தப் பயத்தை வெல்லமுடியும்.
- உங்கள் பயத்தின் தொடக்கப் புள்ளி எது என்று யோசியுங்கள், அங்கே அடியுங்கள்.
- பயம் என்பது நம்மைக் கட்டுப்படுத்திவைக்கிற ஒரு காரணி என்று புரிந்துகொள்ளுங்கள். அதை உடைத்தே தீரவேண்டும்.
- நேற்று, நாளை ஆகியவற்றைவிட 'இன்று'தான் மிக முக்கியம். அதை மறக்காமல் இருந்தால் எந்தப் பயமும் உங்களை எதுவும் செய்யாது.

5. தோல்வி:

- சறுக்கல்கள் வரும்போது, 'மாத்தி யோசி'யுங்கள். இந்தத் தோல்வியும் ஒரு வெற்றியாக இருக்கலாம்.
- உங்கள் மொழியையே மாற்றுங்கள். 'ச்சே, இப்படி நடந்திருக் கலாம்' என்பதைவிட, 'அடுத்தமுறை இப்படிச் செய்வேன்' என்பது பெட்டர்.
- சில விஷயங்களை நம்மால் கட்டுப்படுத்தமுடியும். மற்ற பல நம் கையில் இல்லை. அவற்றை மாற்ற நினைத்துப் பிரயோஜனம் இல்லை. நம்மால் முடிந்ததைமட்டும் தொடுங்கள், சரி செய்யுங்கள்.
- எத்தனை தோல்வி வந்தாலும், உங்கள் புன்னகையை மறந்து விடாதீர்கள். நகைச்சுவை உணர்வைக் கைவிடாதீர்கள். இவை பாலைவனத்தில் சோலைமாதிரி உங்களைக் காப்பாற்றி முன்னே கொண்டுசெல்லும்.
- கடைசியாக, மிக முக்கியமான விஷயம், தோல்விகளிடமிருந்து பாடம் படியுங்கள். அந்தத் தவறுகளைத் திருத்திக்கொண்டு முன்னேறுங்கள். விடாமுயற்சி இருக்கும்வரை வெற்றி வந்தே தீரும்!

20

எக்ஸ்பர்ட் ஆகலாம்

எல்லாத் துறைகளிலும் கத்துக்குட்டிகள் உண்டு. 'எக்ஸ்பர்ட்'களும் உண்டு.

அரசியலோ, கிரிக்கெட்டோ, சினிமாவோ, இலக்கியமோ, ஆஃபீஸ் வேலையோ, ஃபேக்டரி உத்தியோகமோ... திறமையும் அனுபவமும் வாய்ந்த இந்த நிபுணர்களுக்குக் கிடைக்கிற மரியாதையே தனி. மற்றவர்கள் அவர்களிடம் கை கட்டி வாய் பொத்திக் கருத்துக் கேட்கிறார்கள். அவர்கள் ஒரு வார்த்தை சொன்னால் திருவாசகமாகப் போற்றப்படுகிறது. புகழும் பதவியும் பணமும் பின்னாலேயே வந்து சேர்கிறது.

ஆனால் பாருங்கள், 'எக்ஸ்பர்ட் ஆவதற்கு என்ன வழி?' என்று யாருமே சொல்லித்தருவது இல்லை. 'உள்ளே போய்க் கத்துக்கோ, கஷ்டப்பட்டு உழை. என்னிக்காவது எக்ஸ்பர்ட் ஆகலாம்' என்று பொதுவாகச் சொல்லிவிடுகிறார்கள்.

ம்ஹூம். நமக்கு இது சரிப்படாது. இந்த விஷயத்தில் ஒரு தெளிவான பாதை புரியாமல் பயணம் தொடங்குவது ஆபத்து. இல்லாவிட்டால், எக்ஸ்பர்ட் ஆகும் முயற்சியில் நாம் எங்கே இருக்கிறோம், இன்னும் எவ்வளவு தூரம் செல்லவேண்டும், எந்தத் திசையில் செல்ல வேண்டும் என்றெல்லாம் புரியாமல் நடுவில் எங்கேயாவது மாட்டிக் கொண்டு சிரமப்படுவோம்.

கவலை வேண்டாம். 'எக்ஸ்பர்ட்'களைப் பற்றி ஆராய்கிற துறையிலேயே ஒரு பெரிய 'எக்ஸ்பர்ட்' இருக்கிறார். அவரைக் கேட்டால், பக்காவாக ப்ளான் போட்டுக் கொடுத்துவிடுவார்.

அமெரிக்காவைச் சேர்ந்த டாக்டர் பால் ஸ்கெம்ப் எழுதிய '5 ஸ்டெப்ஸ் டு எக்ஸ்பர்ட்' (5 Steps To Expert) என்ற புத்தகம் இந்த விஷயத்தில் பல புதிய கதவுகளைத் திறக்கிறது. முக்கியமாக, எக்ஸ்பர்ட் ஆக விரும்பும் ஒருவர் எந்தெந்த படிநிலைகளைக் கடந்து செல்லவேண்டி யிருக்கும் என்று பக்காவாகப் படம் போட்டு விளக்கிவிடுகிறார் இவர்:

1. Beginner - கத்துக்குட்டி.
2. Capable - 'என்னாலும் முடியும்' பேர்வழி
3. Competent - தகுதியுள்ளவர்
4. Proficient - நல்ல திறமைசாலி
5. Expert - நிபுணர்

இந்த ஐந்து நிலைகளுமே, நமக்கு முக்கியம். ஒன்றில் இருந்து இன்னொன்றுக்குப் படிப்படியாக ஏறித்தான் செல்லவேண்டும். 1 டு 5 நேரடியாக 'ஜம்ப்' செய்யமுடியாது. அப்படிச் செய்தால் அந்த வெற்றி தாற்காலிகமாகவே இருக்கும்.

டாக்டர் பால் ஸ்கெம்ப் இந்த நிலைகள் ஒவ்வொன்றுக்குமான கல்யாண குணங்களைப் பிரித்து விளக்குகிறார். இவற்றில் உள்ளவர்கள் அடுத்த நிலைக்குச் செல்வதற்கு மேற்கொள்ளவேண்டிய முயற்சிகளைச் சொல்கிறார். அதற்கான பல்வேறு எளிய பயிற்சிகள், ஹோம்வொர்க்கெல்லாம் கொடுத்து உற்சாகப்படுத்துகிறார்.

முதலில், உங்களுடைய துறையில் நீங்கள் இந்த ஐந்து நிலைகளில் எங்கே இருக்கிறீர்கள் என்று பாருங்கள். அதற்கான சார்ட் இது:

'எனக்கு அவ்வளவா அனுபவம் கிடையாது சார், இப்பதான் உள்ளே நுழைஞ்சிருக்கேன், திறமையெல்லாம்கூட இனிமேதான் சேர்த்துக்கணும்!'

இதுதான் எக்ஸ்பர்ட் பயணத்தின் முதல் நிலை. 'கத்துக்குட்டி'. அநேகமாக நாம் எல்லோரும் இதைக் கடந்து வந்தவர்கள்தான். ஒருவேளை நீங்கள் மறந்திருந்தாலும், அது உண்மை!

'கத்துக்குட்டி நிலையில் உள்ளவர்கள் தங்களைச் சுற்றியிருக்கும் வழிமுறைகள், விதிமுறைகளைக் கவனிக்கவேண்டும், இதே துறையில் தங்களுக்கு மேலே அடுத்தடுத்த நிலைகளில் உள்ள சீனியர்களிடம்

உதவி பெற்று முன்னேறவேண்டும்' என்கிறார் பால் ஸ்கெம்ப். அதாவது, 'நான் என்ன செய்யணும்ன்னு சொன்னீங்கன்னா சட்டுன்னு பிடிச்சுக்கிட்டு மேலே போயிடுவேன்.'

அதேசமயம், இப்படி ஒவ்வொன்றுக்கும் அடுத்தவர்களை நம்பி யிருப்பது ஒருவிதத்தில் ஆபத்து. இந்தச் சௌகரியம் பழகிப்போய் விட்டால் நிரந்தரமாகக் கத்துக்குட்டிகளாகவே இருந்துவிடுவோம். நம்மால் முடிந்தவரை வேகமாக இங்கிருந்து 2வது படிக்குச் சென்று விடவேண்டும்.

'நான் என்ன செய்யணும்ன்னு எனக்குப் புரிஞ்சுடுச்சுங்க. அதுக்குத் தேவையான அடிப்படைத் திறமைகளை வளர்த்துக்கிட்டேன்.'

இதுதான் இரண்டாவது நிலை. 'என்னாலும் முடியும், அதேசமயம் நான் எக்ஸ்பர்ட் அல்ல, பத்தோடு பதினொன்று, இப்போது நீங்கள் என்னைத் துரத்திவிட்டால் இதே வேலையை வேறு யாராவது செய்துவிடுவார்கள்.'

இந்த நிலையில் உள்ளவர்கள் கல்விக்கு முக்கியத்துவம் தரவேண்டும். புத்தகப் படிப்பு அல்ல, அனுபவப் படிப்பு, மற்றவர்களைப் பார்த்து, அல்லது கேட்டுக் கற்றுக்கொள்வது, ஒரே விஷயத்தில் ஆழமாகச் செல்வது, சூழ்நிலைக்கு ஏற்ப முடிவெடுத்துப் பழகுவது போன்றவை.

'இந்த வேலையைச் செய்யறதுக்கான முழுத் தகுதியும் எனக்கு இருக்கறதா நினைக்கறேன்!'

இந்த மூன்றாவது நிலையில், உங்களுக்குத் தன்னம்பிக்கை பிறக்கத் தொடங்குகிறது. சரியான நேரத்தில் சரியான விஷயங்களைச் செய்யத் தொடங்குகிறீர்கள். மற்றவர்களைக் காட்டிலும் இந்த விஷயத்தில் உங்களுடைய தகுதி அதிகமானது என்பதை நிரூபிப்பதில் கவனம் செலுத்தவேண்டிய நேரம் இது.

'நான் சராசரி ஆள் இல்லை. இந்த வேலையைச் செய்வதற்காகவே பிறந்தவன்.'

மிக முக்கியமான இந்த நான்காவது படி, கொஞ்சம் அசந்தால் உங்களைக் கர்வத்தில் தள்ளிக் கவிழ்த்துவிடும். காரணம் நீங்கள் இதுவரை கடந்துவந்திருக்கும் தொலைவு உங்களுக்கு இப்போது மறக்க ஆரம்பித்திருக்கும். திறமை, அனுபவம் காரணமாக, பெரிதாக எந்த முயற்சியும் எடுக்காமலேயே உங்களால் அந்த வேலையை மிகச் சரியாகவும், மிகத் தரமாகவும் செய்துவிடமுடியும்.

அதேநேரம், நீங்கள் இன்னும் 'எக்ஸ்பர்ட்' ஆகவில்லை என்பதை நினைவில் வையுங்கள். மூன்று படி ஏறி வந்த உழைப்பைக் காட்டிலும் அதிகமான முனைப்புடன் பாடுபட்டால்தான் இந்த நான்காவது படியிலிருந்து முன்னேறமுடியும். மிக முக்கியமான அந்த ஐந்தாவது படியைத் தொடமுடியும்.

'நான் எக்ஸ்பர்ட்!'

இப்போது, நீங்கள் செய்யும் இந்த வேலையை, இதே நேர்த்தியுடன், இதே வேகத்துடன், இதே ஒழுங்குடன் மிகச் சிலரால்மட்டுமே தொடர்ந்து செய்யமுடியும். ஏதாவது பிரச்னை வந்தால் உங்களால் சட்டென்று சரியான முடிவுகளை எடுத்துவிடமுடியும், இந்தத் துறை பற்றிய ஞானம் உங்களிடத்தில் பொங்கி வழியும், அபூர்வமாக ஏதாவது சொதப்பினாலும் சட்டென்று மாற்று நடவடிக்கைகளை எடுத்துச் சமாளித்துவிடுவீர்கள். சுற்றியிருக்கிறவர்கள் உங்களைப் பார்த்து ஆச்சரியப்பட்டு நிற்பார்கள்.

ஆனால், இந்த ஐந்தாவது 'எக்ஸ்பர்ட்' படி எல்லோருக்கும் நிரந்தரம் இல்லை. இங்கிருந்து வழுக்கி விழுந்தவர்கள் பலர் இருக்கிறார்கள். அந்த ஆபத்தைத் தவிர்க்கவேண்டுமென்றால், 'நம்முடைய எக்ஸ்பர்ட் பயணம் முடிந்துவிட்டது' என்று நினைக்கவே கூடாது. இந்த நிலையிலும் தொடர்ந்து முன்னேறுவதற்கு என்ன வழி என்று யோசித்தபடி இருக்கவேண்டும். அப்போதுதான் நீங்கள் நிரந்தர எக்ஸ்பர்ட்.

சந்தேகமிருந்தால், இந்த ஐந்து படிகளிலும் ஏறி ஜெயித்த எக்ஸ்பர்ட் ஒருவரைக் கேளுங்கள். அவர் அந்த ஐந்தாவது படியில் தொடர்ந்து நீடிப்பதற்காக எவ்வளவு தூரம் உழைக்கிறார் என்பது புரியும். உங்கள் பயணத்துக்கான திட்டமும் விளங்கும்!

21

சாணக்யா, சாணக்யா...

சாணக்யர் தெரியுமா?

அவரைத் தெரியாதவர்கள் இருக்கமுடியுமா? பல நூற்றாண்டுகளுக்கு முன்னே வாழ்ந்த மேதை. ஏராளமான அரசியல் சூட்சுமங்களைப் புட்டுப்புட்டு வைத்து 'அர்த்த சாஸ்திரம்' படைத்தவர். சந்திர குப்த மௌரியரை ராஜாவாக்கி அழகு பார்த்த முதல் 'கிங் மேக்கர்'.

ஆனால் பலருக்குத் தெரியாத விஷயம், சாணக்யர் வெறும் அரசியல் மேதைமட்டுமில்லை. அந்தக் காலத்தில் அவர் தொடாத சப்ஜெக்டே கிடையாது. சட்டம், பொருளாதாரம், ஆட்சிமுறை, ராணுவ நுட்பங்கள், தலைமைப் பண்புகள் என்று சகலத்திலும் கால் பதித்திருக்கிறார் மனிதர்.

சாணக்யர் எழுதிய ஆயிரக்கணக்கான சூத்திரங்களைக் கரைத்துக் குடித்த ஒருவர், 'இதெல்லாம் ராஜா காலத்துச் சமாசாரமே கிடையாது, நம்மைமாதிரி சாதாரண ஆளுங்ககூட இதைப் பயன்படுத்திப் பெரிய அளவுல ஜெயிக்கமுடியும்' என்கிறார். அவர் பெயர், டாக்டர் ராதாகிருஷ்ணன் பிள்ளை. அர்த்தசாஸ்திரத்தில் ஆராய்ச்சி செய்து பிஹெச்டி பட்டம் வாங்கியிருக்கிறார். சாணக்யரின் தத்துவங்களை இன்றைய காலகட்டத்துக்குப் பொருந்தும்வகையில் விளக்கி அவர் எழுதியிருக்கிற சுவாரஸ்யமான புத்தகம் 'கார்ப்பரேட் சாணக்யா' (Corporate Chanakya - ஜெய்கோ புக்ஸ் வெளியீடு - ரூ 275/-)

எத்தனையோ வெள்ளைக்கார மேனேஜ்மென்ட் குருக்களிடமிருந்து பாடம் கற்கிறோம். ஆனால் அவர்களுக்கெல்லாம் முன்பாகவே வெற்றிச் சூத்திரங்களைப் புட்டுப் புட்டு வைத்த சாணக்யரின் முக்கியமான சக்ஸஸ் டிப்ஸ், இங்கே சுருக்கமாக:

- பல சமயங்களில் உங்களுடைய ஆற்றல் உங்களுக்கே தெரிவதில்லை. கை நிறையக் காசு வைத்திருக்கிறவன்மட்டும் பணக்காரன் அல்ல. நல்ல மூளை / சிந்தனைத் திறன், கடினமான உடல் உழைப்பு, எப்போதும் உற்சாகமாகச் சிரித்தபடி வேலை பார்ப்பது, நம்மை நாமே ஊக்கப்படுத்திக்கொள்வது… இவை ஒவ்வொன்றும் பெரிய சொத்துகள்.

- ஜெயிக்க நினைப்பவர்கள் தவிர்க்க வேண்டிய ஆறு நெகட்டிவ் குணங்கள்: ஆசை, கோபம், பொறாமை, தற்பெருமை, கர்வம், அதீத சந்தோஷம்.

- ஒரு பிரச்னை கண்ணில் பட்டால், அதை உடனடியாகத் தீர்க்க என்ன வழி என்று யோசியுங்கள், தள்ளிப்போடாதீர்கள், முளையிலேயே கிள்ளிவிடுங்கள்.

- எதிலும் வெற்றி பெறுவதற்கு ஒன்று அல்ல, மூன்று வழிகள் உண்டு: நம் உடல் பலத்தை அல்லது மூளைத் திறனைக் கொண்டு ஜெயிக்கலாம், நல்ல திறமைசாலிகளைக் கூட்டணி சேர்த்துக் கொண்டு ஜெயிக்கலாம், இவை இரண்டும் சாத்தியப்படா விட்டால், வெறும் மன தைரியத்தைக் கொண்டே ஜெயிக்கலாம். உங்களுக்கு இதில் எது பொருந்தும் என்று யோசித்துப் பயன்படுத்துங்கள்.

- உங்களுக்கு வழிகாட்ட யாரேனும் உண்டா? அவர்களை இறுகப் பிடித்துக்கொள்ளுங்கள், விடாதீர்கள். அவர்கள் சொல்லும் விஷயங்கள் சிலது சரிவரப் புரியாவிட்டாலும்கூட 'நம்ம நல்லதுக்குத்தான் சொல்றாங்க' என்று கீழ்ப்படிந்து நடக்கப் பழகுங்கள். தொடர்ந்து அவர்களிடமிருந்து எதையேனும் கற்றுக்கொண்டே இருங்கள்.

- ஒரே நேரத்தில் பத்து வேலைகளைச் செய்யச் சிரமமாக இருக்கிறதா? அது இயல்புதான். உங்களுடைய அதிகாரத்தை விட்டுக்கொடுக்காமல், வேலைகளைமட்டும் பகிர்ந்துகொள்ளப் பழகுங்கள். நாலு பேரை ஒழுங்காக மேய்க்கத் தெரிந்து கொண்டால் நீங்கள் ஒரு குட்டி ராஜா!

- ஒரு புதிய தொல்லை முளைத்தால், சலித்துக்கொள்ளாதீர்கள். உடனே அதன்மீது பாய்ந்து பிடுங்காதீர்கள். பதறினால் வேலை கெட்டுவிடும். அதற்குப் பதிலாக அந்தப் பிரச்னை எதனால் வந்தது என்று விசாரித்துத் தகவல் திரட்டுங்கள். அந்தத் தகவல்களை ஆராய்ந்து பிரச்னையின் ஆணி வேரைப் பிடியுங்கள். அதை எப்படிச் சரி செய்யலாம் என யோசித்து ஒன்றுக்கு மூன்று வழிகளைக் கண்டுபிடியுங்கள். அவற்றைப் பரிசோதனை செய்து பார்த்து எது மிகப் பொருத்தம் என்று முடிவெடுங்கள். இப்படிக் கச்சிதமாகத் திட்டம் போட்டு வட்டம் போட்டால் எப்பேர்ப் பட்ட மத யானையையும் அடக்கிவிடலாம்.

- எப்போதும் உற்சாகமாக இருக்க நான்கு விஷயங்கள் தேவை. முதலில், எதையும் எதிர்கொண்டு சந்திக்கிற தைரியம் வேண்டும். அடுத்து, நாம் இப்போது இருக்கிற நிலைமை போதாது, இன்னும் உயரத்துக்குச் செல்லவேண்டும் என்கிற தவிப்பு வேண்டும். மூன்றாவதாக, ஒன்றைச் செய்ய நினைத்ததும் சட்டென்று வேட்டியை மடித்துக் கட்டிக்கொண்டு களத்தில் இறங்குகிற சுறுசுறுப்பு வேண்டும். கடைசியாக, சூழ்நிலைக்கு ஏற்ப நம்மை மாற்றிக்கொண்டு வேறு பாதையில் முன்னேறுகிற சாமர்த்தியம் வேண்டும்.

- உங்களுக்குப் போட்டிக்கு எவனாவது வருகிறானா? அப்படி ஒருவன் வராவிட்டால்தானே ஆச்சரியம்? அந்தப் போட்டி யாளனை நசுக்கி எறிவதற்கு நீங்கள் எட்டு விஷயங்களை அலச வேண்டும்: 1. நம்முடைய பலம் என்ன? 2. நாம் இருக்கும் இடம் சரியானதுதானா? 3. போட்டியாளனோடு மோதுவதற்கு இது பொருத்தமான நேரம்தானா? 4. நாம் அவனோடு மோதும்போது நமக்குப் பின்னாலிருந்து எவனாவது முதுகில் குத்த வாய்ப்பு உண்டா? 5. இந்தச் சண்டையால் எனக்கு ஏதாவது இழப்பு வருமா? 6. சண்டை போடுவதற்குக் குத்துமதிப்பாக என்ன செலவாகும்? 7. இந்தச் சண்டையில் ஜெயித்தால் எனக்கு வரப்போகும் லாபம் என்ன? 8. ஒருவேளை தோற்றுவிட்டால், வேறு என்ன புதுப் பிரச்னைகள் வரக்கூடும்?... இந்த எட்டையும் யோசித்து, அதன்பிறகு மோதி விளையாடுங்கள்!

- இப்படி மோதி ஜெயித்தபின்னும், நீங்கள் நிம்மதியாக ரெஸ்ட் எடுக்கமுடியாது. அவ்வப்போது எதிரிகள் முளைத்துக்கொண்டு தான் இருப்பார்கள். ஆகவே, உங்களுடைய தனிப்பட்ட திறமை, பலம் என்ன, உங்கள் எதிரியின் பலவீனம் என்ன என்பதை நன்கு புரிந்துகொண்டு, அவற்றை முன்வைத்துக் காய்களை நகர்த்துங்கள். உங்களைத் தொடர்ந்து பாதுகாத்துக்கொள்ளுங்கள்.

- எதிரிகள் கிடக்கட்டும், நல்ல நண்பர்களை எப்படித் தக்கவைத்துக் கொள்வது? அவர்களுக்குக் கஷ்டம் வரும் நேரத்தில் கூட இருந்து உதவுங்கள். 'எப்பவும் நான் இருக்கேன்டா உனக்கு' என்று நம்பிக்கை கொடுங்கள். அவர்கள் கவலையோடு உள்ளபோது புலம்புவதைக் காது கொடுத்துக் கேளுங்கள். வழிகாட்டுங்கள். அவ்வப்போது சிறு பரிசுகளைக் கொடுத்து அசத்துங்கள்.

- ஒரு புதியவரைச் சந்தோஷப்படுத்துவதற்காக, பழைய நண்பர் ஒருவரைப் பகைத்துக்கொள்வது முட்டாள்தனம்.

- ஏதாவது ஒரு முக்கியமான வேலையைச் செய்யத் தொடங்கு முன், இந்தத் துறையில் பழம் தின்று கொட்டை போட்ட சிலரிடம் ஆலோசனை கேட்பது அவசியம். ஆனால் அதேசமயம், எத்தனை பேரிடம் ஆலோசனை கேட்கிறோம் என்பதில்மட்டும் கவனமாக இருங்கள். ஒரே ஒருவரைக் கேட்டால் போதாது, அதற்காகப் பலரைக் கேட்டால் ஆளுக்கு ஒன்றைச் சொல்லி நம்மைக் குழப்பிவிடுவார்கள்!

- ஆஃபீசிலோ, வீட்டிலோ எதற்கெடுத்தாலும் 'ஓகே' சொன்னால் உங்கள் தலையில் சுமைதான் கூடும். எது உங்களுக்குச் சரிப்படும், எது உங்கள் எதிர்காலத்துக்கு நல்லது என்று யோசித்து அதைமட்டும் ஏற்றுக்கொள்ளுங்கள். மற்றதை 'நோ' சொல்லி மறுத்துவிடுங்கள். எப்போதும் லக்கேஜ் குறைவான பயணம்தான் நிம்மதியானது!

22

அன்பு எனும் ஆயுதம்

ஒரு பெரிய கம்பெனி. அதற்கு ஒரு பெரிய தலைவர். அவருக்கு உதவியாக ஒரு பெண்.

இந்தப் பெண்ணின் வேலை, அந்தத் தலைவரின் தினசரி நடவடிக்கைகளை ஒழுங்குபடுத்துவது. அவர் சொல்கிற கடிதங்களை டைப் செய்து எடுத்துவருவது. கடிதங்கள், மற்ற குறிப்புகளை ஒழுங்குபடுத்திவைப்பது. சுருக்கமாகச் சொன்னால் ஒரு மிகச் சாதாரணமான 'பர்ஸனல் அஸிஸ்டென்ட்' உத்தியோகம். அதற்கு மேல் எதுவும் இல்லை!

முப்பது வருடம் கழித்து, அதே பெண், எந்தவிதமான மேனேஜ்மென்ட் படிப்போ பட்டமோ இல்லாத ஒரு சாதாரண அஸிஸ்டென்ட், அந்தப் பெரிய கம்பெனிக்கே தலைவியாகிவிட்டார். நம்புவீர்களா?

நம்பித்தான் ஆகவேண்டும். இது கதையல்ல, நிஜம். அமெரிக்காவைச் சேர்ந்த 'சவுத்வெஸ்ட் ஏர்லைன்ஸ்' என்ற நிறுவனத்தில்தான் இந்த அதிசயம் நடந்திருக்கிறது. அதன் அடிமட்ட ஊழியராக இணைந்த காலீன் பார்ரெட் என்ற பெண் தன்னுடைய கடின உழைப்பு ஒன்றைமட்டும் முதலீடாக வைத்து அந்தக் கம்பெனியின் தலைமைப் பொறுப்பை எட்டிப் பிடித்திருக்கிறார். அதனை ஒரு வெற்றிகரமான, லாபகரமான நிறுவனமாக நடத்தியிருக்கிறார்.

காலீன் பார்ரெட்டினால் இது எப்படி முடிந்தது? புகழ் பெற்ற மேனேஜ்மென்ட் ஆலோசகர், எழுத்தாளரான கென் ப்ளன்சார்ட் அவரைச் சந்தித்துப் பேசி ஒரு சுவாரஸ்யமான புத்தகத்தை எழுதியுள்ளார். சமீபத்தில் வெளியாகி சூப்பர் ஹிட்டாகியிருக்கும் அந்தப் புத்தகத்தின் பெயர் 'லீட் வித் லவ்' (Lead With LUV).

'ஒரு பெரிய நிறுவனத்தைத் தலைமை தாங்கி நடத்துவதற்குப் பிரமாதமான படிப்போ, அனுபவமோ முக்கியமில்லை' என்கிறார் காலீன். 'என்னைப் பொறுத்தவரை, அன்புதான் மிகப் பெரிய ஆயுதம். அதைச்சரியாகப் பயன்படுத்தினால் யாரையும் ஜெயித்துவிட முடியும்!'

அதாவது, உங்களுடைய சக ஊழியர்கள், மேனேஜர், உங்களுக்குக் கீழே வேலை பார்க்கிறவர்கள், உங்களுடைய வாடிக்கையாளர்கள், உங்கள் நிறுவனத்தை நம்பி முதலீடு செய்திருக்கிறவர்கள் என எல்லோர்மீதும் உண்மையான அன்பைச் செலுத்தவேண்டும். அதுவே உங்களுடைய செயல்திறனைப் பெருக்கும். தனிப்பட்ட வளர்ச்சிக்கு உதவும். நீங்கள் சார்ந்திருக்கும் நிறுவனமும் பெரிய அளவில் முன்னேறும்.

கென் ப்ளன்சார்ட், காலீன் இருவரும் அன்பை ஒன்பது வகையாகப் பிரித்துப் பார்க்கிறார்கள். 'தலைவராகி ஜெயிக்க விரும்பும் ஒருவர் இந்த ஒன்பது வகைகளிலும் அன்பைப் பொழியவேண்டும்' என்று உதாரணங்களுடன் விளக்கிச் சொல்கிறார்கள். அந்த 'நவ'ரத்தினங்கள்:

1. பொறுமை:

அடுத்தவர்கள் உங்களை அசிங்கப்படுத்தினாலோ, அவமானப்படுத்தினாலோ பொறுமையாக அதைக் கடந்து செல்லுங்கள். அவர்கள் நமக்குச் செய்த தீமைகளை ஞாபகம் வைத்துக்கொண்டு வன்மம் வளர்க்காமல், பழிவாங்க நினைக்காமல், நல்லவைகளைமட்டும் பாருங்கள், அதற்காகக் காத்திருங்கள்.

2. கருணை

பிறருக்கு உதவி செய்யும் வாய்ப்புகளைத் தவறவிடாமல் பயன்படுத்திக் கொள்ளுங்கள். அப்படி வாய்ப்புகள் எதுவும் வராவிட்டால், நீங்களே அவற்றைத் தேடிச் செல்லுங்கள்.

3. தாராள மனப்பான்மை

அடுத்தவர்களுடைய வளர்ச்சியைப் பார்த்துப் பொறாமைப்பட வேண்டாம். உங்களிடம் உள்ள எல்லா நல்ல குணங்களையும்,

அனுபவத்தையும், திறமைகளையும் அனைவருடனும் பகிர்ந்து கொள்ளத் தயாராக இருங்கள்.

4. மனிதாபிமானம்

நீங்கள் பழகும் ஒவ்வொருவருக்கும் உரிய மரியாதையைக் கொடுங்கள். சின்னச் சின்ன விஷயங்களில்கூட அலட்சியம் காட்டாதீர்கள். அது அவர்களைப் பெரிய அளவில் பாதிக்கக்கூடும் என்பதை நினைவில் வைத்திருங்கள்.

5. பணிவு

'நான்தான் முக்கியம்' என்கிற எண்ணம் வேண்டாம். 'இது என்னால் மட்டும்தான் முடியும்' என்கிற கர்வம் வேண்டாம். உங்களுடைய சாதனைகளைப் பற்றி நீங்களே பேசிப் போரடிக்காமல், அடுத்தவர்கள் செய்கிறவற்றைக் கவனித்துப் பாராட்டத் தொடங்குங்கள். உங்களுக்கான பாராட்டுகளை மற்றவர்கள் பேசுவார்கள்!

6. சுயநலமின்மை

உங்களுடைய நன்மைக்காக அடுத்தவர்களைப் பலி கொடுக்க வேண்டாம். புறக்கணிக்கவேண்டாம். தனிப்பட்ட வளர்ச்சி, வெற்றி போன்றவை முக்கியம்தான். அதேசமயம் நீங்கள் வாழும் குடும்பம், ஊர், நிறுவனம், நாடு, சமூகம் போன்றவற்றின் நலனுக்காக நம்மால் என்ன செய்யமுடியும் என்று யோசித்துப்பாருங்கள்.

7. இனிமையாகப் பழகும் தன்மை

கோபத்தைக் குறைத்துக்கொள்ளுங்கள். அது அடுத்தவர்கள் உங்களை நெருங்கவிடாமல் செய்துவிடும். ஒருவேளை உங்களுடைய கோபத்துக்கு நியாயமான காரணங்கள் இருந்தாலும், அதை வெறும் வன்மமாகக் கொட்டாமல் அடுத்தவர்கள்மீது இருக்கும் அக்கறையைக் காண்பிக்கும் விதத்தில் வெளிப்படுத்துங்கள். மன்னிக்கப் பழகுங்கள், அந்த குணம் இல்லாவிட்டால் அன்பு இல்லை!

8. நல்லதையே நினைத்தல்

அடுத்தவர்கள் எப்போதும் உங்களுக்கு எதிராகச் சதி செய்கிறார்கள் என்கிற எண்ணத்துடன் அவர்களைச் சந்தேகக் கண் கொண்டு பார்க்காதீர்கள். எல்லாச் செயல்களுக்கும் ஒரு நல்ல நோக்கம் இருக்கக்கூடும் என்று நம்புங்கள். அதை அடிப்படையாக வைத்து மற்றவர்களுடன் பழகும்போது, அன்பு இயல்பாக வெளிப்படும்.

9. பொறுப்புணர்ச்சி

உங்களுடைய வேலையில், பொறுப்புகளில் கவனமாக இருங்கள். கையில் எடுத்துக்கொண்ட ஒவ்வொன்றையும் கச்சிதமாக முடித்துத் தருவதே வாழ்க்கை லட்சியம் என்கிற உணர்வோடு வாழுங்கள். அடுத்தவர்களைப் பற்றிக் கிசுகிசுப்பதோ, அவர்களை ஒப்பிட்டுப் பார்த்துக் கேலி செய்வதோ வேண்டாம். உண்மையைமட்டுமே கொண்டாடுங்கள். வெற்றி உங்களைத் தேடி வரும்!

23

அட்வைஸ் மழை

திருப்புமுனைகள் சினிமாவில்மட்டுமில்லை. நிஜத்திலும் நிறைய உண்டு. அநேகமாக நம் ஒவ்வொருவருடைய வாழ்க்கையிலும் ஒன்றிரண்டு 'டர்னிங் பாயின்ட்'களாவது நிச்சயம் இருக்கும்.

தினமும் ஒரேமாதிரி பிழைப்பு ஓடிக்கொண்டிருக்கும். திடீரென்று ஒருநாள் யாராவது நமக்கு ஒரு நல்ல அறிவுரையைச் சொல்லியிருப் பார்கள். அதைப் பின்பற்றி நடந்தவுடன் நம்முடைய உலகமே தலைகீழாக மாறியிருக்கும். இல்லையா?

இந்த விஷயம் நமக்குமட்டுமில்லை, பெரிய நட்சத்திரங்கள், பிரபலங்கள், வெற்றியாளர்கள், சாதனையாளர்கள் எல்லோருக்கும் பொருந்தும். அவர்களுடைய வெற்றிப் பயணத்தையும் ஒரு சின்ன அறிவுரை திசைமாற்றியிருக்கும். அதிவேகமாக ஓடவைத்து முன்னேற்றியிருக்கும்.

அமெரிக்காவைச் சேர்ந்த தொலைக்காட்சிப் பிரபலம் கேட்டி கௌரிக். அவருக்குத் திடீரென்று ஒரு யோசனை, 'இதுபோல் பல துறைகளில் பெரிய அளவில் ஜெயித்தவர்களைச் சந்தித்து, அவர்களுடைய வாழ்க்கையில் கிடைத்த மிகப் பெரிய அறிவுரை எது? ஏன்? என்றெல்லாம் கேட்டுத் தெரிந்துகொண்டால் எப்படி இருக்கும்?'

கேட்டியின் இந்தத் திடீர் யோசனை ஒரு சுவாரஸ்யமான புத்தகமாக மலர்ந்திருக்கிறது. சமீபத்தில் வெளியாகி சூப்பர் ஹிட்டாகியிருக்கும் அந்தப் புத்தகத்தின் பெயர் 'தி பெஸ்ட் அட்வைஸ் ஐ எவர் காட்' (The

Best Advice I Ever Got). பில் கிளின்டன், காண்டலீஸா ரைஸ், இந்திரா நூயி, ஸ்டீஃபன் ஸ்பீல்பெர்க், சல்மான் ரஷ்டி, பில் கேட்ஸின் மனைவி மெலிண்டா கேட்ஸ், மனோஜ் நைட் ஷ்யாமளன் உள்ளிட்ட பல்வேறு பிரபலங்கள் தங்களுக்குக் கிடைத்த மிக நல்ல அறிவுரைகள், ஆலோசனைகள், அனுபவங்களை இதில் கொட்டியிருக்கிறார்கள்.

இந்தப் புத்தகத்தின் தனிச்சிறப்பு, எந்தக் கட்டுரையும் இரண்டு அல்லது மூன்று பக்கங்களைத் தாண்டுவதில்லை. சின்னச் சின்ன டிப்ஸ்கள் சுலபமாக மனத்தில் பதிகின்றன, பயன்படுத்துவதற்கும் எளிதாக இருக்கின்றன.

பல பிரபலங்கள் வழங்கிய இந்த 'ப்ராக்டிகல் அட்வைஸ் மழை' யிலிருந்து, உங்களுக்காகச் சில துளிகள், இங்கே:

- வாழ்க்கை என்பது சமையல் குறிப்பு அல்ல. இதற்குப் பிறகு இதைச் செய்யவேண்டும், இவ்வளவு நேரம் செய்யவேண்டும் என்றெல்லாம் யாரும் விதிமுறை போட்டுவைக்கவில்லை. நீங்கள் எந்தக் கட்டாயங் களையும் பின்பற்றவேண்டியதில்லை. ரிலாக்ஸ், ஒவ்வொரு கணத்தையும் ரசித்து அனுபவியுங்கள், வாழ்க்கையின்போக்கில் மிதந்து செல்லுங்கள்.

- உங்களுக்கு ஒரு விஷயம் தேவை என்றால் அதை நேரடியாகக் கேட்கத் தயங்காதீர்கள். அப்படிக் கேட்டால் மற்றவர்கள் என்ன நினைப்பார்களோ என்று யோசித்தால், கூச்சப்பட்டால் வேலை நடக்காது. தைரியமாகக் கேளுங்கள். மிஞ்சிப்போனால் அவர்கள் 'நோ' சொல்லுவார்கள், அவ்வளவுதானே?

- நீங்கள் எதைப் பார்த்துப் பயப்படுகிறீர்கள்? ஏன்? இந்த விஷயத்தை நீங்களே கூர்மையாக ஆராய்ந்து பாருங்கள். அந்தப் பயம் நியாயமானதுதானா? அதைக் கடந்து வெளியே வந்தால் என்ன நன்மைகள் கிடைக்கக்கூடும்? இந்த நன்மைகளுக்காக அந்தப் பயத்தைத் தியாகம் செய்ய நீங்க ரெடியா?

- அதற்காக, 'நான் பயமே இல்லாமல் வாழ்வேன்' என்று ஆரம்பித்து விடாதீர்கள். பயம் நல்லது. பல சமயங்களில் அதுதான் உங்களைச் சரியான பாதையில் நகர்த்திச்செல்கிறது, தப்பு நடக்கக்கூடிய நேரங்களில் சுட்டிக்காட்டித் திருத்துகிறது. பயத்தை இப்படி உணர்ந்து பின்பற்றினால் அது ஒரு நல்ல சிநேகிதன், வழிகாட்டி!

- உங்களுடைய லட்சியத்தை மனத்தில் வைத்துக்கொண்டு சுறுசுறுப்பாகப் பயணம் செய்கிறீர்கள். சந்தோஷம். ஆனால்,

வெற்றி என்பது வெறுமனே ஓர் இடத்தைச் சென்று அடைவது மட்டும் அல்ல, அந்தப் பயணத்தின் ஒவ்வொரு நிமிடத்தையும், ஒவ்வொரு திருப்பத்தையும், சுற்றியுள்ள காட்சிகளையும் நீங்கள் ரசிக்கவேண்டும், அனுபவிக்கவேண்டும், இல்லாவிட்டால் வாழ்க்கை செமத்தியாகப் போரடிக்கும்.

- நீங்கள் எல்லாம் தெரிந்த மேதாவியா? ம்ஹூம். தப்பு. எத்தனை தான் படித்திருந்தாலும், பட்டம் வாங்கியிருந்தாலும், இந்த உலகத்தில் உங்களுக்குத் தெரியாத விஷயங்கள் நிறைய உண்டு. கர்வத்தை விடுங்கள், கற்றுக்கொள்ளும் வழியைப் பாருங்கள்.

- வெற்றி, தோல்வி இரண்டாம்பட்சம். எப்போதும், எந்த முயற்சியிலும் உங்களுடைய முழுத் திறமையை, உழைப்பைச் செலுத்திப் போராடுங்கள். அந்தத் திருப்திதான் மிகப் பெரிய சொத்து.

- எப்போதும் வளவளவென்று பேசிக்கொண்டே இருக்காதீர்கள். மற்றவர்களைக் கவனியுங்கள், அவர்களுக்குக் காது கொடுங்கள், அனுசரணையாக நாலு வார்த்தை சொல்லுங்கள். அந்த அக்கறை உங்களுடைய நட்பு வட்டத்தைப் பெரிதாக்கும். உங்களுக்கு ஒரு பிரச்னை என்றால் நூறு பேர் ஆதரவாக ஓடி வருவார்கள்.

- ஒருவர் நல்ல நிலைமையில் இருக்கும்போதுமட்டும் அவரோடு ஒட்டி உறவாடிவிட்டு, அவர் கீழே விழும்போது பிய்த்துக் கொண்டு ஓடுவது அசிங்கம். அந்தத் தப்பை எப்போதும் செய்யாதீர்கள்.

- பிரச்னைகளைப் பார்த்துப் பயப்படாதீர்கள், அவை மாறுவேஷத்தில் வரும் வாய்ப்புகள்!

- முயற்சி தவறிவிட்டதா? சறுக்கிக் கீழே விழுந்துவிட்டீர்களா? தப்பில்லை, மறுபடி எழுந்து நிற்காவிட்டால்தான் தப்பு.

- சும்மா இருக்கும் மனத்தில்தான் எதிர்மறை எண்ணங்கள் அதிகம் உற்பத்தியாகும். எப்பவும் பிஸியாக இருங்கள். நெகட்டிவ் சிந்தனை ஏதாவது வந்தால் 'எனக்கு இப்போ நேரமில்லை, அம்பது வருஷம் கழிச்சுப் பார்க்கலாம்' என்று அடித்துத் துரத்தி விடுங்கள்.

- 'இது என்னால் முடியாது' என்று எப்போதும் சொல்லாதீர்கள். அப்படிச் சொன்னால் அந்த வேலையைச் செய்ய எந்த வழியுமே இல்லை என்று அர்த்தமாகிவிடும். அதற்குப் பதிலாக, 'இதைச் செய்வதில் எனக்குச் சில தடங்கல்கள் ஏற்பட்டிருக்கின்றன'

என்று சொல்லிப் பழகுங்கள். அந்தத் தடங்கல்களைச் சரி செய்து வேலையை முடிக்கலாம் என்கிற உத்வேகம் வரும்.

- 'எனக்குமட்டும் ஏன் இப்படியெல்லாம் நடக்குது?' என்று புலம்பாதீர்கள். எல்லோருக்கும் அப்படித்தான் நடக்கிறது. டென்ஷனை விட்டு முன்னே போகிற வழியைத் தேடுங்கள்.
- எது சுலபமாக இருக்கிறதோ அதைச் செய்யாதீர்கள், எது சரியோ அதைச் செய்யுங்கள்.
- நீங்கள் போகும் திசை பிடிக்கவில்லையா? திரும்பிப் பழைய இடத்துக்குப் போகலாம் என்றால் அதுவும் பிடிக்கவில்லையா? இவை இரண்டைத் தவிர வேறு வழியே இல்லை என்று நினைக்காதீர்கள். நீங்கள் சற்றும் எதிர்பாராத திசையில் ஒரு புதுக் கதவு தென்படலாம், மனத்தைத் திறந்துவையுங்கள்.

24

விளையாட்டுப் பாடங்கள்

ஒருகாலத்தில், விளையாட்டு என்பது வீரத்தின் அடையாளமாக இருந்தது. பின்னர் அது ஒரு நல்ல உடற்பயிற்சியாக மாறியது. அப்புறம் போட்டி மனப்பான்மையை வளர்க்கும் சாதனமாக ஆனது. இப்போது அது ஒரு நல்ல பொழுதுபோக்காகக் கருதப்படுகிறது.

அநேகமாக நாம் எல்லோரும் ஏதோ ஒரு விளையாட்டின் ரசிகர்களாக இருக்கிறோம், பத்துக்கு நாலு பேர் களத்தில் இறங்கி விளையாடு கிறோம். பலவிதங்களில் நமது சந்தோஷத்தையும் துக்கத்தையும் தீர்மானிக்கிற விஷயமாகவே அது ஆகிவிட்டது.

'விளையாட்டைச் சும்மா விளையாட்டாக நினைக்கவேண்டாம், அதில் பல வெற்றித் தத்துவங்கள் ஒளிந்திருக்கின்றன!' என்கிறது ஒரு சமீபத்திய புத்தகம். 'நீங்கள் விரும்பி ரசிக்கும் விளையாட்டுகளில் இருந்து பலவிதமான வாழ்க்கைப் பாடங்களைக் கற்றுக்கொள்ள முடியும்' எனப் பல்வேறு உதாரணங்களுடன் விளக்கிச் சொல்லும் இந்தச் சுவாரஸ்யமான புதுப் புத்தகத்தின் பெயர் 'தி வின்னிங் வே' (The Winning Way - வெஸ்ட்லாண்ட் வெளியீடு - ரூ 200/-). இதை எழுதியிருப்பவர்கள், பிரபல கிரிக்கெட் வர்ணனையாளர் ஹர்ஷா போக்ளே மற்றும் அவரது மனைவி அனிதா போக்ளே!

ஹர்ஷாவுக்கும் அனிதாவுக்கும் விளையாட்டுத்துறையில் பல வருட அனுபவம். ஆகவே பல பிரபலமான விளையாட்டு வீரர்களின் திறமையை, ஆளுமையை நேருக்கு நேர் பார்த்து, அவர்களுடன்

பேசித் தெரிந்துகொண்ட சூட்சுமங்கள் இவர்களிடம் ஏராளமாக உண்டு. அவற்றைப் பெரிய நிறுவனங்களின் அதிகாரிகளுக்குப் பாடம் எடுக்கிறார்கள். அதுவே இப்போது புத்தக வடிவெடுத்திருக்கிறது.

கிரிக்கெட், டென்னிஸ், கால்பந்து உள்ளிட்ட பல விளையாட்டுகளில் இருந்து நாம் எல்லோரும் படித்துக்கொள்ளக்கூடிய வெற்றிப் பாடங்களில் சில, இங்கே சுருக்கமாக:

- ஓர் அணியில் பத்துப் பேர் இருக்கிறார்கள் என்று வைத்துக் கொள்வோம். அவர்கள் எல்லோரும் நல்ல திறமைசாலிகள். தங்கள் வேலையை ஒழுங்காகச் செய்து கலக்கக்கூடியவர்கள். ஆனால் இதனால்மட்டும் அவர்கள் சார்ந்துள்ள அணி வெற்றி அடைந்துவிடும் என்பது நிச்சயம் இல்லை. இந்தப் பத்து பேரும் சேர்ந்து ஒரே திசையில் இழுத்தால்தான் தேர் நகரும். ஒவ்வொருவரும் சுயநல நோக்கங்களுடன் வெவ்வேறு திசையில் ஓடினால், கதை கந்தல்தான்.

- திறமை என்பது முடிவில்லாத ஒரு பயணம். 'அவ்வளவுதான். என் துறையில் நான் உச்சத்தைத் தொட்டுவிட்டேன், இனிமேல் நான் கற்றுக்கொள்ளவேண்டியது எதுவும் இல்லை!' என்று யாருமே சொல்லமுடியாது. கால மாற்றங்களுக்கு ஏற்ப நம் திறமைகளைத் தொடர்ந்து புதுப்பித்துக்கொண்டே இருக்கவேண்டும். இல்லா விட்டால், டெஸ்ட் கிரிக்கெட்டில் கலக்கும் 'மெது'வித்வான்கள் சிலர் ட்வெண்டி ட்வெண்டி காலத்தில் தடுமாறிக் கீழே விழுந்தது போல் ஆகிவிடும்.

- நீங்கள் எந்தச் சூழ்நிலையில் வளர்கிறீர்கள் என்பது ரொம்ப முக்கியம். ஓர் இளைஞர் திறமைசாலி பேட்ஸ்மேன். அவர் இந்தியா அல்லது ஆஸ்திரேலியா அல்லது தென் ஆப்பிரிக்கா அணியில் நுழைந்தால், 'வெற்றி முக்கியம்' என்கிற சிந்தனை யோடும், 'என்னால் ஜெயிக்கமுடியும்' என்கிற தன்னம்பிக்கை யோடும் வளர்வார். அதே இளைஞர் பங்களாதேஷ் அல்லது கென்யா அணியில் நுழைந்தால், தோல்வியைத் தவிர்ப்பதுதான் முக்கியம் என்று நினைத்து முடங்கிப்போவார். அவருடைய திறமை ஓரளவுக்குமேல் வளராது. ஆகவே, எப்போதும் பாஸிட்டிவ் பேர்வழிகளுக்கு மத்தியிலேயே இருங்கள்.

- ஓர் அணி தொடர்ந்து பிரமாதமாக விளையாடி ஜெயித்துக் கொண்டிருக்கும்போது அவர்கள் ரொம்பப் பலமானவர்களாகத் தோன்றலாம். ஆனால் அது உண்மை அல்ல. எப்போதாவது அவர்கள் தோல்வி அடையும்போது என்ன நடக்கிறது என்று

கவனித்துப் பாருங்கள். நிஜமான 'சாம்பியன்'கள் தோல்வியில் இருந்து பாடம் கற்றுக்கொண்டு முன்னேறுவார்கள். போலிகள் அப்படியே மூலையில் உட்கார்ந்துவிடுவார்கள்.

- தொடர்ந்து ஜெயிப்பதற்கு நீங்கள் மிகப் பெரிய திறமைசாலியாக இருந்தால்மட்டும் போதாது. ஒவ்வொரு போட்டியிலும் நீங்கள் ஏதாவது ஒரு முன்னேற்றத்தைக் காட்டிக்கொண்டே இருக்க வேண்டும். அதிகம் வேண்டாம், ஜஸ்ட் 1% வளர்ச்சி போதும். இப்படித் துளித்துளியாக, ஒவ்வொரு சதவிகிதமாக வளர்ந்து கொண்டிருந்தால் போட்டியாளர்கள் எப்போதும் உங்களை நெருங்கமுடியாது.

- ஒரு கிரிக்கெட் அணி டெஸ்ட் போட்டியில் ஜெயித்துவிடுகிறது. உடனே, 'ஹையா ஜாலி!' என்று அவர்கள் பார்ட்டி கொண்டாடச் சென்றுவிடுவதில்லை. ஐந்து நாள்கள், நான்கு இன்னிங்ஸ்களில் எங்கெங்கே நாம் சரியாக விளையாடினோம், எங்கெங்கே கோட்டை விட்டோம் என்று யோசிக்கிறார்கள். மாற்றங்களைச் செய்கிறார்கள். அப்போதுதான் அவர்களால் அடுத்த போட்டியில் ஜெயிக்கமுடியும் - நீங்கள் உங்களுடைய தோல்விகளை அலசி ஆராய்வதுபோலவே, வெற்றிகளையும் போஸ்ட்மார்ட்டம் செய்து பாடம் படிக்கவேண்டும்.

- போட்டி கடுமையாக இருக்கும்போது, அமைதியான மனப்பான்மை அவசியம். அப்போதுதான் உங்களால் தெளிவாக யோசிக்கமுடியும். சரியாகத் திட்டமிட்டு முன்னேறமுடியும். சந்தேகமிருந்தால், மகேந்திர சிங் தோனியைப் பாருங்கள். இந்தியா ஜெயிக்கிறதோ, தோற்கிறதோ, தோனி முகத்தில் புன்னகை மாறாது. அவரைக் 'கேப்டன் கூல்' என்பது, வெற்றி தோல்வியைப் பற்றிக் கவலைப்படாதவர் என்ற அர்த்தத்தில் அல்ல, 'தோல்வி நெருங்குவதுபோல் தெரிந்தாலும் பதற்றப் படாமல் அந்த நிலைமையை எப்படிச் சமாளிப்பது என்பதைப் பற்றிமட்டுமே யோசிக்கிறவர்' என்று அர்த்தம்!

- ஒரு கவாஸ்கரோ, சச்சினோ, ஷேவாகோ பேட்டிங் செய்யச் செல்லும்போது கவனித்துப் பாருங்கள். அவர்கள் முதல் பந்தைச் சந்திப்பதற்கு முன்பாகவே, அவர்களது உடல் மொழி (பாடி லாங்வேஜ்) எதிர் அணிக்குக் கலவரமூட்டும். 'நான் ரெடி, எவனா இருந்தாலும் வாங்கடா, பார்த்துடலாம்' என்கிற அந்தத் தன்னம்பிக்கை கலந்த உடல் மொழி, நமக்கும் அவசியம். இல்லாவிட்டால் போட்டியாளர்கள் நம்மை அலட்சியமாக நினைத்துவிடுவார்கள்.

- நமக்கு நாமே இலக்கு நிர்ணயிக்கும்போது, வெற்றி தோல்வியை லட்சியமாக வைக்காதீர்கள். ‘நான் இன்று செஞ்சுரி அடிப்பேன்’ என்று நினைத்துக்கொள்வதற்குப் பதிலாக ‘நான் இன்று என் முழுத் திறமையைக் காண்பித்து விளையாடுவேன்’ என்று நினைத்துக்கொண்டு விளையாடச் சென்றால், செஞ்சுரி தானாக வரும். ஒருவேளை நீங்கள் 95ல் அவுட் ஆகிவிட்டாலும் கூட, ‘என்னால் முடிந்தவரை போராடினேன்’ என்கிற திருப்தி இருக்கும்.

- ஒரு பெரிய சைக்ளிங் சாம்பியன். ‘நீங்கள் எப்படித் தொடர்ந்து ஜெயிக்கிறீர்கள்?’ என்று அவரிடம் கேட்கப்பட்டபோது இப்படிப் பதில் சொன்னார்: ‘நான் ஒரு போட்டியில் கலந்து கொண்டு சைக்கிள் ஓட்டும்போது ஜெயிப்பது கிடையாது. அதற்கு முன்னால் பல நாள்கள், பல வாரங்கள் அதிகாலையில் என் போட்டியாளர்கள் அசந்து தூங்கிக்கொண்டிருக்கும்போது நான்மட்டும் சோம்பேறித் தனத்தைத் தவிர்த்துச் சீக்கிரமாக விழித்து எழுந்துவிடுகிறேன். மணிக்கணக்காகப் பயிற்சி எடுக்கிறேன். அது ஒன்றுதான் என் வெற்றிக்கு அடிப்படை.’

- விளையாட்டில்மட்டுமில்லை, நீங்கள் எந்தத் துறையைச் சேர்ந்தவராக இருந்தாலும் சரி, ஜெயிப்பதற்கு மூன்று விஷயங்கள் மிக அவசியம்: 1. பிரமாதமான திறமை 2. ஆரோக்கியமான சூழல் 3. ஈகோ இல்லாமல், சுயநலம் பார்க்காமல் ‘நானும் என் அணியினரும் சேர்ந்து ஜெயித்தோம்’ என்கிற பெருமிதம்!

25

மேகப் பயணம்

சமீபகாலமாகத் தொழில்நுட்ப உலகில் பரபரப்பு ஏற்படுத்திக் கொண்டிருக்கும் ஒரு வார்த்தை, 'க்ளவுட் கம்ப்யூட்டிங்.'

க்ளவுட்? மேகத்துக்கும் கம்ப்யூட்டருக்கும் என்ன சம்பந்தம்?

மேகம் என்பது வானத்தில் எங்கோ உயரத்தில் உட்கார்ந்து கொண்டிருக்கிறது. அவ்வப்போது நமக்கு மழையாகப் பொழிகிறது. மற்றபடி மேகம் எப்போதும் தரைக்கு இறங்கி வருவதே இல்லை, அது அவசியமும் இல்லை.

அதுபோல, சக்தி வாய்ந்த கம்ப்யூட்டர்கள், சாஃப்ட்வேர்கள் பலது மேலே வானத்தில், மேகத்தில் மிதந்துகொண்டிருப்பதாகக் கற்பனை செய்துகொள்ளுங்கள். அதன்பிறகு நாம் எந்த சாஃப்ட்வேரையும் அநியாய விலை கொடுத்து வாங்கிப் பயன்படுத்தவேண்டியதில்லை. வேண்டிய நேரத்தில் நமக்குத் தேவையானதைமட்டும் கேட்டுப் பெற்றுக்கொள்ளலாம். அதற்கு உரிய விலையைக் கொடுத்து விடலாம். இதுதான் 'க்ளவுட் கம்ப்யூட்டிங்'கின் அடிப்படை.

கடந்த சில வருடங்களில் மிகப் பிரபலமாகிவிட்ட இந்தக் 'க்ளவுட் கம்ப்யூட்டிங்' தொழில்நுட்பத்தை முதன்முதலாக அறிமுகப்படுத்திப் பிரபலமாக்கிய நிறுவனம் 'சேல்ஸ்ஃபோர்ஸ்'. ஒரு சின்னப் பெட்டிக்கடை ரேஞ்சுக்கு ஆரம்பித்து இன்றைக்குப் பெருந்தலைகளுக் கெல்லாம் சவால் விடுகிற இந்த நிறுவனத்தின் நிறுவனர், தலைவர் மார்க் பெனியாஃப்.

வருங்கால பில் கேட்ஸ், ஸ்டீவ் ஜாப்ஸ் ரேஞ்சுக்கு மதிக்கப்படுகிற மார்க் பெனியாஃப், தன்னுடைய பிஸினஸ் அனுபவங்களையும் வெற்றி ரகசியங்களையும் கேர்லில் அட்லர் என்பவருடன் இணைந்து ஒரு புத்தகமாக எழுதியிருக்கிறார். 'பிஹைண்ட் தி க்ளவுட்' (Behind The Cloud) என்ற அந்தப் புத்தகம் வெறும் வாழ்க்கை வரலாறு அல்ல. புதிதாகத் தொழில் தொடங்க விரும்புகிறவர்களுக்கும், இன்றைய நவீனயுகத்தில் வேகமாக முன்னேற நினைக்கும் இளைஞர்களுக்குமான 111 சின்னச் சின்ன பாடங்கள் இதில் மிகச் சுவாரஸ்யமாகச் சொல்லப்பட்டிருக்கின்றன.

மார்க் பெனியாஃபின் எதார்த்தமான வெற்றிச் சூத்திரங்களில் முக்கியமான சில, இங்கே சுருக்கமாக:

- எந்நேரமும் உங்களுடைய வேலையில் மூழ்கிக் கிடக்காதீர்கள். அவ்வப்போது சிறிய 'ப்ரேக்'ஸ் எடுத்துக்கொண்டு ரிலாக்ஸாக நேரம் செலவிடுங்கள். இயற்கையை ரசியுங்கள். குடும்பத்தாரோடு அரட்டை அடியுங்கள். இதெல்லாம் 'சுத்த டைம் வேஸ்ட்' என்று நினைக்காதீர்கள். இந்த நேரத்தில்தான் உங்களுடைய மூளை மிக விரைவாகவும் கூர்மையாகவும் வேலை செய்யும். உங்கள் வாழ்க்கையையே புரட்டிப்போடக்கூடிய யோசனைகளைக் கொண்டுவந்து கொட்டும்!

- ஏதேனும் ஒரு புது யோசனை தோன்றிவிட்டால், அதை உங்களுக்குள் ஒளித்து வைத்துக்கொள்ளாதீர்கள். அதற்காக ஊருக்கே தம்பட்டம் அடித்துவிடாதீர்கள். சில நம்பிக்கைக்கு உரிய நண்பர்களுக்குமட்டும் அதை எடுத்துச் சொல்லி ஆலோசனை கேளுங்கள். அவர்கள் குறை சொன்னால் கோபப்படாதீர்கள். அது நியாயமான குறைதானா என்று யோசித்து உங்களுடைய ஐடியாவை மெருகேற்றுங்கள். இப்படி 'அக்கினிப் பரீட்சை'யில் மூழ்கி வெளியே வரும் யோசனைகள்தான் மிகப் பெரிய வெற்றி அடையும்.

- உங்கள் கையில் ஏழெட்டு வேலைகள் இருந்தால் ஒரே நேரத்தில் எல்லாவற்றிலும் மூக்கை நுழைத்துக்கொண்டு சிரமப்படாதீர்கள். அவற்றில் மிகவும் முக்கியமானவை எவை என்று யோசித்து அதில்மட்டும் அதிகக் கவனம் செலுத்துங்கள். மிச்சம் நேரம் இருந்தால் மற்றவற்றைக் கவனிக்கலாம். இதன்மூலம் உங்களுடைய செயல்திறன் அதிகரிக்கும். அதைவிட முக்கியமாக, ஒவ்வொரு வேலையையும் பளிச்சென்று முடித்துப் பெயர் வாங்குவீர்கள்.

- இந்த உலகத்தில் 'சராசரி'கள்தான் அதிகம். அந்தக் கும்பலில் இருந்து கொஞ்சம் உயரமாக உங்களை நிலைநிறுத்திக்கொள்ள என்ன செய்யப்போகிறீர்கள்? அதை முதலில் முடிவு செய்து கொள்ளுங்கள். ஆட்டுமந்தைமாதிரி எல்லோரும் போகிற பாதையிலேயே ஓடாமல் 'மாத்தி யோசி'யுங்கள்.

- எப்போதும் உங்கள் மனத்தில் இரண்டு திட்டங்கள் இருக்க வேண்டும்: குறுகிய காலத் திட்டம், நீண்ட காலத் திட்டம். இந்த இரண்டுமே உங்களுடைய தினசரி நடவடிக்கைகளைத் தீர்மானிக்க வேண்டும். தாற்காலிக ஆசைகளுக்கு மயங்கி நிரந்தர லட்சியங்களைக் கோட்டை விட்டுவிடக்கூடாது அல்லவா?

- நீங்கள் எந்தத் துறையில் ஈடுபட்டிருந்தாலும் சரி, அது சம்பந்த மான லேட்டஸ்ட் விஷயங்கள் அனைத்தும் உங்களுடைய விரல் நுனியில் இருக்கும்படி பார்த்துக்கொள்ளுங்கள். நிறையப் படியுங்கள். அனுபவசாலிகளைக் கேளுங்கள். களத்தில் இறங்கிப் போராடிப் புரிந்துகொள்ளுங்கள். இல்லாவிட்டால் கால ஓட்டத்தில் உலகம் உங்களை 'ஓவர்டேக்' செய்து போய்விடும்.

- உங்களுக்குப் போட்டியாக யாராவது வந்தால் அவர்களை வெறுக்காதீர்கள், பொறாமைப்படாதீர்கள். உங்களை அவர்களோடு ஒரு நேர்மையான ஒப்பீடு செய்து பாருங்கள். எங்கெல்லாம் அவர்கள் முன்னால் இருக்கிறார்களோ அங்கெல்லாம் நீங்கள் முன்னேறும் வழியைப் பாருங்கள். எங்கெல்லாம் அவர்கள் பின்னால் இருக்கிறார்களோ அங்கெல்லாம் இன்னும் முன்னால் போய் உங்களுக்கு நடுவிலான இடைவெளியை அதிகரித்துக் கொள்ளுங்கள். போட்டியாளர்களால் உங்களுக்கு நன்மைதான், தீமை அல்ல!

- சிறிய வாய்ப்புகளை அலட்சியப்படுத்தாதீர்கள். பல நேரங்களில் அவைதான் உங்களுக்கு மிகப் பெரிய வாய்ப்புகளைப் பின்னால் உருவாக்கித் தரும்.

- நீங்கள் சில குறிப்பிட்ட வழிமுறைகளைப் பயன்படுத்திப் பெரிய வெற்றி அடைந்துவிட்டீர்கள் என்று வைத்துக்கொள்வோம். அதன்பிறகு எப்போதும் அதே வழிமுறைகளைத்தான் பிடித்துக் கொண்டு தொங்கவேண்டும் என்று அவசியம் இல்லை. சூழ்நிலைக்கு ஏற்ப உங்களுடைய திட்டமும் செயல்பாடுகளும் மாறவேண்டும். தேவைப்பட்டால், நேற்றுவரை உங்களுக்குப் பிரமாதமாகப் பயன்பட்ட 'சக்ஸஸ் ஃபார்முலா'க்களைக்கூடக்

குப்பையில் கொட்டிவிட்டுப் புதிதாகப் பிறப்பெடுக்கத் தயாராக இருப்பதுதான் புத்திசாலித்தனம்.

- வெற்றியை நோக்கிய உங்களுடைய பயணத்தின்போது, சில சந்தேகங்கள் முளைக்கும். 'நான் சரியான திசையில்தான் சென்று கொண்டிருக்கிறேனா?' என்று குழம்புவீர்கள். அப்போதெல்லாம் கீழே தரப்பட்டிருக்கும் ஐந்து விஷயங்களும் உங்களுக்குப் பயன்படும். இவற்றை இப்போதே யோசித்து ஒரு காகிதத்தில் எழுதிக்கொள்ளுங்கள். அந்தக் காகிதம் எப்போதும் உங்களுடைய சட்டைப் பையில் இருக்கட்டும், ஆறு மாதம் அல்லது வருடத்துக்கு ஒருமுறை அதை எடுத்துப் படித்து, வேண்டிய மாற்றங்களைச் செய்துகொள்ளுங்கள். உங்களுடைய வளர்ச்சியும் வெற்றியும் இந்த ஐந்து அம்சங்களின் அடிப்படையிலேயே அமையட்டும்:

1. ***நான் என்ன சாதிக்க விரும்புகிறேன்?***

2. ***ஏன்? இதைச் சாதிப்பதால் எனக்கு என்ன பலன்? எதற்காக நான் இந்த வெற்றியை விரும்புகிறேன்?***

3. ***நான் இந்த விஷயத்தைச் செய்வதற்கு என்னென்ன வழிமுறை களைப் பயன்படுத்தமுடியும்?***

4. ***இந்த வழிமுறைகளைப் பின்பற்றும்போது என்னமாதிரியான தடைகள் வரக்கூடும்?***

5. ***நான் இதைச் சாதித்துவிட்டேனா, இல்லையா என்று எப்படி உறுதிப்படுத்திக்கொள்வது? என்னுடைய வெற்றியைக் கணக்கிடு வதற்கான அளவுகோல் எது?***

26

திருடாதே!

ஒரு பெரிய நிறுவனம். அங்கே ஐம்பது இளைஞர்கள் புதிதாக வேலைக்குச் சேர்ந்திருந்தார்கள்.

அவர்கள் எல்லோரும் இப்போதுதான் கல்லூரியிலிருந்து வெளியே வருகிறார்கள். முதன்முறையாக வேலைக்குப் போகிற ஆர்வமும் துறுதுறுப்பும் அந்த இளைஞர்களுடைய கண்களில் பளிச்சென்று தெரிந்தது.

முதல் நாள். பயிற்சி வகுப்புகள் தொடங்குவதற்கு முன்னால் அந்தக் கம்பெனியின் சேர்மன் அவர்கள் மத்தியில் பேசினார். 'உங்க எல்லோருக்கும் வணக்கம். வாழ்த்துகள். நான் இப்போ ஒரு கதை சொல்லப்போறேன்!'

அந்த இளைஞர்களுக்கு ஆச்சரியம். 'பாடம் படிக்கவேண்டிய நேரத்தில் வெட்டி அரட்டையா? ஜாலிதான்!' என்று கதை கேட்க ஆரம்பிக்கிறார்கள்.

அவர்கள் மத்தியில் அந்த சேர்மன் சொன்ன கதை, இதுதான்:

ஒரே ஒரு ஊரிலே, ஒரே ஒரு பையன்.

அவன் படித்து முடித்து ஓர் அலுவலகத்தில் வேலைக்குச் சேர்கிறான். கஷ்டப்பட்டு வேலை பார்க்கிறான். நன்றாகச் சம்பாதிக்கிறான். மேலதிகாரிகளிடம் நல்ல பெயர் வாங்குகிறான்.

ஆனால், அவனுக்கு ஒரு கெட்ட பழக்கம். ஆஃபீஸுக்குள் எதைப் பார்த்தாலும் அவன் கை அரிக்கும். எடுத்துப் பாக்கெட்டுக்குள் போட்டுக்கொண்டுவிடுவான்.

உதாரணமாக, இப்போது அவனுடைய வீட்டில் இருக்கும் பேனா, பென்சில், ரப்பர், பேப்பர் க்ளிப், ரப்பர் பாண்ட், ஸ்டேப்ளர், துளையிடும் இயந்திரம், நண்பர்களுக்கு, உறவினர்களுக்குக் கடிதம் எழுதுவதற்கான காகித உறைகள், வெள்ளைப் பேப்பர், அவற்றை ஒட்டுவதற்கான பசை... இப்படி எதையும் அவன் காசு கொடுத்து வாங்கியதே கிடையாது. எல்லாம் அலுவலகத்திலிருந்து ஒவ்வொன்றாகச் 'சுட்டு'க் கொண்டுவந்ததுதான்!

ஒருவகையில் இதுவும் திருட்டுதான் என்று அவனுக்குத் தோன்றவே இல்லை. எல்லாம் ஆஃபீசில் இருக்கிறது, எடுத்தால் யாரும் எதுவும் சொல்வதில்லை, அப்புறமென்ன? கொஞ்சம் கொஞ்சமாக எல்லா வற்றையும் வீட்டுக்குக் கொண்டுவர ஆரம்பித்துவிட்டான்.

அந்த இளைஞனின் மேலதிகாரிகள் இதைக் கவனித்தார்களோ, இல்லையோ. ஒருவேளை கவனித்திருந்தாலும், அவர்கள் இதை ஒரு பெரிய விஷயமாக நினைத்திருக்கமாட்டார்கள். 'நல்ல சூட்டிகையான பையன், பிரமாதமா வேலை பார்க்கறான், ஒரு சின்ன பேப்பர் க்ளிப்பை எடுத்துப் பாக்கெட்ல போட்டுகிட்டுப் போனா என்ன தப்பு?' என்றுதான் யோசிப்பார்கள்.

இதனால், அவனுடைய திருட்டுகள் இன்னும் இன்னும் அதிகரித்தன. எல்லாமே ஐம்பது பைசா, ஒரு ரூபாய், ஐந்து ரூபாய் மதிப்புள்ள சின்னஞ்சிறு திருட்டுகள்தான். ஆகவே அதை யாரும் ஒரு குற்றமாக எண்ணவில்லை.

சில வருடங்கள் ஓடின. சாதாரண க்ளார்க்காக வேலைக்குச் சேர்ந்த அந்த இளைஞன் இப்போது பதவி உயர்வு பெற்றுப் பெரிய அதிகாரி யாகிறான். அவனுடைய கையெழுத்துக்காகப் பலர் வரிசையில் காத்திருக்கிறார்கள்.

ஆகவே, இயல்பாக அவனுக்குள் ஒரு 'கெத்து' சேர்ந்துகொள்கிறது. 'நான் ஏன் கையெழுத்துப் போடணும்? பதிலுக்கு எனக்கு என்ன தருவே?' என்று லஞ்சம் கேட்டுக் கை நீட்டுகிறான்.

அதுதான் ஆரம்பம். ஆரம்பத்தில் சட்டமீறல்களை அங்கீகரிப்பதற்கு மட்டும் லஞ்சம் வாங்கியவன் போகப்போகத் தன்னுடைய கடமையைச் செய்வதற்கே லஞ்சம் வாங்கத் தொடங்குகிறான்.

ஒருகட்டத்தில் காசு இல்லாமல் மூச்சு விடக்கூடமுடியாது என்கிற நிலைமைக்குச் சென்றுவிடுகிறான்.

அடுத்தடுத்த வருடங்களில் அவனுக்கு இன்னும் இன்னும் பதவி உயர்வுகள் வருகின்றன. இப்படி ஒவ்வொரு படியாக மேலே சென்றவன் அந்தந்தப் பதவிகள், பொறுப்புகளோடு கூட வருகிற 'கிம்பள'ங்களையும் முழுமையாகப் பயன்படுத்திக்கொள்கிறான். 'பொழைக்கத் தெரிஞ்ச மனுஷன்' என்று ஊர் அவரைப் பாராட்டு(?)கிறது.

அப்புறம் என்ன நடந்திருக்கும் என்று தெரியாதா? ஊழல் குற்றச்சாட்டு, கைது, சொத்துகள் பறிமுதல், அந்த அதிகாரியும் அவருடைய குடும்பமும் அவமானத்தில் தலை குனிந்து நிற்கிறார்கள்.

கதையைச் சொல்லி முடித்த சேர்மன் அந்த இளைஞர்களைக் கூர்ந்து கவனிக்கிறார். சின்னப் பிள்ளைகளிடம் கேட்பதுபோல் ஒரு கேள்வியை வீசுகிறார், 'இந்தக் கதையிலிருந்து உங்களுக்கு என்ன புரியுது?'

முதல் வரிசையில் யாரோ எழுந்து நின்று பதில் சொல்கிறார்கள். 'நேர்மை ரொம்ப முக்கியம். நம்ம பதவியைப் பயன்படுத்தி ஊழல் செய்யக்கூடாதுன்னு புரியுது சார்!'

'உண்மைதான். ஆனா, அந்த இளைஞன் ஊழல் செய்ய ஆரம்பிச்சதுக்கு அடிப்படைக் காரணம் என்னன்னு புரியலையா?' என்கிறார் சேர்மன். 'பல வருஷங்களுக்கு முன்னாடி, அவன் தன்னோட ஆஃபீஸ்லேர்ந்து ஒரு சின்ன பேப்பர் க்ளிப்பை வீட்டுக்கு எடுத்துகிட்டுப் போனதுதான் எல்லாப் பிரச்னைக்கும் ஆரம்பம். அந்தத் திருட்டு தப்பில்லைன்னு மனசுல பதிஞ்சுட்டப்புறம், அவன் படிப்படியா மேலே போகப்போக, அந்தந்தப் பதவிகளுக்கு ஏற்ற பெரிய திருட்டுகளைச் செய்ய ஆரம்பிக்கறான். கடைசியில அதுவே அவனோட வாழ்க்கைமுறையா ஆகிடுது!'

'நீங்கல்லாம் இளைஞர்கள். நல்ல திறமைசாலிகள். துடிப்பா வேலை பார்க்கப்போறீங்க, பிரமாதமாப் பணமும் புகழும் பதவியும் சம்பாதிக்கப்போறீங்க. ஆனா அதுக்கு நடுவுல, எப்பவும் ஆஃபீஸ் பேப்பர் க்ளிப்பைத் திருடினாத் தப்பில்லைன்னு நினைச்சுடாதீங்க. அந்தச் சாதாரணமான சின்ன விஷயம் உங்க வாழ்க்கையையே தடம் மாற்றிடும்!' என்கிறார் சேர்மன். அரங்கம் கைதட்டலால் அதிர்கிறது.

இது கற்பனைக் கதை அல்ல. நிஜத்தில் நடந்த விஷயம். அந்த சேர்மன் உண்மையிலேயே இருக்கிறார், ஒவ்வொரு வருடமும் தன்னுடைய நிறுவனத்தில் சேரும் இளைஞர்களுடைய முதல் நாள் பயிற்சி

வகுப்பின்போது இந்தக் கதையை விளக்கிச் சொல்கிறார். ஒரு சின்ன பேப்பர் க்ளிப் திருட்டு எப்படிப் பெரிய ஊழல் பேர்வழிகளை உருவாக்கிவிடக்கூடும் என்று விவரித்து, அவர்களை அக்கறையோடு எச்சரிக்கிறார்.

மேலே நாம் படித்த இந்த உண்மைக் கதையைச் சுவாரஸ்யமாக விவரிக்கிற ஹிட் புத்தகம் 'நெவர் ஸ்டீல் எ பேப்பர் க்ளிப்' (Never Steal A Paper Clip). டேவிட் எல். மெக்கென்னா எழுதியிருக்கும் இந்தப் புத்தகத்தில் முன்னேற விரும்பும் இளைஞர்களுக்கான முக்கியமான ப்ராக்டிகல் பாடங்கள் பல கதைகளாகவும் சம்பவங்களாகவும் விவரிக்கப்பட்டிருக்கின்றன.

'மேலோட்டமாகப் பார்த்தால் இவையெல்லாம் சாதாரணக் குழந்தைக் கதைகளைப்போல் தோன்றலாம். ஆனால் உண்மையில் இந்த விஷயங்கள் மனத்தில் பதிந்துவிட்டால் அவை ஒவ்வொரு பாதையிலும் நம்மை வழிநடத்தும்' என்கிறார் டேவிட் எல். மெக்கென்னா.

'ஒரு சிறிய பேப்பர் க்ளிப்பைப் பாக்கெட்டில் போட்டுக்கொள்வதால் யாருக்கு என்ன நஷ்டம் வந்துவிடப்போகிறது என்றுதான் நம்மில் பெரும்பாலானோர் நினைக்கிறோம். ஆனால் இதுமாதிரி தக்கனூண்டு அம்சங்கள்தான் நமது ஒட்டுமொத்த ஆளுமையைத் தீர்மானிக்கின்றன. வெற்றி, தோல்வியை நிர்ணயிக்கின்றன. ஆகவே இந்த விஷயத்தில் அலட்சியம் காட்டாமல் கவனமாக இருப்பது அவசியம்!'

27

நீங்கதான் நாட்டாமை!

பொதுவாகவே, மனிதர்கள் சண்டைப் பிரியர்கள்.

சினிமாவில் வருகிற டிஷ்யூம் டிஷ்யூம் சண்டை இல்லை. மூணு வயசுக் குழந்தை பெற்றோர் பேச்சைக் கேட்காமல் பிடிவாதம் பிடிப்பதில் தொடங்கி, தெருமுனை வசவுகள், குழாயடிக் கோல்மால்கள், சக மாணவர்கள், ஊழியர்கள், நிறுவனங்கள் இடையிலான போட்டி, பொறாமை, கார்ப்பரேட் களேபரங்கள், அரசியல் அடாவடிகள், தேசங்களுக்கு இடையிலான குத்துவெட்டுகள் என்று அடுக்கிக்கொண்டே போகலாம்.

இத்தனைக்கும் காரணம், எதிலும் தான் நினைப்பதுதான் சரி என்று எல்லோருமே கருதுவதுதான். எதிராளியின் கருத்தில் கொஞ்சமாவது நியாயம் இருக்கக்கூடும் என்று யாரும் நினைக்காவிட்டால், எப்பேர்ப் பட்ட பிரச்னையிலும் உடன்பாடு ஏற்படாது. பேச்சுவார்த்தை இழுத்துக்கொண்டேதான் போகும்.

இதனால்தான், வாய்ச்சண்டைகளைச் சமாதானப்படுத்தி ஒரு தீர்வுக்குக் கொண்டுவரக்கூடிய திறமையாளர்களுக்குத் தற்போது பெரிய 'டிமாண்ட்'. இவர்களைக் கிட்டத்தட்ட 'நவீன நாட்டாமை'கள் என்று சொல்லலாம். எத்தனை பெரிய பிரச்னை என்றாலும், இவர்களிடம் போய் நின்றால் போதும், நிதானமாக இரு கோஷ்டியினரையும் உட்காரவைத்துப் பேசி ஒரு நல்ல தீர்வைக் கண்டுபிடித்துவிடுவார்கள்.

இப்படி ஒரு பெரிய சண்டையில் நாம் எக்குத்தப்பாக மாட்டிக் கொண்டிருக்கிறோம் என்று வையுங்கள். நம் தரப்பும், எதிர்த் தரப்பும் மாற்றி மாற்றிப் பேசுகிறோமேதவிர, பிரச்னை தீர்கிற வழியைக் காணோம். எல்லோரும் திருதிரு என்று விழித்துக் கொண்டிருக் கிறார்கள். வேலை தடைபடுகிறது, நேரம் வீணாகிறது, டென்ஷன் ஏறுகிறது, அடுத்து என்ன நடக்கும் என்று யாருக்கும் புரியவில்லை.

இதுபோன்ற நேரங்களில் நாம் பயன்படுத்தவேண்டிய நுட்பங்களை விவரித்து ஒரு சுவாரஸ்யமான புத்தகம் வந்துள்ளது. ரோஜர் ஃபிஷர், வில்லியம் உரி இணைந்து எழுதியுள்ள இந்த சூப்பர் ஹிட் புத்தகத்தின் பெயர் 'கெட்டிங் டு யெஸ்' (Getting To Yes).

அதாவது, இரண்டு கட்சியினர் எந்த விஷயத்திலும் ஒத்துப்போகாமல் 'நான் சொல்வதுதான் சரி' என்று முரண்டு பிடிக்கும்போது, நடுவில் உட்கார்ந்திருக்கிற ஒருவர் என்ன செய்யவேண்டும்? பிரச்னையைச் சுமுகமாகத் தீர்த்து எல்லோரையும் 'யெஸ்' சொல்லவைப்பது எப்படி?

இதற்கு இந்தப் புத்தகம் நான்கு வழிகளை விவரிக்கிறது. எல்லாமே ரொம்ப ப்ராக்டிகலான, கொஞ்சம் நிதானமாக யோசித்தால் அனைவருக்கும் புரியக்கூடிய, ஏற்றுக்கொள்ளக்கூடிய வழிமுறைகள். சாதாரணக் குடும்பப் பிரச்னைகளில் ஆரம்பித்துப் பெரிய நாடுகளுக்கு இடையிலான அரசியல் விவகாரங்கள்வரை எல்லாவிதமான விவாதங்களுக்கும் ஃபுல் ஸ்டாப் வைத்துச் 'சுபம்' போடக்கூடிய சூத்திரங்கள் இவை:

1. மக்கள் வேறு, பிரச்னை வேறு - அதைப் புரிந்துகொள்ளுங்கள்.

பெரும்பாலான நேரங்களில், ஒரு பிரச்னை பெரிதாவதற்குக் காரணம், அதைப் பற்றிப் பேசுகிற மக்களின் 'ஈகோ'தான்.

உதாரணமாக, 'இன்னிக்குச் சினிமாவுக்குப் போகலாம்' என்று கணவரும், 'கோயிலுக்குப் போகலாம்' என்று மனைவியும் சொல்கிறார்கள். இதனால், சினிமாவுக்குப் போகாவிட்டால் கணவர் தோற்றுவிட்ட தாகவும், கோயிலுக்குப் போகாவிட்டால் மனைவி தோற்றுவிட்ட தாகவும் அர்த்தமாகிறது அல்லவா? அது சுத்த முட்டாள்தனம்.

ஆக, ஒரு பிரச்னையைப் பற்றிப் பேசும்போது அதில் ஈடுபடுகிறவர் கள் எதையும் பர்ஸனலாக எடுத்துக்கொள்ளக்கூடாது. சினிமாவோ, கோயிலோ, அதை யார் சொன்னார்கள் என்பது முக்கியம் இல்லை, நம்முடைய நேரம் மகிழ்ச்சியாகச் செலவாகவேண்டும் என்பதுதான் முக்கியம்.

இதைச் சாதிக்க ஒரே வழி, பிரச்னையையும் மக்களையும் பிரித்துப் பார்ப்பதுதான். இங்கே தனிப்பட்ட உணர்வுகளுக்கு இடம் தரக்கூடாது.

2. ஒட்டுமொத்தக் குழுவுக்கு எது நல்லது என்று பாருங்கள்.

ஒரு குழுவில் பத்துப் பேர் இருக்கிறார்கள் என்றால், அவர்கள் எல்லோருக்கும் வெவ்வேறு 'விருப்ப'ங்கள் இருக்கும். இவை அனைத்தை யும் ஒரே நேரத்தில் நிறைவேற்றுவது சாத்தியமே இல்லை.

ஆகவே, தனி நபர்களின் விருப்பு வெறுப்புகளுக்கு அதிக முக்கியத்துவம் தராமல், ஒட்டுமொத்தக் குழுவுக்கு (அல்லது எல்லாக் கட்சிகளுக்கும் பொதுவாக) எது நல்லது என்று பார்ப்பது அவசியமாகிறது. எல்லோரையும் திருப்திப்படுத்த நினைத்தால், நம்மால் யாரையுமே திருப்திப்படுத்தமுடியாது.

உதாரணமாக, போனஸ் பணத்தில் சேலை வாங்கலாம் என்று ஒருவரும், சுற்றுலா போகலாம் என்று இன்னொருவரும் சண்டை போட, கடைசியில் அதைக் கொண்டு குடும்பம் மொத்தத்துக்கும் மருத்துவ இன்ஷூரன்ஸ் எடுக்கலாம் என்று முடிவாகிறது. இதில் தனிப்பட்ட விருப்பங்கள் அடிபடுகின்றன. ஆனால் 'வீட்டில் அனைவருக்கும் இதுதான் நல்லது' என்று ஒரு பொது முடிவு எட்டப்பட்டுவிட்டபின், அதை எல்லோரும் மதிக்கவேண்டும், என் சேலை போச்சு, டூர் போச்சு என்று முறைத்துக்கொண்டு நிற்கக்கூடாது.

3. எந்தத் தீர்விலும் ஒருதலைப்பட்சமான முடிவுகள் இருக்கலாகாது.

அதாவது, முட்டிக்கொண்டு நிற்கிற இருதரப்பினரும் பரஸ்பர லாபம் அடையும்படியான ஒரு தீர்வைத் தேடிப் பிடியுங்கள். இல்லாவிட்டால் ஒரு கட்சி ஆனந்தத்தில் குதிக்கும். இன்னொரு கட்சி அதிருப்தியோடு முடங்கிப்போகும். அந்தத் தீர்வைச் செயல்படுத்தும்போது ஒத்துழைக்காது. நீங்கள் கஷ்டப்பட்டுப் பிரச்னையைத் தீர்த்தும் பலன் இல்லாமல் போகும்!

4. ஏனோதானோ என்று முடிவெடுப்பது அபத்தம். அறிவியல் பூர்வமான அணுகுமுறை அவசியம்.

பிரச்னைகளில் முடிவெடுப்பதற்கும் சைன்ஸுக்கும் என்ன சம்பந்தம் என்று யோசிக்காதீர்கள். இங்கே நாம் 'அறிவியல்' என்று சொல்வது 'எனக்கு இதுதான் சரின்னு தோணுது' அல்லது 'இப்படிச் செஞ்சுதான் பார்ப்போமே' என்றெல்லாம் குத்துமதிப்பாகச் சொல்லாமல், பிரச்னைக்கான காரணங்களைத் தீவிரமாக அலசி ஆராய்ந்து அந்தத் தகவல்களின் அடிப்படையில் ஒரு முடிவுக்கு வருவது.

உதாரணமாக, ஒரு பையன் பரீட்சையில் குறைவாக மார்க் வாங்குகிறான் என்றால் உடனே அவனை 'மக்கு' என்று திட்டலாம். அல்லது 'அந்த வாத்தியார் சரியில்லை' என்று சொல்லலாம். பள்ளியை மாற்றலாம். இன்னும் ஏதேதோ அவசர வழிகள் இருக்கின்றன.

ஆனால் இவை எல்லாமே உணர்வுபூர்வமானவை. நிஜமாகவே அவன் மார்க் குறையக் காரணம் என்ன என்று யோசிக்காமல், விசாரிக்காமல் நாமாக ஒரு தீர்மானத்துக்கு வந்துவிடுகிறோம். சில சமயங்களில் நம்முடைய இந்த உள்ளுணர்வு சரியாக இருக்கும். பல சமயங்களில் பல்லிளித்துவிடும்!

ஆக, பிரச்னை எதுவானாலும் அதற்கான மூல காரணங்களை யோசியுங்கள், பேசுங்கள், படியுங்கள், விசாரியுங்கள். இந்தத் தகவல்களின் அடிப்படையில்மட்டுமே ஒரு தீர்வைத் தேர்ந்தெடுங்கள். ஓரளவுக்குமேல் இதில் உணர்வுகளுக்கு இடமளிப்பது புத்திசாலித்தனம் இல்லை.

28

கொஞ்சம் சூப் சாப்பிடுங்க!

மேற்கத்திய கலாசாரத்தில் 'சூப்' என்பது வெறும் உணவுமட்டும் அல்ல. நல்ல மருந்தும்கூட. யாருக்காவது காய்ச்சல், தலைவலி, உடம்பு சோர்வாக இருக்கிறது என்றால் 'சூடா ஒரு சிக்கன் சூப் சாப்பிடு, எல்லாம் சரியாகிடும்' என்று சொல்வார்கள்.

இப்படி உடம்புக்கு வைத்தியம் பார்த்துக்கொண்டிருந்த 'சிக்கன் சூப்'பை வைத்து மன வலிகளையும் குணப்படுத்தமுடியுமா என்று சிலர் யோசித்தார்கள். விளைவு, இன்றைக்குப் பல கோடிப் பிரதிகள் விற்பனையாகிச் சாதனை படைத்துக்கொண்டிருக்கும் 'சிக்கன் சூப் ஃபார் தி சோல்' வரிசைப் புத்தகங்கள்.

'சிக்கன் சூப்' வகைப் புத்தகங்களின் சிறப்பு அம்சம், அவை ஒவ்வொன்றிலும் 101 குட்டிக் குட்டிக் கதைகள் இருக்கும். எங்கே வேண்டுமானாலும் ஆரம்பித்துப் படிக்கலாம். போரடித்தால் சட்டென்று அடுத்த கதைக்குச் சென்றுவிடலாம். பக்கத்துக்குப் பக்கம் மனத்துக்குத் தெம்பூட்டுகிற அனுபவங்கள், கதைகள், கவிதைகள், ஓவியங்கள்... அதனால்தான் சூப்பர் ஹிட்!

ஆனால் பலருக்குத் தெரியாத விஷயம், ஆரம்ப காலத்தில் 'சிக்கன் சூப்' புத்தகங்களை யாரும் வெளியிட விரும்பவில்லை. அடுத்தடுத்து பல பதிப்பாளர்களை அணுகிக் கெஞ்சிக் கூத்தாடியபிறகும் 'இதெல்லாம் விக்காது சார்' என்று முகத்தில் அடித்தாற்போல் திருப்பி அனுப்பினார்கள்.

கடைசியாக, ஒரு பதிப்பாளருக்கு இந்த யோசனை பிடித்துப்போனது. குறைந்த எண்ணிக்கையிலான பிரதிகள்மட்டும் அச்சடித்து வெளியிட்டார். அங்கே தொடங்கியது 'சிக்கன் சூப்' வெற்றிக்கதை.

இன்றைய தேதிக்கு உலகம்முழுக்க வெவ்வேறு மொழிகளில் வெளியாகிற 'சிக்கன் சூப்' புத்தகங்களின் ஒட்டுமொத்த எண்ணிக்கை பல கோடி. இதன் ஆசிரியர்கள், பதிப்பாளர்கள் எல்லோரும் பில்லியன் கணக்கில் பணமும் புகழும் சம்பாதித்துக் கொண்டிருக்கிறார்கள்.

'சிக்கன் சூப்' வரிசைப் புத்தகங்களின் ஆசிரியர்களில் ஒருவர் ஜாக் கான்ஃபீல்ட். இவர் தன்னுடைய மாபெரும் வெற்றியின் ரகசியங்களைப் பகிர்ந்துகொள்ளும்வகையில் ஜானெட் ஸ்விட்ஸர் என்பவருடன் இணைந்து எழுதியுள்ள ஒரு சுவாரஸ்யமான புத்தகம், *'தி சக்ஸஸ் ப்ரின்ஸிபில்ஸ்!'* (The Success Principles).

இந்தப் புத்தகத்தில் ஜாக் கான்ஃபீல்ட் தன்னுடைய சொந்தக் கதையை மட்டும் எழுதவில்லை. இத்தனை ஆண்டு கால எழுத்து, பேச்சு, பிஸினஸ் அனுபவத்தில் அவர் சந்தித்த மனிதர்கள், சரித்திரப் பிரபலங்களுடைய வாழ்க்கைகளை அலசி ஆராய்ந்து, அவற்றில் பொதுவாகத் தென்படும் 64 முக்கியமான வாழ்க்கைப் பாடங்களை வடிகட்டிக் கொடுத்திருக்கிறார். அதிலிருந்து சில துளிகள் இங்கே:

1. உங்களுடைய வாழ்க்கைக்கு நீங்கள்தான் 100% பொறுப்பு. பழியோ, பாராட்டோ, அதை அடுத்தவர்கள் தலையில் சுமத்தாதீர்கள்.

2. நீங்கள் இந்தப் பூமியில் வாழ்வதன் நோக்கம் என்ன? நீங்கள் இங்கே என்ன செய்ய விரும்புகிறீர்கள்? இந்த இரண்டு விஷயங்களிலும் மிகத் தெளிவாக இருங்கள், குழப்பமே கூடாது.

3. 'இது நடக்குமா?' என்கிற சந்தேகத்துடன் எதையும் அணுகுவது ஒரு விஷப் பழக்கம். அதை விடுத்து 'நம்மால் முடியும்' என்கிற துணிச்சலை வளர்த்துக்கொள்ளுங்கள். அப்போதுதான் உங்களால் அதிக தூரம் பயணம் செய்யமுடியும்.

4. இலக்கு நிர்ணயிக்காமல் இங்கே எதுவும் நடக்காது - அந்தக் கலையைக் கற்றுக்கொள்ளுங்கள்.

5. பெரிய சவால்களைச் சின்னதாக உடைக்கப் பழகுங்கள். அடிமேல் அடி வைத்தால் அம்மியும் நகரும்.

6. ஒரு புது விஷயத்தில் இறங்கும்போது, உள்ளுக்குள் லேசான உதறல் இருக்கலாம், தப்பில்லை. அந்த அச்சத்தை உணர்ந்து அனுபவியுங்கள். ஆனால் தயங்கி நின்றுவிடாமல் கவனமாக முன்னேறுங்கள். அப்போது அந்தப் பயமே உங்களுக்குத் துணையாக வழிகாட்டும்.

7. ரிஸ்க் எடுக்கும்போது, அது க்ளிக் ஆனால் சந்தோஷம். ஒரு வேளை சொதப்பிவிட்டால், அதற்கான விலையைக் கொடுக்கவும் தயாராகவே இருங்கள். இல்லாவிட்டால் அடுத்தமுறை இதே போல் ஒரு பிரச்னை வரும்போது தைரியமாக ரிஸ்க் எடுக்கத் தயங்குவீர்கள்.

8. நிறையக் கேள்வி கேளுங்கள். ஒரு விஷயம் விளங்கிவிட்டது போல் சும்மா நடிக்கிறவர்களைவிட, 'எனக்கு ஒண்ணும் புரியலை. கொஞ்சம் தெளிவாச் சொல்லுங்க' என்று கேட்டுத் தெரிந்து கொள்கிறவர்கள்தான் பெரிய புத்திசாலிகள்.

9. பாராட்டுகளால் புளகாங்கிதம் அடையாதீர்கள், விமர்சனங்களால் சோர்ந்துபோகாதீர்கள், கொஞ்சம் கவனமாகச் செயல்பட்டால் அந்த விமர்சனங்களே உங்களது அடுத்தகட்ட வளர்ச்சிக்கு அடித்தளமாக இருக்கும்.

10. எப்போதும் பாஸிட்டிவாக யோசிக்கும் மனிதர்கள் மத்தியில் இருங்கள். அது தரும் உற்சாகத்தை அனுபவித்தால்தான் புரியும்.

11. நம் ஒவ்வொருவருக்குள்ளும் ஒரு விமர்சகர் இருக்கிறார். நாம் எதைச் செய்தாலும், எத்தனை பிரமாதமாகச் செய்தாலும் 'ம்ஹூம், சரியில்லை' என்று நிராகரித்துவிடுவார்., 'நீ இதைவிடப் பெரிசா சாதிப்பேன்னு நினைச்சேன்' என்று உதட்டைப் பிதுக்குவார். இந்த விமர்சகரைத் துரத்தியடிப்பது சாத்தியமில்லை. அவசியமும் இல்லை. அரைகுறை வேலைகளில் திருப்தி அடையாமல் உன்னதத்தை நோக்கிப் பயணம் செல்வதற்கு அவர்தான் உங்களுக்கு வழிகாட்டுவார்.

12. ஒவ்வொரு வருடமும், நான்கு நல்ல பழக்கங்களையாவது கற்றுக்கொள்ளுங்கள். அவற்றை விடாமல் பின்பற்றுங்கள். பத்தே வருடங்களில் எங்கேயோ போய்விடுவீர்கள்!

13. நிறையச் சம்பாதிக்கவேண்டுமா? நிறையக் கற்றுக் கொள்ளுங்கள் - ஞானத்தை வளர்க்காமல் பேங்க் பேலன்ஸ் ஏறாது!

14. உங்களுடைய நேரம் மிகப் பெரிய சொத்து, அதை இஷ்டப்படி வாரி இறைக்காதீர்கள், கவனமாகத் திட்டமிட்டுப் பயன்படுத்துங்கள்.

15. இந்த நல்ல விஷயங்களையெல்லாம் எப்போதிலிருந்து பயன்படுத்தலாம் என்று யோசிக்காதீர்கள், 'இந்த விநாடி'யை விடச் சிறந்த நேரம் எதுவும் கிடையாது - இப்போதே தொடங்கி விடுங்கள், ஆல் தி பெஸ்ட்!

29

பத்தோடு பன்னிரண்டு

'சராசரி'களின் காலம் முடிந்துவிட்டது.

போன தலைமுறையில், நீங்கள் வெற்றிபெறவேண்டுமென்றால் மற்ற எல்லோரையும்போல் 'சராசரி'யாக உழைத்தாலே போதும். 'சராசரி'யான திறமையே போதும். படிப்படியாக முன்னேறி நன்கு வெளிச்சத்துக்கு வந்துவிடலாம்.

ஆனால் இப்போது, 'சராசரி'யாக இருப்பது போதாது. பத்தோடு பதினொன்றாக நிற்பவர்களை யாரும் மதிப்பதில்லை. காலம் அவர்களைச் சுலபமாக ஒதுக்கிச்சென்றுவிடுகிறது. போட்டி மிகக் கடுமையாகிவிட்ட இன்றைய சூழலில், மற்றவர்களைவிட ஏதேனும் ஒருவிதத்தில் ரொம்ப அபூர்வமாக இருந்தால்மட்டுமே நீங்கள் ஜெயிக்கமுடியும்.

'சராசரி' வட்டத்தைத் தாண்டி மேலே வருவது எப்படி? அபூர்வமானவர்களாக நம்மை முன்னிறுத்திக்கொள்வது எப்படி? இதற்கான டிப்ஸ் நிரம்பி வழிகிற ஓர் அட்டகாசமான புத்தகம், 'தி பிக் மூ' (The Big Moo). பல புகழ் பெற்ற எழுத்தாளர்கள், பேச்சாளர்கள், மேனேஜ்மென்ட் நிபுணர்கள் இணைந்து எழுதியிருக்கும் இந்தப் புத்தகத்தைச் சுவாரஸ்யமாகத் தொகுத்திருப்பவர் சேத் கோடின்.

ஆங்கிலத்தில் 'மூ' என்றால், மாடுகள் எழுப்பும் குரல். ஒரு தொழுவத்தில் இருக்கும் எல்லா மாடுகளும் ஒரேமாதிரி

கத்திக்கொண்டிருக்கும்போது, நாம்மட்டும் கொஞ்சம் சத்தமாகக் குரல் எழுப்பினால்தான், கூட்டத்திலிருந்து வெளிப்பட்டுப் 'பளிச்'சென்று தெரிவோம். அதற்கான வழிகள் என்னென்ன? ஏராளமான உதாரணங்கள், குட்டிக்கதைகள், நிஜச் சம்பவங்களோடு இவற்றைச் சொல்லித்தருகிறது 'தி பிக் மூ'. அதிலிருந்து சில முக்கியமான டிப்ஸ் இங்கே:

- ஹௌடினி தெரியும்தானே? அவர் பெரிய மந்திரவாதி என்று நீங்கள் இப்போது சொல்கிறீர்கள். ஆனால் ஹௌடினி மேடையேறிய காலத்தில் யாரும் அவரை நம்பவில்லை. 'இந்த ஆளுக்கு மேஜிக் செய்யவே தெரியலை' என்று கேலி செய்தார்கள். 'ஏதோ தன்னைத்தானே சங்கிலியால பூட்டிக்கு= வாராம், அதிலிருந்து தானே விடுபட்டு வெளியே வருவாராம். இதெல்லாம் ஒரு மேஜிக்கா? இதை எவன் பார்ப்பான்?' என்றார்கள். அவர் களுடைய விமர்சனங்களை ஹௌடினி பொருட்படுத்தவில்லை. தன்னுடைய தனித்துவமான திறமையை வெளிப்படுத்துவதில் மட்டுமே உறுதியாக இருந்தார். வெற்றி பெற்றார். உலகப் புகழை அள்ளிக்கொண்டார். அதுபோல உங்களுடைய தனித்துவம் எது? கண்டுபிடியுங்கள்!

- எல்லோரும் ஒரே வேலையைச் செய்துகொண்டிருந்தால், அவர்களை வித்தியாசப்படுத்திக்காட்டுவது எது? எங்கள் ஏரியாவில் 'ரெக்கி' என்று ஒரு கார் மெக்கானிக் இருக்கிறார். அவரும் மற்ற கார் மெக்கானிக்குகளைப்போலவேதான் வேலை பார்ப்பார். ஆனால் தன்னுடைய ரிப்பேர் கடமைகள் முடிந்த பிறகு, அந்தக் காரைக் கூர்ந்து கவனிப்பார். அதற்கு இன்னும் என்னவெல்லாம் தேவைப்படும் என்று யோசிப்பார். ஏதேனும் வித்தியாசமாக, புதுசாகச் செய்து எங்களை அசரடித்துவிடுவார். அந்தக் கடைசி ஐந்து நிமிட ஆச்சரியங்களுக்காகவே, நாங்கள் மீண்டும் மீண்டும் அவரைத் தேடிச் செல்கிறோம். அப்படி உங்களுடைய துறையில் நீங்கள் என்ன புதுசாகச் செய்யப் போகிறீர்கள்?

- 'அது சரிதான். ஆனா...' என்று அடிக்கடி சொல்கிறீர்களா? அந்தப் பழக்கத்தை முதலில் விடுங்கள். நீங்கள் ஒவ்வொருமுறை 'ஆனா...' என்று இழுக்கும்போதும் ஒரு நல்ல விஷயத்துக்கு முட்டுக்கட்டை போடுகிறீர்கள் என்று அர்த்தம். அதற்குப் பதிலாக 'ஆமா...' என்று சொல்லிப் பழகுங்கள். ஒரு வேலையைப் பற்றித் தீவிரமாக யோசித்துப் பின்விளைவுகளைச் சிந்தித்து முடிவெடுப்பதில் தப்பில்லை. அப்படி யோசிப்பதற்கு

முன்பாகவே அது ஏன் சரிப்படாது என்பதற்கான காரணங்களைச் சிந்திக்க ஆரம்பித்துவிட்டால், ஆபத்து!

- 'நான் ஒரு சாதாரண ஆள். என்னால் பெரிதாக எதைச் சாதித்துவிட முடியும்?' என்று பலர் சொல்வார்கள். அவர்களெல்லாம் பெர்லின் சுவர் இடிந்த சரித்திரத்தைப் படிக்கவேண்டும். இரண்டு பெரிய நாடுகளைப் பிரித்துக் கொண்டிருந்த அந்தச் சுவரை இடித்தது யார் தெரியுமா? ஏதோ ஒரு பெயர் தெரியாத கிராமத்தைச் சேர்ந்த சில சாதாரண இளைஞர்கள். அவர்கள் நடத்திய ஒரு சின்னஞ்சிறு பொதுக்கூட்டத்தில் கிளம்பிய பொறி தான் படிப்படியாகப் பெருமளவில் பரவியது. பெர்லின் சுவரைத் தரைமட்டமாக்கி ஜெர்மனியை மீண்டும் ஒருங்கிணைந்த நாடாக மாற்றியது. அப்படி ஒரு பொறி உங்களுக்குள்ளும் இருக்கிறது - அணைத்துவிடாதீர்கள். தழல் வீரத்தில் குஞ்சென்றும் மூப்பென்றும் உண்டோ?

- மற்றவர்களைவிட ஒரு படி முன்னே சிந்திப்பது நல்ல பழக்கம். ஆனால், அது போதாது. இப்போதெல்லாம் எல்லோரும் ஒரு படி முன்னே சிந்திக்க ஆரம்பித்துவிட்டார்கள். ஆகவே, நீங்கள் குறைந்தபட்சம் மூன்று படிகள் முன்னோக்கிச் சிந்திக்கப் பழகுங்கள். அப்போதுதான் அடுத்தவர்களைக்காட்டிலும் விரைவாக வளரமுடியும், ஜெயிக்கமுடியும்.

- ஒரு படம் ஜெயித்துவிட்டால், அதேமாதிரி பத்து படங்கள் வரும். ஒரு பாட்டு ஹிட்டாகிவிட்டால், அதேமாதிரி பத்து பாட்டுகள் வரும். காப்பியடிப்பது சுலபம், ஆனால் அடுத்தவர்களால் காப்பியடிக்கப்படும் அளவு ஒரிஜினலான ஓர் ஐடியாவைச் சிந்தித்து உருவாக்கி வெளியிடுவது கஷ்டம். நீங்கள் எதைச் செய்வது நல்லது? யோசியுங்கள்!

- 'ஆப்பிள்' நிறுவனம் 'ஐபாட்' என்ற அதிநவீன பாட்டுப் பெட்டியை வெளியிட்ட நேரம், அதன் விலை மிக அதிகமாக இருந்தது. போட்டியாளர்கள் அதைப்போலவே இயங்கக்கூடிய மட்ட ரகக் கருவிகளைக் குறைந்த விலையில் வெளியிட்டார்கள். ஆகவே, ஆப்பிளும் ஐபாடின் விலையைக் குறைக்கவேண்டும் என்று பலர் எதிர்பார்த்தார்கள். 'அதனால், ஐபாட் தரம் கொஞ்சம் குறைந்தாலும்கூடப் பரவாயில்லை' என்றார்கள். 'ஆப்பிள்' நிறுவனம் இதற்குச் சம்மதிக்கவில்லை. 'எங்களுடைய தரத்தில் எப்போதும் சமரசம் செய்துகொள்ளமாட்டோம்' என்றார்கள். வேறு வழிகளில் விலையைக் குறைத்துப் போட்டியைச்

சமாளித்தார்கள். இன்றைக்கும் ஐபாடை ஜெயிக்க ஒரு போட்டியாளர் கிடையாது - அந்த வெற்றி சும்மா வந்தது இல்லை, 'எங்களுடைய தரத்தை விட்டுக்கொடுக்கமாட்டோம்' என்கிற அவர்களுடைய உறுதிக்குக் கிடைத்த பரிசு, நீங்கள் எப்படி? குறுகிய கால லாபங்களுக்காக உங்களுடைய தரத்தில் சமரசம் செய்துகொள்வீர்களா?

- நீங்கள் ஒரு ஹோட்டல் வைத்திருக்கிறீர்கள். அதைப் பெரிய அளவில் முன்னேற்றவேண்டும் என்று விரும்புகிறீர்கள். அதற்கு மற்ற பெரிய ஹோட்டல்களைமட்டும் அண்ணாந்து பார்த்துக் கொண்டிருந்தால் போதாது. பெரிய தொழிற்சாலைகள், அரசியல் கட்சிகள், சாஃப்ட்வேர் நிறுவனங்கள், விமான சேவை நிறுவனங்கள், சினிமாக் கம்பெனிகள் என்று சகலத்தையும் கூர்ந்து கவனியுங்கள். அவர்கள் தங்களுடைய துறையில் ஜெயிக்க என்னென்ன செய்கிறார்கள் என்று புரிந்துகொள்ளுங்கள். அந்த உத்திகள் உங்களுடைய ஹோட்டலுக்குப் பயன்படுமா என்று யோசியுங்கள், செயல்படுத்துங்கள். ஐடியாக்கள் எங்கிருந்தும் கிடைக்கலாம். உங்களுடைய கண்களும் காதுகள் எப்போதும் திறந்திருக்கட்டும்.

- ஒரு ராக்கெட் பூமியிலிருந்து புறப்பட்டு மேலே செல்கிறது. ஆனால் நீங்களும் நானும் அப்படிக் குதித்தால், கீழே விழுந்து விடுவோம். காரணம், புவி ஈர்ப்பு விசை. அதேசமயம் ராக்கெட்டினால் அந்தப் புவி ஈர்ப்பு விசையை மீறிச் செல்ல முடிகிறது. காரணம், அதிவேகம். நிஜ வாழ்க்கையிலும் இது போல் நம்மைக் கீழே கட்டிப்போடுகிற விஷயங்கள் நிறைய உண்டு. அவற்றைத் தாண்டி வெளியேறி ஜெயிக்கவேண்டும் என்றால், நம்முடைய பலத்தையும் செயல்வேகத்தையும் அதிகப்படுத்திக்கொள்ளவேண்டும்.

30

திறமை வெர்ஸஸ் உழைப்பு!

இரண்டு பேர் உங்களைச் சந்திக்க வருகிறார்கள். பாராட்டுகளைக் கொட்டுகிறார்கள்:

முதல் நபர் சொல்கிறார், 'சார், நீங்க பெரிய திறமைசாலி!'

இரண்டாவது நபர் சொல்கிறார், 'உங்களைமாதிரி ஒரு கடின உழைப்பாளியை நான் பார்த்ததே கிடையாது சார்!'

பரவசப்பட்டது போதும்! கொஞ்சம் நிதானமாக யோசியுங்கள். இந்த இரண்டு பாராட்டுகளில் எது ரொம்ப நல்லது? எது உங்களுக்கு மிகவும் பிடித்திருக்கிறது?

என்ன சார் விளையாடறீங்களா? ரெண்டுமே கிட்டத்தட்ட ஒரேமாதிரி பாராட்டுதானே? இதுல நல்லது, கெட்டதுன்னு பிரிச்சுப் பார்க்கணுமா?

அவசியம் பார்க்கவேண்டும். ஒருவரைத் 'திறமைசாலி' என்று பாராட்டுவதும், 'உழைப்பாளி' என வியப்பதும் முற்றிலும் மாறுபட்ட விஷயங்கள். அவை மனிதர்களின் மனத்தில் மிகவும் வித்தியாசமான உணர்வுகளை ஏற்படுத்துகின்றன. வெவ்வேறுவிதமான தாக்கங்களை உருவாக்குகின்றன.

'திறமை வெர்ஸஸ் உழைப்பு' எனும் இந்தப் போராட்டத்தை முன்வைத்து ஒரு புத்தகம் வெளியாகியிருக்கிறது. பல பிரபலங்களின் வாழ்க்கையை உதாரணங்களாக எடுத்துக்கொண்டு திறமை பெரியதா,

அல்லது உழைப்பு பெரியதா என்று நுணுக்கமாக ஆராயும் அந்தச் சுவாரஸ்யமான புத்தகத்தின் பெயர் 'பவுன்ஸ்' (Bounce), ஆசிரியர், மேத்யூ சியத்.

ஒரு வகுப்பில் 20 பையன்கள். எல்லோரும் கிட்டத்தட்ட ஒரேமாதிரி புத்திசாலித்தனம் கொண்டவர்கள்தான். இவர்கள் அனைவருக்கும் பரீட்சை வைத்தால், சராசரியாக ஆளுக்கு எழுபது மார்க் வாங்குகிறார்கள்.

இப்போது, இந்த இருபது பையன்களை இரண்டு குழுக்களாகப் பிரிப்போம். 'க்ரூப் ஏ'வில் பத்துப் பேர். க்ரூப் பி'யில் பத்துப் பேர்.

அடுத்து, 'க்ரூப் ஏ' மாணவர்களைத் தனித்தனியே கூப்பிடுகிறோம். அவர்களுடைய பரீட்சைப் பேப்பரைத் தருகிறோம். 'எழுபது மார்க் வாங்கியிருக்கே, பெரிய புத்திசாலிதான் நீ!' என்று பாராட்டுகிறோம்.

'க்ரூப் பி'யில் உள்ளவர்களையும் இதேமாதிரி தனியே அழைக்கிறோம். பேப்பரைக் கொடுக்கிறோம். ஆனால் அவர்களைக் கொஞ்சம் வித்தியாசமாகப் பாராட்டுகிறோம். 'வாவ், எழுபது மார்க். நீ ரொம்பக் கஷ்டப்பட்டு உழைச்சதாலதான் இந்த மார்க் வாங்க முடிஞ்சிருக்கு. வெல் டன்!'

'மேலோட்டமாகப் பார்த்தால் இந்த இரண்டும் ஒரேமாதிரி பாராட்டுகள்தான். ஆனால் உண்மையில் மனிதன் அவற்றை முற்றிலும் வேறுவிதமாக எடுத்துக்கொள்கிறான்' என்கிறார் மேத்யூ சியத். 'இதனால், அவனுக்குள் சில நுணுக்கமான மாறுதல்கள் நிகழ்கின்றன.'

இதைப் புரிந்துகொள்வதற்கு, இன்னொரு பரிசோதனை செய்தார்கள். மறுபடி அதே இருபது மாணவர்களை அழைத்தார்கள். 'தம்பிகளா, உங்களுக்கு இன்னொரு பரீட்சை வைக்கப்போறோம்' என்றார்கள். 'ஆனா ஒரு கண்டிஷன், இந்தப் பரீட்சை முன்பைவிடக் கஷ்டமா இருக்கும். ஓகேயா?'

இப்போது, 'க்ரூப் ஏ'வைச் சேர்ந்த பத்து மாணவர்களில் பெரும்பாலானோர் சங்கடமாக நெளிந்தார்கள். 'இன்னொரு பரீட்சையா? வேணாம் சார்!' என்றார்கள். ஏன்?

காரணம், நாம் அவர்களுடைய 'திறமை'யைப் பாராட்டியிருக்கிறோம். ஒருவேளை இந்தக் கடினமான தேர்வில் அவர்கள் ஜெயிக்காவிட்டால், அவர்களது திறமைமீது சந்தேகப் புள்ளி விழுந்துவிடும். கிடைத்த பாராட்டு பறிபோய்விடும். இதுதான் அவர்களுடைய கவலை.

ஆனால், 'க்ரூப் பி' மாணவர்கள் அப்படி இல்லை. நாம் அவர்களது 'கடின உழைப்பு' பற்றிச் சுட்டிக்காட்டிப் பாராட்டியுள்ளோம். ஆகவே இப்போது ஒரு சவால் என்றால் அவர்கள் முன்னால் வந்து நிற்கிறார்கள். 'கஷ்டமான பரீட்சையா? சூப்பர்!' என்று களத்தில் குதிக்கிறார்கள்.

கவனியுங்கள். க்ரூப் ஏ, க்ரூப் பி இரண்டுக்கும் புத்திசாலித்தனத்தில் பெரிய வித்தியாசமே இல்லை. நாம் அவர்களைப் பாராட்டிய விதத்தில்மட்டும்தான் வேறுபாடு. அதுவே அவர்களை வெவ்வேறு விதமாக இயங்கச்செய்திருக்கிறது.

இன்னும் சுவாரஸ்யமான விஷயம், அடுத்து நடந்த கஷ்டமான பரீட்சையில் 'க்ரூப் ஏ' மாணவர்கள் சுலபத்தில் விலகிக்கொண்டார்கள். 'க்ரூப் பி' மாணவர்கள் கஷ்டப்பட்டு வேலை செய்து நல்ல மார்க் வாங்கினார்கள். காரணம், அவர்கள் திறமையை நம்பாமல் உழைப்பை நம்பியதுதான்.

இந்த விஷயம் மாணவர்களுக்குமட்டுமில்லை. நம் எல்லோருக்குமே பொருந்தும். நம்முடைய வெற்றிகள் எல்லாம் திறமையால் வருபவை என்று சிலர் நம்புகிறோம். உழைப்பினால் வருவது என்று சிலர் எண்ணுகிறோம். அதாவது, க்ரூப் ஏ, க்ரூப் பி!

சின்ன வயதிலிருந்தே திறமையை நம்பாமல் உழைப்பை நம்பி வருகிறவர்கள் அதிகத் தன்னம்பிக்கையோடு வளர்கிறார்கள் என்று ஆய்வுகள் சொல்கின்றன. இதற்குக் காரணம் அவர்கள் ஒரே நிலையில் தேங்கி நிற்பதில் மகிழ்ச்சி கொள்வதில்லை. தொடர்ந்து முன்னேறிக் கொண்டே இருக்கவேண்டும் என்று நினைக்கிறார்கள். அந்த மனோபாவம் அவர்களுடைய வெற்றிக்குக் காரணமாக அமைகிறது.

அப்படியானால், வாழ்க்கையில் ஜெயிக்கத் திறமை அவசியமே இல்லையா?

அவசியம்தான். ஆனால் அதுமட்டுமே வெற்றிக்குக் காரணம் என்று நினைக்கத் தொடங்கிவிட்டால், அங்கேதான் பிரச்னை ஆரம்பமாகிறது. நாம் நம்முடைய திறமையை மேலும் மேலும் வளர்த்து மேம்படுத்திக் கொள்வதைவிட, அதைத் தக்கவைத்துக் கொள்வதில் அதிக ஆர்வம் காட்ட ஆரம்பித்துவிடுகிறோம்.

உதாரணமாக, நீங்கள் ஓர் அலுவலகத்தில் பெரிய அதிகாரியாக இருக்கிறீர்கள். 'இந்த அளவுக்கு நான் வளர்ந்திருக்கிறேன் என்றால் அதற்குக் காரணம் என்னுடைய திறமைமட்டும்தான்' என்று நீங்கள்

நினைத்துவிட்டால் போச்சு. மற்றவர்கள் பார்வையில் அந்தத் திறமை அப்படியே நிலைத்து நிற்கவேண்டும் என்றுதான் நாம் எண்ணுவோம். சின்னச் சின்ன தோல்விகளைக்கூட ஜீரணிக்கமுடியாமல் திணறுவோம். 'என் திறமை போய்விட்டதோ?' என்று கவலைப்பட ஆரம்பித்து விடுவோம், புதிய விஷயங்களைக் கற்றுக்கொள்ள விருப்பம் இருக்காது. வித்தியாசமான முயற்சிகளில் இறங்கத் தயங்குவோம். அநாவசியமாக ரிஸ்க் எடுக்கமாட்டோம். ஒருவேளை தோற்று விட்டால்? எதற்கு வம்பு?

இதற்கு நேர்மாறாக, நாம் நமது உழைப்பில் கவனத்தைக் குவிக்கும் போது வெற்றி, தோல்வியை நினைத்துக் கவலைப்படமாட்டோம். முயற்சிதான் முக்கியம் என்று நினைப்போம். அந்த மனோபாவத்துடன் உழைப்பவர்கள்தான் பெரிய அளவில் முன்னேறமுடியும்.

ஆக, அடுத்தமுறை யாராவது உங்களைப் 'புத்திசாலி' என்று பாராட்டினால், காலரைத் தூக்கிவிட்டுக்கொண்டு சிலிர்த்துப் போகாதீர்கள். 'இந்தப் புத்திசாலித்தனம் என்னுடைய உழைப்பால் வந்தது' என்று பெருமையோடு சொல்லுங்கள்!

31

எங்கே எனது பாதை?

நீங்கள் இப்போது வசிக்கும் ஊரில் நிறைய சாலைகள் இருக்கும். ஆங்காங்கே நீளத் தெருக்கள், குறுக்குப் பாதைகளெல்லாம் தென்படும். இவை எல்லாவற்றையும் மேப்பில் தொகுத்துப் பார்த்தால் நமக்கு ஒரு குழப்பமான பிம்பம்தான் கிடைக்கும்.

நாம் பயன்படுத்துகிற சாதாரண பேனா, பென்சில், டப்பா, கார் எல்லாம் சதுரம், செவ்வகம், முக்கோணம், வட்டம் என்று மிகக் கச்சிதமான வடிவத்தில் இருக்கும்போது, இந்த ஊர்கள்மட்டும் இப்படிக் கன்னாபின்னா என்று அமைவது ஏன்? பக்காவாக சச்சதுரமாகப் பாதைகளை அமைத்தால் என்ன குறைந்தா போய் விடுவார்கள்? ஏன் இப்படிக் குழப்பவேண்டும்?

காரணம் இருக்கிறது. அநேகமாக உலகம்முழுவதும் இன்றைக்கு நாம் பயன்படுத்துகிற 'தெரு'க்களை வடிவமைத்தது யார் தெரியுமா? பல நூற்றாண்டுகளுக்கு முன்னால் இங்கே வாழ்ந்த மாடுகள்!

ஆமாம். அந்தக் காலத்தில் உங்கள் ஊர் ஒரு பெரிய காடாகவோ புல்வெளியாகவோ வறண்ட நிலப்பரப்பாகவோ இருந்திருக்கும். அங்கே மேய்வதற்காக வரும் மாடுகள் அந்தப் பக்கமும் இந்தப் பக்கமும் நடந்து நடந்து உருவாக்கிய பாதைகள்தான் பின்னால் மனிதர்களால் பயன்படுத்தப்பட்டன. நகரங்கள் உருவானதும் அவையே நிரந்தரச் சாலைகளாகிவிட்டன.

இப்போது, ஒரு மாட்டைக் கற்பனை செய்துகொள்ளுங்கள். அதன் முன்னால் ஒரு பெரிய காடு இருக்கிறது. ஆனால் அதில் பாதைகள் எவையும் தென்படவில்லை. அந்த மாடு என்ன செய்யும்?

ஒரு காலை முன்னால் வைத்துப் பார்க்கும். அந்தக் காலை நன்றாகத் தரையில் ஊன்றமுடிந்தால் இன்னும் நான்கு தப்படி முன்னே செல்லும். ஏதாவது பிரச்னை என்றால் சட்டென்று திரும்பி வேறு திசையில் நடக்கப் பார்க்கும்.

ஆக, ஒரு மாடு தன்னுடைய பாதையைத் தானே முடிவு செய்வது இல்லை. அது நடந்து செல்லும் நிலத்தின் அமைப்பு எப்படி இருக்கிறதோ அதன்படியே நடக்கிறது. இப்படி நாலு நாள் ஒரே வழியில் நடந்து பழகியபின், அதுவே நிரந்தரப் பாதையாகி விடுகிறது.

ஆடு, மாடுகள்மட்டுமில்லை. அநேகமாக எல்லா உயிரினங்களும், மனிதர்களும்கூட இந்தச் சூழ்நிலையில் இப்படிதான் நடந்து கொள்வார்கள். நம் முன்னே 10 வழிகள் இருக்கும்போது, அந்தப் பத்தில் எங்கே மிகக் குறைவான தடைகள், இடைஞ்சல்கள், சிரமங்கள் இருக்கிறதோ அந்த வழியாகத்தான் நாம் நடந்து செல்ல விரும்புவோம். அறிவியலாளர்கள் இதனை 'The Path Of Least Resistance' என்று அழைக்கிறார்கள்.

இதே தலைப்பில், இந்தக் கொள்கையை அடிப்படையாக வைத்து மனித வெற்றிக்கான சூட்சுமங்களை ஆராயும் சுவாரஸ்யமான புத்தகம் ஒன்று உள்ளது. அதன் ஆசிரியர் ராபர்ட் ஃப்ரிட்ஸ்.

'என்றைக்கோ சில மாடுகள் போட்டுவைத்த பாதையில் இன்றைக்கும் மனிதர்கள் நடந்து செல்வது சரிதானா?' என்பதுதான் ராபர்ட் ஃப்ரிட்ஸின் வாதம். 'அந்தப் பாதைகள் அப்போது அந்த மாடுகளுக்குப் பொருத்தமானதாக இருந்திருக்கலாம். இப்போது நாமும் அதையே பயன்படுத்துவதால், அரைத்த மாவையே அரைக்கிறோம். புதுசாக க்ரியேட்டிவ்வாகச் சிந்திக்கத் தவறுகிறோம். பல நல்ல வாய்ப்புகளை இழந்துவிடுகிறோம்.'

இந்தப் பிழையைத் தவிர்ப்பதற்கு, ராபர்ட் ஃப்ரிட்ஸ் மூன்று உண்மைகளை முன்வைக்கிறார். இவற்றை மனத்தில் அழுத்தமாகப் பதித்துக்கொண்டால், நாம் சிரமம் குறைவான பாதையில் செக்கு மாடாகச் சுற்றிவரமாட்டோம். தேவையான நேரத்தில் புதிய பாதைகளைப் போடுவதற்குத் தயங்கமாட்டோம். அந்த மூன்று உண்மைகள்:

1. மனிதர்கள் எல்லோருமே ஒரு நதியைப்போல, காற்றைப்போல, எங்கே தடைகள் குறைவாக இருக்கின்றனவோ அந்தப் பாதையில் தான் நாம் சௌகரியமாக மிதந்து செல்ல விரும்புவோம், இது இயற்கை.

2. இப்படி நாம் மிதந்து செல்லும் அந்தப் பாதையைத் தீர்மானிப்பது யார்? நீங்களோ நானோ இல்லை - எப்படி ஒரு நிலத்தின் அமைப்பு மாட்டின் பாதையைத் தீர்மானிக்கிறதோ, அதுபோல நம் வாழ்க்கை செல்லும் விதம் நமது பாதையைத் தீர்மானிக்கிறது.

3. ஆக, நீங்கள் நடக்கிற பாதையை மாற்ற விரும்பினால், முதலில் உங்களுடைய வாழ்க்கையின் அமைப்பை மாற்றவேண்டும். அதைச் செய்தால் நாம் தானாக வேறொரு பாதையில் மிதந்து செல்ல ஆரம்பித்துவிடுவோம், இதுவும் இயற்கை.

வாழ்க்கையின் அமைப்பை மாற்றுவதா? அது எப்படி?

இதற்கும் ராபர்ட் ஃப்ரிட்ஸ் பல வழிகளை முன்வைக்கிறார். அதில் முக்கியமான நான்கு, இங்கே:

1. உங்களுடைய இலக்கு என்ன என்பதை முதலில் யோசியுங்கள். ஒரு நாவல் எழுதுகிறவர் க்ளைமாக்ஸை முடிவு செய்துவிட்டுத் தான் முதல் அத்தியாயத்தை எழுதத் தொடங்குகிறார். அதுபோல, நீங்களும் உங்களது இலக்கைத் தெளிவாகத் தீர்மானித்துக் கொண்டு, அதை நன்கு கற்பனை செய்து மனத்தில் பதித்துக் கொண்டு விடுவது அவசியம். அதன்பிறகு அந்தக் கற்பனையை மையமாக வைத்து உங்களது வாழ்க்கையின் தன்மை மாறத் தொடங்கும்.

2. இலக்கு சரி, எதார்த்தம்? இப்போது நீங்கள் எங்கே இருக்கிறீர்கள் என்பதும் உங்களுக்குத் தெளிவாகப் புரியவேண்டும். இல்லா விட்டால், கடலுக்குள் இருப்பதாக நினைத்துக்கொண்டு பாலை வனத்தில் கையைக் காலை உதைத்துக்கொண்டிருப்போம். உங்களுடைய இலக்கை நோக்கிய பயணத்தில் தற்போதைய நிலைமை என்ன? பலங்கள் என்ன? பலவீனங்கள் என்ன? ஒருவேளை நீங்கள் இந்த விநாடியில் பயணத்தைத் தொடங்கினால் எவை யெல்லாம் தடைகளாக வரக்கூடும் என்று யோசியுங்கள் - ஏனெனில் அந்தத் தடைகள்தான் உங்களுடைய பாதையைத் தீர்மானிக்கப்போகின்றன.

3. ஒருவர் எத்தனைதான் பாஸிட்டிவ்வாகச் சிந்தித்தாலும் சரி, களத்தில் இறங்கி வேலை பார்த்தால்தான் நினைத்தது

கிடைக்கும். மேலே சொன்ன இரண்டு வழிகளைத் திரும்பத் திரும்ப யோசித்து நேரத்தை வீணாக்காதீர்கள். ஒருகட்டத்தில் உங்கள் இலக்கும் இப்போதைய நிலைமையில் தெள்ளத்தெளிவாகப் புரிந்தவுடன் சட்டென்று அடுத்தகட்ட நடவடிக்கைகளை யோசிக்கத் தொடங்குங்கள். உடனடித் திட்டங்கள், நீண்டகாலத் திட்டங்களைப் போட்டுக்கொண்டு செயல்பட ஆரம்பியுங்கள். முக்கியமாக, அந்தத் திட்டங்களைச் செயல்படுத்துவதில் வரக்கூடிய தடைகளைப்பற்றித் தீவிரமாக யோசியுங்கள். மாற்று வழிமுறைகளைக் கையில் வைத்திருங்கள்.

4. மற்றவர்கள் நடந்த பாதையிலேயே நாமும் நடந்து செல்லும் போது, சிரமம் குறைவாக இருக்கும், ரிஸ்க் அதிகம் இல்லை. ஆனால் அதேசமயம், அதுதான் நம்முடைய இலக்கை நோக்கிய சரியான பாதையாக இருக்கவேண்டும் என்று எந்தக் கட்டாயமும் இல்லை - அப்படி அமைந்துவிட்டால் அது உங்கள் அதிர்ஷ்டம். இல்லாவிட்டால் அதுவே உங்களது தோல்விக்குக் காரணமாகி விடும். ஆகவே, பழைய வலைகளில் சிக்கிக்கொள்ளாமல் புதுசாக யோசியுங்கள். வாழ்க்கைத் தன்மையை மாற்றி, அதன் மூலம் நமது பாதையையும் மாற்றிக்கொண்டால் சிரமமே இல்லாமல் சுலபமாக வெற்றியைத் தொடலாம்.

32

சந்தோஷ வழி!

வெற்றி முதலில் வருகிறதா, அல்லது சந்தோஷமா?

கோழியா முட்டையா என்பதுபோல் சிக்கலான கேள்வி இது. சிலர், 'ஜெயிச்சப்புறம்தானே சந்தோஷம்' என்கிறார்கள். பலர், 'சந்தோஷமா இல்லாதவங்களால ஜெயிக்கவேமுடியாதுய்யா' என்று அடித்துச் சொல்கிறார்கள்.

வெற்றியைத் தேட ஆயிரம் புத்தகங்கள் இருக்கின்றன. சந்தோஷத்தை எங்கே போய்த் தேடுவது? அது உள்ளுக்குள்ளிருந்து மலரவேண்டிய விஷயம் இல்லையா? நாமாக நம் வாழ்க்கையைச் சந்தோஷமாக அமைத்துக்கொள்ள வழி(கள்) ஏதேனும் உண்டா?

இந்தக் கேள்விகளை மையமாக வைத்து எழுதப்பட்ட ஒரு பிரபலமான புத்தகம் 'தி வே டு ஹேப்பினெஸ்' (The Way To Happiness). இங்கிலாந்தைச் சேர்ந்த ரான் ஹப்பார்ட் என்பவர் எழுதிய இந்தப் புத்தகம் இன்றுவரை பல லட்சம் பிரதிகள் வெளியாகியுள்ளது. 70 மொழிகளில் மொழிபெயர்க்கப்பட்டு கின்னஸ் சாதனைப் புத்தகத்தில் இடம் பிடித்துள்ளது.

'தி வே டு ஹேப்பினஸ்' புத்தகத்தின் ஸ்பெஷாலிட்டி, இதில் விவரிக்கப்பட்டுள்ள 21 வழிமுறைகளும் ஏதோ ஒரு நாடு, இனம், மதத்துக்குமட்டும் பொருந்துவதாக இல்லாமல், ரொம்ப எளிமையாக, ப்ராக்டிகலாக, உலகம் மொத்தத்துக்கும் பொதுவானவையாக, எந்த வயதுக்காரர்களும் உடனே பின்பற்றக்கூடியவையாக இருப்பதுதான்.

இவற்றை வாசித்தபிறகு ‘இதெல்லாம் நமக்கு ஏற்கெனவே தெரிஞ்ச விஷயம்தானே’ என்றுதான் எல்லோரும் நினைப்போம். ஆனால் அது தெரிந்திருந்தும், இவை அனைத்தையும் பின்பற்றுகிறவர்கள் என்று அநேகமாக யாருமே கிடையாது. ஆகவேதான் ‘இது ஒரு காமன் சென்ஸ் வழிகாட்டி’ என்று இந்தப் புத்தகத்தின் அட்டையே சொல்கிறது. ‘இவற்றை உணர்ந்து பின்பற்றத் தொடங்குவதுதான் உண்மையான சந்தோஷத்துக் கான அடித்தளம்’ என்று ரான் ஹப்பார்ட் அடித்துச்சொல்கிறார்.

‘சந்தோஷத்தின் வழி’யாக அவர் முன்வைக்கும் அந்த எளிய சூத்திரங்கள், இங்கே சுருக்கமாக:

1. முதலில், உடம்பைப் பார்த்துக்கோங்க - சுவர் இருந்தால்தான் சித்திரம்.

2. உங்கள் பயணத்தில் நிறைய ‘கவர்ச்சி’கள் கண்சிமிட்டும். உடனடி சந்தோஷத்தைமட்டும் பார்க்காதீர்கள், பின்விளைவுகளை யோசித்து மனசைக் கட்டுப்படுத்தப் பழகுங்கள்.

3. உங்களுடைய உறவுகளுக்கு, நண்பர்களுக்கு, பிஸினஸ் கூட்டாளிகளுக்கு விசுவாசமாக இருங்கள். துரோகம் எத்தனை லாபங்களைத் தந்தாலும், மன நிம்மதிக்கு எதிரி.

4. உங்கள் வயசு எதுவானாலும் பரவாயில்லை, குழந்தைகளோடு நேரம் செலவிடுங்கள். அவற்றை உண்மையாக நேசித்து அன்பு செலுத்தி அதனால் நிகழும் மேஜிக்கை ரசியுங்கள்.

5. பெற்றோரை மதியுங்கள், அவர்களுக்கு வேண்டிய உதவிகளைச் செய்யுங்கள்.

6. ‘அடுத்தவர்களுக்கு நான் ஒரு நல்ல முன் உதாரணமாகத் திகழ்வேன்’ என்று உங்களுக்கு நீங்களே உறுதி சொல்லிக் கொள்ளுங்கள்.

7. உண்மை எத்தனை கசப்பானாலும் பரவாயில்லை, ஏற்றுக் கொள்ளுங்கள், அதுதான் நிரந்தரம்.

8. யாரையும் கொல்லாதீர்கள், வார்த்தைகளால்கூட!

9. சட்டவிரோதமான எதையும் செய்யாதீர்கள், அதனால் எத்தனை லாபம் வந்தாலும் சரி.

10. உங்களைச் சுற்றியிருக்கும் சமுதாயத்தைக் கூர்ந்து கவனியுங்கள். அங்கே எல்லோரும் சம அளவு வாய்ப்புகளைப் பெறுகிறார்களா? யாரும் ஒடுக்கப்படாமல் அனைவரும் முன்னேறுவதற்கான வழிகள் இயல்பாக அமைந்திருக்கின்றனவா? இல்லை என்றால்,

அப்படி ஒரு நிலைமை வருவதற்கு உங்களால் என்ன செய்ய முடியும் என்று யோசிக்க ஆரம்பியுங்கள்.

11. ஒருவர் நல்லது செய்யும்போது, உதவி செய்யாவிட்டாலும் பரவாயில்லை, ஏதாவது சொல்லி அவரது முயற்சியைக் கெடுத்து விடாதீர்கள்.

12. உங்கள் சுற்றுச்சூழலைப் பாதுகாப்பது உங்களுடைய பொறுப்பு தான். 'யாரோ செய்வார்கள்' என்று பலவிதக் குப்பைகளை அனுமதிக்காதீர்கள்.

13. திருடாதீர்கள், யாரிடமிருந்தும் எதையும் எந்தச் சூழ்நிலையிலும்.

14. எல்லோருடைய நம்பிக்கைக்கும் உரியவராக இருங்கள். அதைவிடப் பெரிய பெருமையோ கௌரவமோ இந்த உலகத்தில் கிடையாது.

15. சொன்ன வாக்கை மீறாதீர்கள். ஒப்புக்கொண்ட விஷயத்தைத் தலையை அடகு வைத்தாவது செய்து முடித்துவிடுங்கள்.

16. 'சும்மா இருப்பதே சுகம்' என்று யாராவது சொன்னால் நம்பாதீர்கள். தினமும் காலையில் எழுந்த விநாடிமுதல் ஏதாவது செய்துகொண்டே இருப்பதில்தான் சுகம், நிம்மதி, சந்தோஷம், திருப்தி எல்லாமே. உங்களிடம் அந்தத் துடிப்பு என்றைக்கும் வற்றிவிடாமல் பார்த்துக்கொள்ளுங்கள்.

17. கல்வி என்பது ஸ்கூல், காலேஜுடன் முடிந்துவிடுகிற சமாசாரம் இல்லை. ஜெயிக்கவேண்டும் என்கிற முனைப்பில் இருப்பவர்கள் தொடர்ந்து தங்களுடைய திறமைகளை வளர்த்துக்கொண்டே இருக்கவேண்டும். எந்நேரமும் மாணவராகவே வாழவேண்டும்!

18. அடுத்தவர்களுடைய மத உணர்வுகளை மதியுங்கள். கேலி செய்யாதீர்கள், விரோதம் பாராட்டாதீர்கள், உங்களுடைய சிந்தனை களை, நம்பிக்கைகளை அவர்கள்மீது வலுக்கட்டாயமாகத் திணிக்கா தீர்கள். நாம் எல்லோரும் சேர்ந்து வாழ்வதுதான் உலகு, அழகு.

19. மற்றவர்கள் உங்களுக்கு எதையெல்லாம் செய்யக்கூடாது என்று நினைக்கிறீர்களோ, அதை நீங்களும் அவர்களுக்குச் செய்யாதீர்கள்.

20. அதேபோல், அவர்கள் உங்களை எப்படி நடத்தவேண்டும் என்று நினைக்கிறீர்களோ, அப்படியே நீங்கள் அவர்களை நடத்துங்கள்.

21. இந்த உலகம் வளங்களால் நிறைந்தது, அள்ளி எடுத்துக்கொண்டு முன்னேறுங்கள்.

33

காட்டுக்குள் ஏழு பாடங்கள்!

மிஸ்டர் ஸ்பென்ஸர் செம பிஸியான பேர்வழி. சொந்தமாகத் தொழில் செய்கிறார். ஒட்டுமொத்த ஆஃபீஸையும் அவர்தான் தலையில் தூக்கிச் சுமக்கிறார். ஆனாலும் பெரிய லாபமெல்லாம் இல்லை. தினசரிப் பிழைப்பை ஓட்டுவதே பெரிய பிரச்னையாக இருக்கிறது.

அவருடைய மனைவி ஆஷ்லெ. அவர் ஒரு சின்னக் கம்பெனியில் சேல்ஸ்வுமனாக வேலை பார்க்கிறார்.

அந்த வருடம், ஆஷ்லெயின் கம்பெனியில் அவருக்கு ஒரு பரிசு கிடைக்கிறது: ஆப்பிரிக்கச் சுற்றுலா!

மற்ற டூர்களைப்போல் இங்கே பார்க்கும் பீச்சும் ஷாப்பிங்கும் கிடையாது. ஆப்பிரிக்காவில் உள்ள 'செரங்கிட்டி' என்கிற பிரமாண்டமான காட்டுக்குள்போய் மூன்று நாள் தங்கலாம். அங்குள்ள வனவிலங்குகளை இயற்கைச் சூழலில் பார்த்து அனுபவிக்கலாம். அபூர்வமான வாய்ப்பு!

ஸ்பென்ஸருக்கு இதெல்லாம் கொஞ்சம்கூட பிடிக்கவில்லை. ஆனாலும் மனைவியின் கட்டாயத்துக்காக அவரோடு கிளம்பிச் செல்கிறார். அந்தப் பயணத்தின்போது அவர் கற்றுக்கொள்ளும் வெற்றிப் பாடங்களைச் சுவாரஸ்யமாகச் சொல்கிற புத்தகம்தான் 'சர்வைவிங் யுவர் செரெங்கிட்டி' (Surviving Your Serengeti). எழுதியவர் ஸ்டீஃபன் ஸ்வானெபொய்ல்.

காட்டுக்குள் சிங்கம், புலி, நரிதான் இருக்கும். வாழ்க்கைப் பாடம்கூடவா கிடைக்கும்?

பின்னே? கானகத்தில் வாழும் ஒவ்வொரு மிருகமும் வெவ்வேறு விதமான திறமைகளைக் கொண்டிருக்கிறது என்கிறார் ஸ்டீஃபன் ஸ்வானெபொய்ல். இந்த மிருகங்களைக் கூர்ந்து கவனித்தால் நாம் பல விஷயங்களைக் கற்றுக்கொள்ளமுடியும். அவற்றை நம்முடைய தனிப்பட்ட, தொழில் முன்னேற்றத்துக்குப் பயன்படுத்தமுடியும்.

இப்படிச் செரங்கிட்டியில் உள்ள ஏழு மிருகங்களை அடிப்படையாக வைத்து மொத்தம் ஏழு பாடங்கள் இந்தப் புத்தகத்தில் விவரிக்கப்படுகின்றன. அவை இங்கே சுருக்கமாக:

1. ஆப்பிரிக்க எருமைகள் = விடாமுயற்சி

இந்த எருமைகள் ஒவ்வொரு வருடமும் மேய்ச்சலுக்கான பயிர்களைத் தேடி செரங்கிட்டி காட்டின் ஒரு பகுதியிலிருந்து இன்னொரு பகுதிக்குத் தாவுகின்றன. பின்னர் மீண்டும் புறப்பட்ட இடத்துக்கே திரும்பி வருகின்றன. வருடம்முழுவதும் இதுபோல் பல நூறு கிலோமீட்டர்கள் தாண்டிக்கொண்டே இருப்பதுதான் இவற்றின் வாழ்க்கை.

இப்படி இடம் மாறும்போது இந்த மிருகங்கள் பல்வேறு பிரச்னைகளை, எதிரிகளைச் சந்திக்கின்றன. ஆனாலும் ஒரு வருடம்கூட அவை இடம் மாறாமல் தயங்கி நிற்பதில்லை. வருவது வரட்டும் என்று துணிந்து முன்னேறிச் செல்கின்றன.

2. சிங்கம் = வியூகம்

'காட்டு ராஜா' என்று சிங்கத்தை அழைக்கிறோம். இந்தப் பெருமை அதற்குத் தானாக வந்தது இல்லை. ஒவ்வொரு சிங்கமும் தான் வாழும் பகுதியின் ஈடு இணையற்ற ஆட்சியாளராகத் தன்னை நிலைநிறுத்திக்கொள்ளத் தொடர்ந்து போராடுகிறது. அதன் ஒவ்வொரு தாக்குதலும் கச்சிதமாக வியூகம் அமைத்து நிகழ்த்தப்படுவது. பக்காவாக யோசித்துத் திட்டமிடாமல் காலை விட்டு அவஸ்தைப்படுகிற வேலை சிங்கத்திடம் கிடையாது. ஆகவே, தோல்வி என்பதே அதன் அகராதியில் இல்லை!

3. முதலை = பொறுமை, வாய்ப்புகளைப் பயன்படுத்திக்கொள்ளுதல்

சிங்கங்களைப்போலவே, முதலைகளும் மாமிசம் உண்பவைதான். ஆனால் அவற்றால் பாய்ந்து வேட்டையாடமுடியாது.

ஆற்றோரத்தில் அமைதியாகப் படுத்திருக்கின்றன. ஏதாவது ஒரு பலவீனமான மிருகம் தாண்டிச் செல்லும்போது அந்த வாய்ப்பைச் சட்டென்று பயன்படுத்திக்கொண்டு பசியாறுகின்றன. இல்லாவிட்டால் அடுத்த நல்ல வாய்ப்பு வரும்வரை காத்திருக்கின்றன. அந்தப் பொறுமைதான் அவற்றின் மிகப் பெரிய பலம்.

4. சிறுத்தை = செயல்திறன்

அதிவேகமாக ஓடக்கூடிய மிருகம் சிறுத்தை. ஆனால் நமக்கெல்லாம் தெரியாத விஷயம், அது எந்நேரமும் வேகமாக ஓடிக்கொண்டிருக்காது. வேட்டையாடவேண்டிய நேரத்தில் மட்டும்தான் அந்த வேகத்தைப் பயன்படுத்தும். கச்சிதமாகத் தன்னுடைய இரையை வீழ்த்தும். அதன்பிறகு மீண்டும் சாதாரண வேகத்துக்குத் திரும்பிவிடும்.

இதற்குக் காரணம், சிறுத்தை எப்போதும் வேகமாக ஓடினால் அது விரைவில் களைத்துப்போய்விடும். வேட்டையாடமுடியாது. ஆகவே திறமையைச் சரியான நேரங்களில் வெளிக்காண்பிப்பதும், தேவையில்லாதபோது உள்ளே போட்டுப் பூட்டிவைப்பதும் சிறுத்தையின் சமர்த்து!

5. ஒட்டகச்சிவிங்கி = நேர்த்தி

நீண்ட கழுத்துகளைக் கொண்ட ஒட்டகச்சிவிங்கிகள் தனி அழகு. அவை நடப்பது, குனிவது, நிமிர்வது, சாப்பிடுவது, அசைவது என எல்லாவற்றிலும் ஒரு நேர்த்தி தெரியும். வேறு எந்த மிருகங்களிடமும் பார்க்கமுடியாத அபூர்வமான விஷயம் இது.

எதையும் பரபரப்பாகச் செய்வதைவிட, நிறுத்தி நிதானமாகவும் நேர்த்தியாகவும் செய்து முடிப்பதில் இருக்கும் திருப்தியை நாம் ஒட்டகச்சிவிங்கியிடமிருந்து கற்றுக்கொள்ளலாம்.

6. கீரிப்பிள்ளை = ரிஸ்க் எடுத்தல்

பாம்பு - கீரி சண்டை என்று கேள்விப்பட்டிருப்போம். ஆனால், கொஞ்சம் யோசியுங்கள். தக்கனூண்டு கீரிப்பிள்ளை, அத்தனை பெரிய விஷப் பாம்புடன் சண்டை போடுகிறதே, அது என்ன முட்டாளா?

இல்லவே இல்லை. கீரி மிகவும் புத்திசாலித்தனமான மிருகம். அதற்கு ரிஸ்க் எடுப்பது என்றால் ரொம்பப் பிடிக்கும். ஆனால் அதற்காகக் கையில் கிடைத்த வாய்ப்பிலெல்லாம் வம்புச் சண்டை

போடாது. ஒவ்வொரு விஷயத்தையும் ஆழமாக யோசித்து, எங்கே தைரியமாக மோதலாம், எப்போது ஒதுங்கி ஓடுவது புத்திசாலித்தனம் என்று முடிவெடுக்கும். அதன்படிதான் செயல்படும். அந்த அளவுக்குச் சாமர்த்தியமாக ரிஸ்க் எடுக்கும் மிருகங்கள் வேறு எதுவும் இல்லை!

7. யானை = தகவல் தொடர்பு

யானைகள் கூட்டமாக வாழும் மிருகங்கள். அவை தங்களுக்குள் தகவல்களைப் பரிமாறிக்கொள்வதற்காகப் பலவிதமான நுட்ப சூட்சுமங்களை வைத்திருக்கின்றன.

உதாரணமாக, யானைகள் தும்பிக்கையை அசைப்பது, காதை ஆட்டுவது, சத்தம் எழுப்புவது, தொடுவது என ஒவ்வொன்றும் வெவ்வேறு செய்திகளைச் சொல்கின்றன. இவை நமக்குப் புரியாது, மற்ற யானைகளுக்குப் புரியும்.

இதனால் யானைக் கூட்டங்கள் எப்போதும் ஆளுக்கொரு திசையில் ஓடுவதில்லை. ஒரு தலைவன் அல்லது தலைவி, அது சொல்லும் தகவல்களைக் கச்சிதமாகப் புரிந்துகொண்டு பின்பற்றும் தொண்டர்கள். குட்டிக் குட்டி யானைகள்கூட இந்த நுணுக்கத்தைச் சட்டென்று புரிந்துகொண்டு சிறந்த ‘கம்யூனிகேஷன் நிபுணர்’களாக மாறிவிடுவதுதான் ஆச்சரியம்.

இந்தப் புத்தகத்தில் சொல்லப்பட்டுள்ள ‘மிருக சூத்திர’ங்கள் வெறும் ஏழுதான். ஆப்பிரிக்க மிருகங்களைப்போல் நம் ஊர் ஆடு, மாடு, குதிரைகளையும் கூர்ந்து கவனித்தால் இன்னும் பல நூறு வெற்றிப் பாடங்கள் நமக்குக் கிடைக்கக்கூடும்!

34

சந்தோஷமோ சந்தோஷம்!

ஐ.க்யூ. தெரியும், புத்திசாலித்தனத்துக்கான அளவுகோல். ஹெச்.க்யூ. தெரியுமா?

ஹெச்.க்யூ. என்றால் ஹெட்க்வார்டர்ஸ் அல்ல. 'ஹேப்பினெஸ் கோஷன்ட்', அதாவது சந்தோஷக் குறியீடு. நாம் எந்த அளவு மகிழ்ச்சியுடன் வாழ்க்கையை அனுபவிக்கிறோம் என்பதற்கான அளவுகோல் இது. நிறைய ஹெச்.க்யூ. உள்ளவர்கள் ஆனந்தமாக வாழ்கிறார்கள். குறைவான ஹெச்.க்யூ. உள்ளவர்கள் எத்தனைதான் புத்திசாலிகளாக, நிறையச் சம்பாதிக்கிறவர்களாக இருப்பினும் மன உளைச்சலோடும் அழுத்தத்தோடும்தான் நாள்களை ஓட்டுகிறார்கள் என்று அர்த்தம்.

'ஹேப்பினெஸ் கோஷன்ட்' பற்றி விளக்குவதற்காகவும், அளவற்ற மகிழ்ச்சியைப் பெறுவதற்கான வழிமுறைகள், உத்திகளைச் சொல்லித்தருவதற்காகவும் அதே பெயரில் ஒரு லேட்டஸ்ட் புத்தகம் வெளியாகியுள்ளது. சுவாரஸ்யமான நாவல் வடிவத்தில் எழுதப்பட்டுள்ள 'The Happiness Quotient' என்ற இந்தப் புத்தகத்தின் ஆசிரியர், டாக்டர் ரேகா ஷெட்டி. (வெஸ்ட்லாண்ட் வெளியீடு - விலை ரூ 150/-)

இந்தக் கதையின் நாயகன் பெயர் அரவிந்த். ஏராளமாகச் சம்பாதிக்கிறவன். ஆனால் பணமோ வசதிகளோ மட்டும் ஒருவனுக்குச் சந்தோஷத்தைக் கொடுத்துவிடமுடியாது என்று அவனுக்குப் புரிகிறது. என்ன செய்வது என்று புரியாமல் திகைக்கிறான்.

அப்போது அவனை ஒரு சாது சந்திக்கிறார். 'ஹெச்.க்யூ'பற்றிச் சொல்கிறார். மகிழ்ச்சியான வாழ்க்கைமுறைக்குத் தேவையான வழிகளை ஏழு தலைப்புகளாகப் பிரித்துச் சொல்லித்தருகிறார். அவற்றில் முக்கியமான சில, இங்கே:

1. உடல்-நலம்

- நான் என் உடலை நேசிப்பேன், பாதுகாத்துக்கொள்வேன். இன்னும் வலுவாக்குவேன்.
- என் உடம்புக்கு வரக்கூடிய உபாதைகளைக்கூட, உணவே மருந்தாகக் கொண்டு தீர்க்கமுடியும்.
- எக்காரணம் கொண்டும் தாற்காலிக சந்தோஷங்களுக்காக என் உடலை வருத்தமாட்டேன். இதைக் காக்கவேண்டியது என் பொறுப்பு.
- சுவையான, கொழுப்பு அதிகமில்லாத ஃப்ரெஷ் உணவுகள்தான் என்னை உற்சாகமாக்கும். அமைதி தரும். அவற்றைமட்டுமே நான் தேர்ந்தெடுத்துச் சாப்பிடுவேன்.

2. உணர்வு-நலம்

- அன்பானவன், எல்லோராலும் விரும்பக்கூடிய ஒருவனாக வாழ்வதுதான் என்னுடைய லட்சியம்.
- என்னைச் சுற்றியிருக்கிற அனைவரும் என்னை நேசிக்கிறார்கள், நானும் அவர்களை நேசிப்பேன்.
- இந்த உலகத்தை இன்னும் மகிழ்ச்சியாக்குவதற்கு என்னால் இயன்றதைச் செய்வேன்.
- என்னுடைய பாதையில் தோல்விகள் அவ்வப்போது வரலாம். அவற்றை வெறும் சம்பவங்களாகமட்டுமே எடுத்துக்கொள்வேன். என் ஒட்டுமொத்த வாழ்க்கையும் அதனால் பாதிக்கப்பட்டுவிடும் என்று எண்ணிப் பதறமாட்டேன். தோல்விகளிடம் இருந்து பாடம் கற்றுக்கொள்வேன்.

3. ஆன்ம-நலம்

- நான் அவ்வப்போது தவறு செய்கிறவன்தான். ஆனால் அவை விரும்பிச் செய்த குற்றங்கள் அல்ல. எதேச்சையாக நிகழ்ந்தவை. என்னை நானே மன்னிப்பேன். திருத்திக்கொள்வேன்.

அடுத்தவர்கள் செய்யும் தவறுகளையும் அதேபோல்தான் நினைப்பேன்.

- கடின உழைப்பும் அர்ப்பணிப்பும் இருந்தால் என்னால் எதையும் சாதிக்கமுடியும்.
- என்னைச் சுற்றியுள்ளவர்கள் எனக்கு உதவுவார்கள். தேவையான அறிவைப் பெற்றுத்தருவார்கள். அவர்கள் ஒத்துழைப்புடன் நான் பெரிதாகச் சாதிப்பேன்.

4. குடும்ப-நலம்

- என்னுடைய குடும்பம் மகிழ்ச்சியானது, பாதுகாப்பானது. நிபந்தனைகள் அற்ற அன்பை அள்ளித்தருவது.
- எனது வீடு ஒரு சரணாலயமாக இருக்கிறது. எந்த நெகட்டிவ் உணர்வுகளில் இருந்தும் என்னைப் பாதுகாக்கிறது.
- எப்பேர்ப்பட்ட கருத்து வேறுபாட்டையும் பேசித் தீர்த்துக் கொள்ளமுடியும். விடியாத இரவென்று எதுவும் இல்லை!

5. வேலை-நலம்

- நான் செய்யும் வேலைதான் எனக்கும் என் குடும்பத்துக்கும் ஒரு நிம்மதியான வாழ்க்கையைத் தேடித்தந்திருக்கிறது. எனது திறமைகளைச் சரியானவிதத்தில் பயன்படுத்த வாய்ப்புக் கொடுத்திருக்கிறது. இவை அனைத்திற்கும் நான் நன்றியுள்ள வனாக இருப்பேன். என்னுடைய பணியை நேசிப்பேன்.
- எந்தப் பணியையும் மிகச் சிறப்பாகமட்டுமே செய்வேன், சராசரி வேலை என்னிடம் இல்லை!
- வேலை செய்யும் இடத்தில் நான் பல விஷயங்களைக் கற்றுக் கொள்கிறேன், முக்கியமாக, சக மனிதர்களிடம் எப்படிப் பழகுவது, குழுவாக இணைந்து முன்னேறுவது போன்றவற்றை.
- ஒரு நாளைக்கு இத்தனை மணி நேரம்தான் உழைப்பு என்று முடிவு செய்துகொண்டு பாடுபடுவேன். அதற்குமேல் உடலை, மனத்தை வருத்தமாட்டேன்.

6. சமூக-நலம்

- நான் சந்திக்கும் ஒவ்வொருவரிடமும் சுமுகமான உறவு பாராட்டுவேன். அவர்கள் என்னை விரும்பும்வண்ணம்

நடந்துகொள்வேன். என்னருகே இருக்கும்போது அவர்கள் டென்ஷனில்லாமல் ரிலாக்ஸாகப் பழகும்படி பார்த்துக் கொள்வேன்.

- அடுத்தவர்களிடம் உள்ள நெகட்டிவ் அம்சங்களைப் பார்த்து முகம் சுளிக்காமல் அவர்களது பாஸிட்டிவ்களைப் பார்ப்பேன், பாராட்டுவேன்.

- எல்லாச் சூழ்நிலைகளையும் கற்றுக்கொள்ளும் வாய்ப்புகளாக மட்டுமே எடுத்துக்கொள்வேன்.

- எந்தப் பிரச்னையையும் மற்றவர்களுடைய கோணத்திலிருந்து பார்ப்பேன், அவர்களது தேவைகளை, உணர்வுகளைப் புரிந்து கொள்வேன். அவற்றை மதித்து நடப்பேன்.

7. தர்ம-வாழ்வு

- நான் யாரை வேண்டுமானாலும் ஏமாற்றலாம், கண்ணாடியில் தெரியும் என்னை ஏமாற்றமுடியாது.

- மனசாட்சிப்படி நடந்துகொள்கிறவன் நான். எனக்கென்று சில ஒழுங்குமுறைகள் உண்டு. அவற்றை எப்போதும் மீறமாட்டேன்.

- நான் வெட்டிப்பேச்சு வீராசாமி இல்லை. சொன்னதைச் செய்வேன், செய்யமுடிவதைமட்டுமே சொல்வேன்.

- எல்லோருக்கும் உதவுவேன். யாருக்கும் கெடுதல் செய்ய மாட்டேன். அப்போதுதான் அமைதியும் நல்லெண்ணமும் என் வாழ்வைச் சந்தோஷத்தால் நிரப்பும்!

35

தக்காளிக்கு ஜே!

தினந்தோறும் ஏகப்பட்ட வேலைகள். எல்லாமே அவசரம்தான், எல்லாமே முக்கியம்தான். ஒவ்வொன்றாகச் செய்து முடித்து ஏறக்கட்டுவதற்குள் முதுகு ஒடிகிறது.

இத்தனையையும் செய்துவிட்டு நிமிர்ந்து பார்த்தால், இன்னும் ஒரு மூட்டை வேலைகள் நம் முதுகில் வந்து இறங்குகின்றன. இந்தத் தொடர்கதைக் கொடுமைக்கு முடிவே கிடையாதா என்று மனம் ஏங்குகிறோம்.

ஆனால், நம் பக்கத்திலேயே இருக்கும் வேறு சிலருக்கு இந்த வேலைச் சுமையெல்லாம் ஒரு பெரிய விஷயமாகவே தோன்றுவதில்லை. அவர்களுக்கு எத்தனை வேலைகளைக் கொடுத்தாலும் படபட வென்று செய்து முடித்துவிட்டு 'இன்னும் ஏதாவது உண்டா?' என்று கேட்கிறார்கள்.

இது என்ன மாயம்? எல்லோருக்கும் ஒரு நாளைக்கு 24 மணி நேரம் தானே? அது போதாமல் நாம் தவித்துக்கொண்டிருக்கும்போது இவர்கள்மட்டும் அதே நேரத்துக்குள் ஏகப்பட்ட விஷயங்களை மளமளவென்று செய்து முடிக்கிற ரகசியம் என்ன?

சுமார் இருபது வருடங்களுக்கு முன்னால், ஃப்ரான்செஸ்கோ சிரில்லொ என்ற கல்லூரி மாணவர். அவரும் அவருடைய நண்பர்களும் இப்படித்தான் தன்னுடைய காலேஜ் பாடங்களை

யெல்லாம் உரிய நேரத்தில் படிக்கமுடியாமல் தடுமாறினார்கள். நேரம் எங்கே வழிந்து ஓடுகிறது என்று புரியாமல் திகைத்துப்போய் நின்றார்கள்.

அப்போது ஃப்ரான்செஸ்கோவின் மேஜைமீது ஒரு தக்காளி இருந்தது. நிஜத் தக்காளி இல்லை, தக்காளி வடிவத்தில் செய்யப்பட்ட 'டைமர்' கடிகாரம்.

அந்தத் தக்காளிக் கடிகாரத்தின் மேல் பகுதியைப் பிடித்துச் சுழற்றினால் ஐந்து நிமிடம், பத்து நிமிடம் என்று நமக்கு வேண்டியபடி நேரத்தை அமைத்துக்கொள்ளலாம். அதன்பிறகு அதை மேஜைமேல் வைத்துவிட்டால் டிக்டிக்டிக் என்று மெல்லமாகத் துடிக்கும். உரிய நேரம் வந்தவுடன் பெரிதாகச் சத்தம் போடும்.

இதைப் பார்த்த ஃப்ரான்செஸ்கோவுக்கு ஒரு யோசனை. 'இந்த டைமர் கடிகாரத்தை வெச்சு நம்மோட நேரப் பிரச்னையைச் சரி செய்ய முடியுமா?'

அதற்குமுன் நேர விஷயத்தில் கவனமே இல்லாமல் தன் இஷ்டப்படி செயல்பட்டுக்கொண்டிருந்த ஃப்ரான்செஸ்கோ இப்போது தக்காளி டைமர் உதவியுடன் தனது படிக்கும் நேரத்தை, பொழுதுபோக்கு களை, மற்ற வேலைகளையெல்லாம் ஒழுங்குபடுத்த ஆரம்பித்தார். அதற்கு உடனடிப் பலன் கிடைத்தது. இருக்கும் நேரத்தை மிகச் சிறப்பாகப் பயன்படுத்திக்கொண்டு அதற்குள் எல்லா வேலை களையும் செய்துமுடித்து அசத்தினார் அவர்!

உற்சாகமான ஃப்ரான்செஸ்கோ சிரில்லோ தனது தக்காளிக் கடிகார உத்தியை எல்லோருக்கும் சொல்லித்தர ஆரம்பித்தார். அதை மையமாக வைத்துச் சுவாரஸ்யமான நூல் ஒன்றை எழுதி வெளியிட்டார். அந்தப் புத்தகத்தின் பெயர் 'தி பொமடொரொ டெக்னிக்' (The Pomodoro Technique).

இத்தாலிய மொழியில் 'பொமடொரொ' என்றால் தக்காளி. அன்றைக்கு ஃப்ரான்செஸ்கோ பயன்படுத்திய அதே சிவப்புத் தக்காளி டைமர் பொம்மை இப்போது உலகம்முழுக்கப் பிரபலமாகிவிட்டது. ஏராளமான கல்லூரிகள், பல்கலைக்கழகங்கள், தொழிற்சாலைகள், மருத்துவமனைகள், நிறுவனங்கள், வீடுகளில் லட்சக்கணக்கானோர் 'பொமடொரொ டெக்னிக்'கைப் பயன்படுத்தித் தங்களுடைய தினசரி வேலைகளை ஒழுங்குபடுத்திக்கொள்கிறார்கள். 'எப்பவும் எனக்குக் கிடைக்கிற அதே நேரத்துல இப்ப எத்தனையோ விஷயங்களைக் கூடுதலாச் செஞ்சு முடிக்கறேன், என்னால நம்பவேமுடியலை' என்று பரவசப்படுகிறார்கள்!

அப்படி என்னதான் இருக்கிறது இந்தப் பொமடொரொ டெக்னிக்கில்? இதைப் பின்பற்றுவதற்கு நாமும் அந்தத் தக்காளி கடிகாரத்தை வாங்கவேண்டுமா?

அவசியமில்லை. அநேகமாக உங்களுடைய மொபைல் ஃபோனிலேயே ஒரு ‘டைமர்’ கடிகாரம் இருக்கும். அதைப் பயன்படுத்தி யார் வேண்டுமானாலும் ‘பொமடொரொ டெக்னிக்’கில் அசத்தலாம். அதற்கான வழிகளை இந்தப் புத்தகம் சுவையாக விவரிக்கிறது.

முதலில், உங்களுடைய கையில் உள்ள வேலைகள் அனைத்தையும் ஒன்றுவிடாமல் பட்டியல் போட்டுக்கொள்ளுங்கள். அவை ஒவ்வொன்றையும் முடிப்பதற்கு எவ்வளவு நேரமாகும் என்று குத்துமதிப்பாகக் கணக்குப் போடுங்கள்.

அடுத்து, இந்த வேலைகளைத் தனித்தனி ‘தக்காளி’களாகப் பிரிக்க வேண்டும். ஃப்ரான்செஸ்கோ சிரில்லோவின் கணக்குப்படி, ஒரு தக்காளி என்பது இருபத்தைந்து நிமிடம்.

உதாரணமாக, நீங்கள் ஒரு கடிதம் எழுத விரும்புகிறீர்கள். அதற்கு 25 நிமிடம் ஆகும் என்று வைத்துக்கொள்வோம். அதை ‘1 தக்காளி’ என்று கணக்கில் வையுங்கள். அதே கடிதத்தை போஸ்ட் செய்யத் தபால் அலுவலகம்வரை சென்று திரும்புவதற்கு 50 நிமிடம் ஆகும் என்றால், அது ‘2 தக்காளி’... இப்படி உங்களுடைய லிஸ்டில் உள்ள எல்லா வேலைகளையும் 1 தக்காளி, 2 தக்காளி, 3 தக்காளி என்று குறிப்பிட்டுக் கொள்ளுங்கள்.

ஒரு பிரச்னை, என்னிடம் உள்ள வேலைகளில் சிலவற்றை முடிப்பதற்குப் பத்து நிமிடம்தான் ஆகும். அப்போது என்ன செய்ய?

பிரச்னையில்லை. அதுபோல் பத்து நிமிடத்தில் முடியக்கூடிய இரண்டு வேலைகளையும், ஐந்து நிமிட வேலை ஒன்றையும் சேர்த்துப் பொட்டலம் கட்டுங்கள், ஒரு தக்காளி கணக்காச்சு!

இப்படி எல்லா வேலைகளையும் ‘தக்காளி’களாகக் கணக்கிட்டபிறகு, உங்களுடைய டைமர் கடிகாரத்தை எடுங்கள். அதில் 25 நிமிடம் செட் செய்துகொள்ளுங்கள். முதல் வேலையைத் தொடங்குங்கள்.

அடுத்த 25 நிமிடங்கள் வானமே இடிந்து விழுந்தாலும் நீங்கள் நிமிர்ந்துபார்க்கக்கூடாது. வேலை, வேலை, வேலை, ‘கடமையே கண்ணாயினார்’ என்று அதில்தான் முழு கவனமும் இருக்கவேண்டும்.

ஒருவேளை அந்த 25 நிமிடம் முடிந்து மணி ஒலிப்பதற்குள் ஒரு வேலை முடிந்துவிட்டால், நோ ரெஸ்ட், நோ ப்ரேக். உடனே அடுத்த வேலையைக் கையில் எடுத்துச் செய்ய ஆரம்பித்துவிடவேண்டும்.

25 நிமிடம் ஆச்சு. மணி ஒலிக்கிறது. உடனடியாக, நீங்கள் வேலையை நிறுத்திவிடவேண்டும். அடுத்த ஐந்து நிமிடம் முழு ரெஸ்ட். எந்த வேலையும் பார்க்கக்கூடாது. பாட்டுக் கேட்கலாம், காமிக்ஸ் படிக்கலாம், மங்காத்தா விளையாடலாம், ஆனால் வேலைமட்டும் கூடாது.

ஐந்து நிமிடம் கழித்து, மறுபடி டைமர், மறுபடி 25 நிமிடம், மறுபடி கடமையே கண்ணாயினார்!

இப்படி 1 தக்காளி - 5 நிமிட ரெஸ்ட் - அடுத்த தக்காளி - 5 நிமிட ரெஸ்ட் - அடுத்த தக்காளி என்று நம்முடைய நேரத்தைப் பிரித்துக்கொண்டு வேலை செய்யும்போது, மூளைக்கூர்மையும் குறையாது, நம் உடலும் மனமும் சலிப்படையாது, கவனமும் சிதறாது. குறைந்த நேரத்தில் நிறைய வேலைகளைச் செய்து முடித்துவிடுவோம், லட்சக்கணக்கானோரால் பயன்படுத்தப்பட்டு நிரூபிக்கப்பட்ட வெற்றி சூத்திரம் இது.

முயற்சி செய்து பாருங்கள், தக்காளியைக் கொண்டாட ஆரம்பித்து விடுவீர்கள்!

36

'சூப்'பர் சக்ஸஸ்!

இரண்டு பை நிறைய மளிகை சாமான்கள், காய்கறிகள், கூடவே ஒரு காகிதத்தில் 'வெஜிடபிள் பிரியாணி செய்வது எப்படி?' என்கிற அட்டகாசமான சமையல் குறிப்பு.

இப்போது இந்தப் பைகளையும் சமையல் குறிப்பையும் பத்து வெவ்வேறு நபர்களிடம் கொடுத்துச் சமைக்கச் சொல்கிறோம். அவர்கள் செய்யும் வெஜிடபிள் பிரியாணிகள் எல்லாம் ஒரேமாதிரி சுவையில் இருக்குமா?

ம்ஹூம். சான்ஸே இல்லை. என்னதான் எல்லோரும் ஒரே சமையல் குறிப்பைப் பின்பற்றினாலும், ஒரே பண்டங்களைப் பயன்படுத்தினாலும், கடைசியில் பத்துவிதமான பிரியாணிகள்தான் நமக்குக் கிடைக்கும். ரொம்ப இல்லாவிட்டாலும், கொஞ்சமாவது வித்தியாசம் தெரியும்.

இது என்ன மாயம்? லாஜிக்படி பார்த்தால் இந்தப் பத்து பேர் செய்கிற பிரியாணியும் ஒரேமாதிரிதானே இருக்கவேண்டும்? அதில் வித்தியாசம் எப்படி வருகிறது?

நம் ஊரில் இதைக் 'கைப் பக்குவம்' என்கிறோம். அதாவது, யார் சமைக்கிறார்கள் என்பதைப் பொறுத்து அந்தப் பண்டத்தின் சுவை கூடும், அல்லது குறையும். நீங்கள் என்னதான் காஸ்ட்லி சமையல் புத்தகங்களைப் படித்து, 'ஃப்ரெஷ்' காய்கறிகள், மளிகை சாமான் களைப் பயன்படுத்தினாலும்கூட 'கைப் பக்குவம்'மட்டும் அத்தனை சுலபத்தில் வாய்த்துவிடாது.

இந்த விஷயம், சமையலுக்குமட்டுமில்லை, பத்துப் பேர் வரையும் படங்கள் எல்லாம் ஒரேமாதிரி இருப்பதில்லை. நூறு பேர் ஒரே பாட்டுக்கு நடனமாடினாலும் சிலருடைய அசைவுகள்தான் நம்மைச் சுண்டி இழுக்கின்றன. ஆயிரம் தலைவர்கள் வந்தாலும் ஒருசிலர்தான் வெற்றியடைகிறார்கள். எப்படி? அங்கேயும் 'கைப் பக்குவம்' உண்டா?

'ஆமாம்' என்கிறார் புகழ் பெற்ற மேலாண்மை நிபுணர் ஜான் கார்டன். இவர் சமீபத்தில் எழுதியுள்ள 'சூப்' (Soup) என்ற பிஸினஸ் நாவலில் இந்த விஷயம் மிகச் சுவாரஸ்யமாக விவரிக்கப்பட்டுள்ளது. 'சமையல் கைப் பக்குவம்மாதிரி நமது வேலையிலும் ஒரு பக்குவம் உண்டு. அதைப் புரிந்துகொண்டுவிட்டால் சுலபமாக ஜெயிக்கலாம்' என்பதுதான் இந்தப் புத்தகத்தின் அடிநாதம்.

நான்சி என்கிற பெண்மணி. எதேச்சையாக ஒரு கடைத்தெருவுக்குள் நுழைகிறார். அங்கே உள்ள சின்னஞ்சிறிய ஹோட்டல் ஒன்றினுள் சென்று சூப் வாங்கிக் குடிக்கிறார். அசந்துபோகிறார்.

காரணம், நான்சி அதுவரையில் இத்தனை சுவையான ஒரு சூப்பைக் குடித்ததே கிடையாது. 'இந்தத் தக்கனூண்டு கடையில் இப்படி ஒரு ருசியான சூப்பா?' என்று ஆச்சரியப்படும் அவர் அந்த உணவகத்தின் சமையல் ராணியைச் சந்திக்கிறார். 'உங்க சூப்போட ரகசியம் என்ன? எனக்குச் சொல்லுவீங்களா?' என்று கேட்கிறார்.

அந்தப் பெண்மணி சிரிக்கிறார். 'உண்மைதான், இந்த சூப்ல நான் சில விசேஷ சமாசாரங்களைக் கலந்திருக்கேன். ஆனா அதெல்லாம் சும்மா மளிகைக்கடையில விலைக்குக் கிடைக்கிற பொருள்கள் இல்லை. எனக்குள்ளே இருக்கும் குணங்கள்' என்கிறார்.

'என்னம்மா சொல்றீங்க? சூப்ல மணம்தான் இருக்கும், குணம் கூடவா?'

'நிச்சயமா, நீங்க ஒரு சூப் செய்யும்போது அதுல முக்கியமாச் சேர்க்கவேண்டிய விஷயம், உங்களோட தனித்துவம். அதுமட்டும் இல்லாட்டி, உங்க சூப் பத்தோட பதினொண்ணாக் காணாம போயிடும்' என்கிறார் அந்தப் பெண்மணி. 'இந்த விஷயம் சூப்புக்கு மட்டுமில்லை, நாம செய்யற எல்லா வேலைகளுக்கும் பொருந்தும்!' என்று அழுத்தமாகச் சொன்னவர், தன்னுடைய சூப்பில் இருக்கும் அந்த 'ரகசிய' குணங்களை ஒவ்வொன்றாக விவரிக்கத் தொடங்குகிறார். அவை தினசரி வாழ்க்கையில் நம் எல்லோருக்கும் பொருந்தக் கூடியவை என்று உணர்த்துகிறார்.

1. உங்களுடைய சூப்பில் நிறைய அன்பு இருக்கவேண்டும். அதைக் குடிக்கப்போகிறவர்கள் யாரோ, அவர்கள்மீது கருணையும் அக்கறையும் இல்லாமல் சமைக்கிற சூப், வெறும் வெந்நீருக்குச் சமம். அதைச் சமைப்பதற்குச் சும்மாவே இருக்கலாம் - நீங்கள் செய்யும் ஒவ்வொரு வேலையும் அப்படிதான்!

2. 'நான் சமைக்கும் இந்தச் சூப் ருசியாக இருக்கும். குடிப்பவர்கள் அதை விரும்பிச் சுவைப்பார்கள்' என்று நினைத்துக்கொண்டு சமைத்தால், ருசி தானாக வரும் - அந்த நம்பிக்கைமட்டும் இல்லாவிட்டால், எப்பேர்ப்பட்ட பண்டங்களைக் கொட்டிச் செய்தாலும் அந்த சூப் திராபையாகத்தான் இருக்கும்.

3. இந்த சூப்பை எதற்காகச் சமைக்கிறீர்கள்? காசு சம்பாதிப்பதற்காகவா? அல்லது, குடிப்பவர்களின் பசியைப் போக்குவதற்காகவா? அவர்களுடைய உடல்நலனை மேம்படுத்துவதற்காகவா?... நோக்கம் புரியாமல் எதையும் செய்யாதீர்கள்.

4. உங்களுடைய சூப்பை அருந்தப்போகிறவர்கள் யார்? அவர்களுக்கு உங்கள்மீது முழு நம்பிக்கை உள்ளதா? இல்லை என்றால், அந்த நம்பிக்கையை வளர்க்க என்ன செய்யப்போகிறீர்கள்? நம்பிக்கை கலந்த சூப் கூடுதலாக ருசிக்கும், தெரியுமா?

5. நீங்கள் சமைக்கும் சூப் மிகவும் சுவையாகவே இருந்தாலும்கூட, அதில் என்னென்ன பொருள்களைக் கலக்கிறீர்கள், அவை உடம்புக்கு நல்லதா கெட்டதா என்று யாருக்குத் தெரியும்? அந்தச் சந்தேகம் யாரேனும் ஒருவருக்கு வந்துவிட்டாலும் உங்களுடைய சூப்பின் பெயர் கெட்டுப்போய்விடுமே - உங்களுடைய செயல்பாடுகளின் நோக்கம், வழிமுறை போன்றவற்றை அவ்வப்போது உங்களுக்குக் கீழே உள்ளவர்களுக்கு எடுத்துச் சொல்லிக் கொண்டே இருப்பது அவசியம், அநாவசியச் சந்தேகங்களுக்கு இடமளித்துவிடாதீர்கள்.

6. சூப் என்றால் சூடாக இருக்கவேண்டும். ஆறிப்போனபிறகு அதை வாயில் வைக்கமுடியாது - உங்களைச் சுற்றியிருப்பவர் களிடம், 'உத்வேகத்தோடு செயல்படவேண்டும், எதையாவது சாதிக்க வேண்டும்' என்கிற வெறி குறைவதுபோல் தோன்றினால், 'தம்பி, சூப் ஆறிப்போச்சு' என்று நாசுக்காகச் சொல்லி அவர்களைப் பழைய உற்சாகத்துக்குத் திரும்பக் கொண்டுவாருங்கள். இல்லாவிட்டால், ஆறிய சூப் வேண்டாம் என்று நீங்கள் ஒதுங்கி வந்துவிடுங்கள். நெகட்டிவ் சிந்தனைகளோடு உள்ளவர்களிடம் ரொம்ப நெருங்கிப் பழகினால் உங்களுக்குத்தான் ஆபத்து!

7. சுவையான சூப் தயாரிக்கும் ஒருவருக்குப் பலர் உதவி செய்கிறார்கள். உங்களுடைய வேலையில் அப்படிச் சிறிய, பெரிய உதவிகளைச் செய்பவர்கள் யார் யார்? அவர்களுக் கெல்லாம் உளமாற 'நன்றி' சொல்லிப் பழகுங்கள். அப்புறம் அவர்கள் எப்போதும் உங்களைக் கைவிடமாட்டார்கள்.

8. சூப் விஷயத்தில் சமைப்பவர்மட்டுமில்லை, சாப்பிடுகிறவரும் முக்கியம் - அவர் இல்லாவிட்டால் நீங்கள் சூப் சமைத்து என்ன புண்ணியம்? அதேபோல, நிஜ வாழ்க்கையில் நட்புகள் மிகவும் முக்கியம். யாரையும் அலட்சியப்படுத்தாதீர்கள். போதுமான நேரம் ஒதுக்கி எல்லோருடனும் உறவு பாராட்ட முயற்சி செய்யுங்கள். அவர்களிடம் உண்மையே பேசுங்கள். அவர்கள் தங்களுடைய குறைகளைக் களைந்து முன்னேறுவதற்கு உங்களால் முடிந்த உதவிகளைச் செய்யுங்கள். வழிகாட்டுங்கள்... 'இதெல்லாம் எதுக்கு?' என்கிறீர்களா? அநேகமாக உங்களுடைய வாழ்க்கையின் அடுத்த திருப்புமுனை, இந்த நட்புகளில் ஒருவரிடம் இருந்துதான் கிடைக்கும், அதைத் தவறவிடாதீர்கள்!

37

சிவப்புக் கார் சீக்ரெட்!

மிஸ்டர் கந்தசாமிக்குக் கடுமையான வயிற்றுவலி. வேதனை பொறுக்கமுடியாமல் டாக்டரிடம் போகிறார். அவரும் ஒரு மருந்து எழுதித் தருகிறார். 'இதைச் சாப்பிடுங்க. எல்லாம் சரியாப் போயிடும்!' என்றவர் கூடவே ஒரு கொக்கி போடுகிறார். 'ஆனா, ஒரு கண்டிஷன்.'

'என்னது டாக்டர்?'

'இந்த மருந்தைச் சாப்பிடும்போது நீங்க குரங்கைமட்டும் நினைக்கக் கூடாது. அப்படி நினைச்சீங்கன்னா மருந்தோட பவர் போயிடும்.'

அதற்குப்பின் என்ன நடந்திருக்கும் என்று உங்களுக்கே தெரியும். கந்தசாமி எத்தனைதான் முயன்றாலும் அவரால் மருந்து சாப்பிடும் போது குரங்கை நினைக்காமல் இருக்கமுடியவில்லை. திரும்பத் திரும்ப வெவ்வேறுவிதமான குரங்குகள் அவரது மனக்கண்ணில் தோன்றி டப்பாங்குத்து ஆடுகின்றன.

இத்தனைக்கும் காரணம், டாக்டர் சொன்ன இரண்டு வார்த்தைகள்: 'குரங்கை நினைக்கக்கூடாது'. ஒருவேளை அவர் அப்படிச் சொல்லி யிருக்காவிட்டால், கந்தசாமிக்குக் குரங்கு ஞாபகமே வந்திருக்காது. நிம்மதியாக மருந்து சாப்பிட்டு வயிற்றைக் குணப்படுத்திக் கொண்டிருப்பார்!

இந்த வேடிக்கைக் கதையின் நீதி, நாம் எதை நினைக்கக்கூடாது என்று எண்ணுகிறோமோ அதுதான் நம் நினைவில் திரும்பத் திரும்ப வரும். மனித மனத்தின் விளையாட்டு அது!

சுவாரஸ்யமான இந்தத் தத்துவத்தை மையமாக வைத்து ஒரு லேட்டஸ்ட் புத்தகம் வெளியாகியிருக்கிறது. லாரா குட்ரிச் என்ற மேலாண்மை நிபுணர் எழுதியிருக்கும் அந்தப் புத்தகத்தின் பெயர் ‘சீயிங் ரெட் கார்ஸ்’ (Seeing Red Cars).

‘தினசரி வாழ்க்கையில் நாம் சந்திக்கும் தோல்விகளுக்கெல்லாம் ஒரே காரணம், நாம் உண்மையில் எதைச் சந்திக்க விரும்புவதில்லையோ அதில்தான் அதிகக் கவனம் செலுத்துகிறோம்’ என்கிறார் லாராட் குட்ரிச். ‘அப்படிக் கவனம் செலுத்த ஆரம்பித்தபிறகு, மனம் எப்போதும் அந்த வெட்டி விஷயங்களையே நினைத்துக் கொண்டிருக்கிறது. எங்கேயும் அந்த நெகட்டிவ் அம்சங்கள்தான் நிறைந்திருப்பதுபோல் தோன்றுகிறது, அவற்றிலிருந்து தப்பி ஓடும் முயற்சியிலேயே உங்களுடைய பலமெல்லாம் வீணாகிவிடுவதால் நல்ல விஷயங்களைக் கண்டும் காணாமலும் விட்டுவிடுகிறோம். தோற்றுப்போகிறோம்.’

இதை விளக்குவதற்குச் ‘சிவப்புக் கார்’ ஒன்றை உதாரணமாக எடுத்துக்கொள்கிறது இந்தப் புத்தகம். நீங்கள் புதிதாக ஒரு சிவப்புக் கலர் கார் வாங்குகிறீர்கள். அதைச் சந்தோஷமாக வீட்டுக்கு ஓட்டிச் செல்கிறீர்கள்.

அப்போது வழியில் ஆயிரம் கார்கள் வரும். ஆனால் அதில் சிவப்பு நிறம் கொண்ட கார்களைமட்டும் நாம் கூர்ந்து கவனிப்போம். ‘அட, நம்மைமாதிரியே இவனும் சிவப்புக் கார் வெச்சிருக்கானே’ என்று பெருமிதப்படுவோம்.

அடுத்த நாள் அதே காரில் ஆஃபீசுக்கு வருகிறோம். எதிரில் முன்பை விட அதிக எண்ணிக்கையில் சிவப்புக் கார்கள் தெரிகின்றன. ஒருகட்டத்தில் ‘ஊர்ல எல்லாப் பயலும் சிவப்புக் கார்தான் வாங்கறானுங்களா?’ என்று யோசிக்க ஆரம்பித்துவிடுகிறோம்.

உண்மையில், ஊரில் எல்லாக் கலர் கார்களும்தான் இருக்கின்றன. ஆனால் நம் மனத்தில் சிவப்புக் கார் நிறைந்திருப்பதால், பார்ப்ப தெல்லாம் சிவப்பாகத் தெரிகிறது. அதான் மேட்டர்.

இப்போது இதே விஷயத்தை உங்களுடைய நிஜ வாழ்க்கைக்குக் கொண்டுவாருங்கள். சின்ன வயதில் நீங்கள் பரீட்சைக்குப் படிக்க உட்கார்கிறீர்கள். அப்போது உங்களுடைய பெற்றோர் அங்கே வந்து ‘ஒழுங்காப் படிடா, இல்லாட்டி ஃபெயில் ஆகித் தெருவுலதான் நிக்கணும்’ என்று அதட்டுகிறார்கள்.

உங்களுக்கு இது ஒன்றும் பெரிய வருத்தமாகத் தோன்றவில்லை. ‘எப்பவும் வழக்கமாச் சொல்ற டயலாக்தானே!’ என்று அலட்சியத் தோடு படிப்பைத் தொடர்கிறீர்கள்.

ஆனால், மறுநாள் தேர்வில் சென்று உட்காரும்போது நன்கு படித்து பாஸ் செய்யவேண்டும் என்ற எண்ணத்தைவிட 'ஃபெயில் ஆகிட்டா நடுத்தெருவுல நிக்கணும்' என்கிற எண்ணம்தான் மேலோங்கி நிற்கும். அதை நினைத்துத் தடுமாறுவீர்கள், சுலபமான கேள்விகளுக்குக் கூடத் தப்புத் தப்பாகப் பதில் சொல்லிச் சொதப்புவீர்கள்.

அதுதான் உங்களுடைய சிவப்புக் கார். நீங்கள் அதில் கவனம் செலுத்தும் வரை மூளை ஆரோக்கியமான பாதையில் திரும்ப வாய்ப்பே இல்லை. இது அறிவியல்பூர்வமாக நிரூபிக்கப்பட்ட உண்மை.

இந்தப் பிரச்னையை எப்படித் தீர்ப்பது?

ரொம்பச் சுலபம், உங்களுடைய சிவப்புக் கார்களை நல்ல விஷயங்களாக அமைத்துக்கொள்ளுங்கள். அதாவது, கெட்டதில் கவனம் செலுத்தாமல் நல்லதைப் பார்க்க ஆரம்பியுங்கள். அது உங்களுடைய செயல்திறனில் பெரிய மாற்றங்களைக் கொண்டுவரும்.

உதாரணமாக, 'இந்த வேலையைச் செய்யாட்டி பாஸ் திட்டுவார்' என்பது ஒரு நினைப்பு. 'இதைச் சரியாச் செஞ்சா பிரமோஷனும் போனஸும் கிடைக்கும்' என்பது இன்னொரு நினைப்பு. இரண்டுமே உண்மைதான். நீங்கள் எதில் கவனம் செலுத்துகிறீர்கள் என்பதைப் பொறுத்து உங்களது பாதை அமையும்.

இதற்காக, 'ஐ வான்ட்' (நான் விரும்புகிறேன்) வாக்கியங்களை எழுதிப் பயிற்சியெடுக்கச் சொல்கிறார் லாரா குட்ரிச். அதாவது 'எனக்குப் பேனா பிடிக்கலை' என்ற நினைப்பைத் தாற்காலிகமாக வேனும் மறந்துவிட்டு 'எனக்குப் பென்சில் பிடிச்சிருக்கு. நான் இதுல நிறைய எழுத விரும்பறேன்' என்று எல்லா விஷயங்களையும் மாற்றி யோசிக்கப் பழகுவது. அந்தச் சிந்தனை நமது மூளையில் பல ஆரோக்கியமான மாற்றங்களை உருவாக்கும். வெற்றியை நோக்கி நகர்த்திச் செல்லும்.

முக்கியமான விஷயம், இது ஏதோ சாமியாரின் போதனை என்று நினைத்துவிடாதீர்கள். 'சீயிங் ரெட் கார்ஸ்' புத்தகம்முழுவதும் இந்த 'ஐ வான்ட்' உத்தியைப் பற்றி ஏகப்பட்ட உதாரணங்கள், நிஜக்கதைகள் அடுக்கப்பட்டுள்ளன. எல்லாமே இந்தத் தத்துவத்தை நிஜ வாழ்க்கையில் பயன்படுத்திப் பெரும் வெற்றி அடைந்தவர்களுடைய உண்மையான வாக்குமூலங்கள். அறிவியல் ஆராய்ச்சி முடிவுகள், சக்ஸஸ் டிப்ஸ் மற்றும் டூல்ஸ்!

இப்போது சொல்லுங்கள், தீவிர கவனம்தான் ஜெயிப்பதற்கான ஃபார்முலா என்றால் அந்தக் கவனத்தை நீங்கள் எங்கே செலுத்துவீர்கள்? தோசையிலா? ஓட்டைகளிலா?

38

மனம் ஒரு பெருங்கடல்!

'ச்சே, இந்த மனுஷங்களைப் புரிஞ்சுக்கவே முடியறதில்லை!'

இந்த வசனத்தை அடிக்கடி கேட்கிறோம். பல வருடங்களாகச் சேர்ந்து வாழும் கணவன், மனைவியில் தொடங்கி ஒரே கூரையின்கீழ் ஒன்றாக வேலை செய்பவர்கள், நெருங்கிய நண்பர்கள், அவ்வளவு ஏன், சொந்த மகன் அல்லது மகளைக்கூடச் சரியாகப் புரிந்துகொள்ள முடியாமல் விழிக்கிறவர்கள் உண்டு.

மனிதர்களுக்கு இடையிலான நல்ல புரிதல்தான் ஒரு சிறந்த உறவுக்கு அடித்தளமாக அமைகிறது. அவர்கள் மகிழ்ச்சியாக இணைந்து பணியாற்றுவதற்கான சூழலை உருவாக்கித்தருகிறது. அதுமட்டும் இல்லாவிட்டால் நாம் எல்லோரும் ஒருவரை ஒருவர் முறைத்துக் கொண்டு தினந்தோறும் உலகப்போர் மூள்வது நிச்சயம்.

இதற்கு நேர் எதிராக, சக மனிதர்களின் தன்மையைப் புரிந்துகொண்டு அதற்கு ஏற்பப் பேசிப் பழகும் ஒருவருக்கு நிறைய நண்பர்கள், ஆதரவுகள் குவியும். இன்றைய உலகில் வெற்றிக்கு மிகவும் அவசியமான இந்தக் கலையைச் சொல்லித்தருகிற ஒரு புத்தகம், 'மேக்கிங் சென்ஸ் ஆஃப் பீப்புள்' (Making Sense Of People). எழுதியவர் சாமுவேல் பரோண்டஸ்.

மனித மனத்தைப் புரிந்துகொள்வதற்கான ஆராய்ச்சிகள் கிட்டத்தட்ட நூறு ஆண்டுகளுக்கும் மேலாக நடந்துகொண்டிருக்கின்றன.

அவற்றின் அடிப்படையில் மனிதர்களை எடை போடுவதற்குப் பல ஆயிரம் குணங்கள் கண்டுபிடிக்கப்பட்டுள்ளன.

என்னய்யா விளையாடுறீங்களா? நாலஞ்சு குணம்ன்னா ஞாபகத்துல வெச்சுக்கலாம், ஆயிரக்கணக்குல அடுக்கினா எப்படி?

நியாயம்தான். மனவியல் நிபுணர்கள் இந்தக் குணங்களை எடுத்துக் கொண்டு மீண்டும் ஆராய்ச்சி செய்ய ஆரம்பித்தார்கள். அவற்றில் ஒரேமாதிரி இருக்கும் சமாசாரங்களையெல்லாம் நீக்கியபிறகு கடைசியாக ஐந்தே ஐந்து சமாசாரங்கள்மட்டும் எஞ்சி நின்றன, 'இந்த அஞ்சையும் கவனிச்சாப் போதும்ப்பா, ஒரு மனுஷன் என்னமாதிரி ஆளுன்னு கச்சிதமாக் கண்டுபிடிச்சுடலாம்' என்றார்கள்.

இனிமேல் நாம் சந்திக்கப்போகும் ஒவ்வொரு மனிதரிடமும் இந்த ஐந்து குணங்களையும் கவனிக்கவேண்டும். அப்போதுதான் அவர்களை நன்கு புரிந்துகொள்ளமுடியும். ஆகவே இந்த ஐந்து விஷயங்களைச் சுலபமாக நினைவு வைத்துக்கொள்ள ஒரு ஃபார்முலா, பெருங்கடல், அதாவது OCEAN:

* O = Openness
* C = Conscientiousness
* E = Extraversion
* A = Agreeableness
* N = Neuroticism

முதலில், Openness, அதாவது திறந்த மனம் - நீங்கள் சந்திக்கும் நபர் மற்றவர்கள் போட்ட பாதையிலேயே நடக்கிறாரா? அல்லது க்ரியேட்டிவ்வாகச் சிந்தித்துப் புதுப் பாதைகளைப் போட்டுச் செல்கிறாரா? இதற்குமுன் கேள்விப்படாத ஒரு புது யோசனையை முதன்முறையாகக் கேட்கும்போது அவர் என்ன செய்கிறார்? 'இதெல்லாம் சரிப்படாதுய்யா' என்று முகம் சுளிக்கிறாரா? அல்லது 'ஒரு கை பார்த்துடுவோம்' என்று வரிந்துகட்டிக்கொண்டு களத்தில் இறங்குகிறாரா?

இரண்டாவது, Conscientiousness, அதாவது இலக்கில் கவனமாக இருப்பது. அதை எட்டும்வரை கவனச் சிதறல்கள் இல்லாமல் உழைப்பது. தனிப்பட்ட ஒழுக்கம், எதையும் கச்சிதமாக யோசித்து, திட்டமிட்டுச் செய்வது... இதுமாதிரி விஷயங்களில் உங்கள் ஆள் எப்படி? 'கண் போன போக்கிலே கால் போகலாமே' என்று இஷ்டத்துக்கு நடக்கிறவரா? அல்லது 'திட்டம் போட்டு வட்டம் போடலாம்' என்று முன்னேறுகிறவரா?

மூன்றாவது, Extraversion, அதாவது அடுத்தவர்களிடம் பழகும் தன்மை. சிலர் நல்ல திறமைசாலிகளாக இருப்பார்கள். ஆனால் நாலு பேர் மத்தியில் விட்டால் 'ஹலோ' சொல்லக்கூடத் தடுமாறுவார்கள். இதற்கு நேர் எதிரான 'வாங்க, பழகுவோம்' ரேஞ்ச் ஆள்களும் உண்டு. நீங்கள் சந்திக்கும் நபர் இதில் எந்தக் கட்சி? கவனியுங்கள். அதன் அடிப்படையில்தான் நீங்கள் அவரிடம் பழகும் விதம் அமைய வேண்டும். தனக்குள் ஒடுங்குகிற ஒருவரைப் பிடித்து இழுத்துச் சபையில் நிறுத்திப் பேசச்சொன்னால் அவர் உங்களை எப்போதும் மன்னிக்கமாட்டார். அவர் போக்கிலேயே சென்று படிப்படியாக முன்னுக்குக் கொண்டுவருவதுதான் புத்திசாலித்தனம்.

நான்காவது, Agreeableness, அதாவது எல்லோராலும் ஒப்புக் கொள்ளப் படுகிறவராக இருப்பது. அடுத்தவர்களுக்கு உதவுவது, பொதுநலத் தோடு சிந்திப்பது, எதையும் மற்றவர்களுடைய கோணத்திலிருந்தும் யோசித்துப் பழகுவது, அவர்களுடைய தயக்கங்களைச் சொல்லாமலே புரிந்துகொண்டு உற்சாகப்படுத்து வது... இதுமாதிரி விஷயங்கள்.

நிறைவாக, Neuroticism, அதாவது நெகட்டிவ்வாகச் சிந்திப்பது. சிலர் எதற்கெடுத்தாலும் உணர்ச்சிவயப்படுவார்கள். ஒரு வேலையைத் தொடங்கும்போதே 'இது சொதப்பிடுச்சுன்னா என்ன செய்யறது?' என்றுதான் அவர்களுடைய கற்பனை ஓடும். இதற்கு அவர்களைக் குற்றம் சொல்லிப் பிரயோஜனமில்லை. அது அவர்களுடைய இயல்பு என்று புரிந்துகொண்டு அதை மெல்லமாகச் சரி செய்வதற்கான வழிமுறைகளை யோசிப்பதுதான் நல்லது.

இந்த OCEAN குணங்கள் ஐந்துக்கும் நீங்கள் மார்க் போடமுடியும். உதாரணமாக, எப்பப்பார் நெகட்டிவ்வாகச் சிந்திக்கும் ஒருவருக்கு N ஸ்கோர் 10, பாஸிட்டிவ், நெகட்டிவ் ரெண்டும் சரிவிகிதமாகக் கலந்த ஒருவருக்கு N ஸ்கோர் 5, எப்போதும் 'உலகம் பிறந்தது எனக்காக' என்று உற்சாகமாகத் திரிகிறவருக்கு N ஸ்கோர் 0.

இப்படி உங்களோடு பழகுகிற எல்லோருக்கும் OCEAN குணங்கள் ஒவ்வொன்றுக்கும் தனித்தனியே மதிப்பெண் போடலாம். அதற்கு முன்னால் உங்களை நீங்களே எடை போட்டுக்கொள்ளலாம். அதன் அடிப்படையில் நீங்கள் யாருடன் எப்படிப் பழகுவது என்று தீர்மானிக்கலாம். தேவைப்பட்டால் அவர்களுடைய 'ஸ்கோர்'களைக் கூட்டவோ குறைக்கவோ முயற்சி செய்யலாம்.

ஒவ்வொரு மனித மனமும் ஒரு பெருங்கடல். கொஞ்சம் கவனமாகப் பயிற்சி எடுத்துக்கொண்டு உள்ளே இறங்கினால் நாம் எல்லோருமே ஆனந்தக் குளியல் போடலாம்!

39

ஜன்(ர்)னல்கள் திறக்கட்டும்

நீங்க டைரி எழுதுவீங்களா?

என்ன இப்படிக் கேட்டுட்டீங்க? ஒவ்வொரு வருஷமும் ஜனவரி ஒண்ணாம்தேதி புத்தம்புது டைரியைப் பிரிச்சு எழுத ஆரம்பிச்சுடுவோம்ல!

அது சரி. அப்படி ஆரம்பிச்ச டைரிகள்ல எத்தனை டைரியை டிசம்பர் 31வரை எழுதி முடிச்சிருக்கீங்க?

ஹிஹி. வருஷம்முழுக்க டைரி எழுத யாரால முடியுது, ஏழெட்டு நாள், மிஞ்சிப்போனா ஒரு மாசம். அதுக்கப்புறம் அந்த டைரி சும்மாதான் கெடக்கும்.

நீங்கள்மட்டுமில்லை, உலகம்முழுக்கவே இதுதான் கதை. இந்த அவசர வாழ்க்கையில் தினசரி நாள்குறிப்பு எழுதும் பழக்கம் அபூர்வமாகிக்கொண்டிருக்கிறது. காரணம், அதனால் எந்தப் பலனும் இல்லை என்று மக்கள் நினைக்கிறார்கள்.

ஆனால் உண்மையில் நம்முடைய அன்றாட அனுபவங்கள், சிந்தனைகளைக் குறிப்புகளாக எழுதிவைப்பதன்மூலம் நமக்குப் பல நன்மைகள் உண்டு என்கிறது ஒரு சுவாரஸ்யமான புத்தகம். 'ஜர்னல் டு தி செல்ஃப்' (Journal To The Self) என்ற அந்தப் புத்தகத்தின் ஆசிரியர் கேதலின் ஆடம்ஸ்.

'ஜர்னல்' என்றால், டைரிமாதிரிதான். ஆனால் ஒரு நாளைக்கு ஒரு பக்கம் என்கிற கட்டாயம் கிடையாது. உங்கள் இஷ்டம்போல்

எழுதலாம். இன்றைக்கு அரைப் பக்கம், நாளைக்கு ஏழு பக்கம், அடுத்த நாள் ஒரே ஒரு வரி, எப்போதாவது ரொம்பப் போரடித்தால், அல்லது எழுத விஷயமே இல்லை என்றால் லீவ் விட்டுவிட்டு அடுத்தநாள் எழுதலாம். தப்பே இல்லை.

இப்படித் தொடர்ச்சியாக 'ஜர்னல்' எழுதுவதன்மூலம் நம்மை நாமே உணர்ந்துகொள்வதற்கான ஒரு நல்ல வாய்ப்புக் கிடைக்கிறது என்கிறார் கேதலின் ஆடம்ஸ். இது ஒரு சுய அலசல். நமது குறைகளைத் தெரிந்துகொண்டு சரி செய்யலாம், முன்னேறலாம். பதற்றத்தில் செய்த தவறுகளை நிதானமாக யோசித்து அலசி வருங்காலத்தில் அதே தப்பை மீண்டும் செய்யாமல் பார்த்துக் கொள்ளலாம். உறவுகளைப் பலப்படுத்தலாம். அவ்வப்போது தோன்றுகிற யோசனைகளைப் பதிவு செய்துவைத்துக்கொண்டு பின்னால் பயன்படுத்தலாம். க்ரியேட்டிவிட்டி வளரும். யார் கண்டது, மெல்லமாக நீங்கள் ஓர் எழுத்தாளராகக்கூட மாறிவிடலாம்!

ஜர்னல் எழுதுவதன் நன்மைகள் புரிகிறது. ஆனால் தினமும் எழுதுவது என்றால் விஷயம் தேறுமா? சந்தேகமாக இருக்கிறதே!

பிரச்னையில்லை. அதற்கும் இந்தப் புத்தகமே பல அட்டகாசமான யோசனைகளை அள்ளித் தருகிறது. அவற்றிலிருந்து சில, இங்கே:

- டைரிக்குப் பதில் ஒரு பெரிய காலண்டர் வாங்கிக்கொள்ளுங்கள். அதை உங்களுடைய அறையில் தொங்கவிடுங்கள். தினந்தோறும் இரவு தூங்குவதற்குமுன்னால் அன்றைய தேதிக்குப் பக்கத்தில் அந்த நாளைப் பற்றி ஒரே ஒரு வார்த்தைமட்டும் எழுதுங்கள். உதாரணமாக 'அட்டகாசம்', 'போர்', 'வெறுப்பு', 'உற்சாகம்', 'ஏமாற்றம்', 'நத்திங்'... இப்படி ஒரே ஒரு வார்த்தை போதும். ஆனால் அந்த நாளைப் பற்றி நன்றாக யோசித்துவிட்டு எழுத வேண்டும் - இந்தக் குட்டி ஜர்னல் உங்களுடைய நேரத்தைத் தின்னாமல் கொஞ்சம் கொஞ்சமாகப் பெரிய ஜர்னலுக்குள் இழுக்கும்.

- இப்படித் தினமும் ஒரு வார்த்தை எழுதிப் பழகியபிறகு, வாரம் ஒருமுறை அந்த வாரத்துக்கு உரிய ஏழு வார்த்தைகளை அலசிப் பாருங்கள். அவற்றைத் தொகுத்து ஒரு வரி எழுதுங்கள். இதேபோல் மாதம் ஒருமுறை ஒரு பேரா, வருடம் ஒருமுறை ஒரு பக்கம்... போதும். எவ்வளவு எழுதுகிறோம் என்பதைவிட, நம்மைப்பற்றி வருடம்முழுக்கத் தொடர்ந்து சிந்திக்கிறோம் என்பதுதான் முக்கியம்

- அடுத்தகட்டமாக, நீங்கள் ஒரு நோட்டுப் புத்தகம் வாங்கிக் கொள்ளுங்கள். ஒவ்வொரு நாளும் அன்றைக்கு நடந்த ஏதோ ஒரு

விஷயத்தை அதில் சுருக்கமாக எழுதுவது என்று வைத்துக் கொள்ளுங்கள். உதாரணமாக, இன்று ஒரு குழந்தை பஸ்ஸில் ஐஸ் க்ரீம் தின்றுகொண்டிருந்ததைப் பார்த்தேன். சக ஊழியருக்கு ஆயிரம் ரூபாய் கடன் கொடுத்தேன். டிவியில் ஒரு பெண் 'சாமஜ வரகமனா' அழகாகப் பாடினாள்... இப்படி நாள்முடிவில் உங்களுக்கு எது நினைவில் நிற்கிறதோ அதைமட்டும் எழுதுங்கள். கொஞ்சம் கொஞ்சமாக இரண்டு அல்லது மூன்று சம்பவங்களுக்கு நகரலாம். அவசரமே வேண்டாம்!

- தினமும் நாம் எத்தனையோ புதியவர்களைப் பார்க்கிறோம், பேசுகிறோம். அவர்களில் ஒருவரைப் பற்றி ஜர்னல் எழுதுங்கள். அவருடைய முகம், உடல் மொழி, உடைகள், பேசிய விதம், அவரைப் பற்றி உங்களுடைய கணிப்பு என்ன, அவரை மீண்டும் சந்திக்க வாய்ப்பு உண்டா... என்னவெல்லாம் தோன்றுகிறதோ எல்லாம் எழுதுங்கள். வருட முடிவில் 365 கேரக்டர்கள் உங்கள் ஜர்னலில் இருக்கும்!

- சிலருக்கு லிஸ்ட் போடப் பிடிக்கும் - 'நான் விரும்பும் சினிமா பாடல்கள்', 'என்னுடைய நெருங்கிய நண்பர்கள்', 'ரஜினிகாந்த் நடித்த படங்கள்', 'அமிதாப் பச்சன் தோன்றும் விளம்பரங்கள்', 'நான் ஜொள் விட்ட கல்லூரித் தோழிகள்'... இப்படித் தினமும் உங்கள் ஜர்னலில் ஒரு லிஸ்ட் போடுங்களேன். நேரம் அதிகம் எடுக்காது. ஆனால் எழுதும் பழக்கம் அதிகரிக்கும். நல்லதுதானே?

- அப்துல் கலாம் 'கனவு காணுங்கள்' என்றார் - அதையே ஜர்னலில் செய்யலாம். ஒவ்வொரு நாளும் உங்களுடைய ஒரு கற்பனையை எழுதலாம். அது நிஜத்தில் நடக்கக்கூடிய ஒன்றாக (நான் மேனேஜர் ஆகவேண்டும், கார் வாங்கவேண்டும்) இருக்கலாம். அல்லது, நடக்காத ஒரு விஷயமாகக் (பட்டாம்பூச்சிபோல் பறக்க வேண்டும். மீண்டும் குழந்தையாக மாறவேண்டும்) கூட இருக்கலாம். இதுபோன்ற ஃபேன்டஸிகளை நுணுக்கமாகப் பதிவு செய்து வைப்பதும் ஜர்னலின் ஒரு வகைதான்.

- செல்ஃபோன் கட்டணம் கண்டபடி குறைந்துவிட்ட இந்நாள்களில் கடிதம் எழுதும் பழக்கம் அருகிக்கொண்டிருக்கிறது. நாம் கொஞ்சம் வித்தியாசமாக, நமக்கு நாமே கடிதம் எழுதிக் கொண்டால் என்ன? உதாரணமாக: 'அன்புள்ள எனக்கு, நலம். நலமறிய ஆவல். இன்னிக்கு நீ உன் சம்சாரத்தோட சண்டை போட்டது எனக்குக் கொஞ்சம்கூடப் பிடிக்கலை. நீ எப்பதான் பொண்ணுங்க மனசைப் புரிஞ்சுக்கப்போறியோ....'

- தினமும் எழுதச் சிரமப்படுகிறவர்கள் படம் வரையலாம். பிக்காஸோ, ஹுஸைன், ஸ்யாம் ரேஞ்சுக்கு வரையவேண்டிய தில்லை. அன்றைக்கு நடந்ததைச் சொல்லும்விதமாக உங்களால் முடிந்ததைத் தொடர்ந்து கிறுக்குங்கள். அதுவும் ஒருவகை ஜர்னல்தான்!
- ராத்திரி தூங்குவதற்குமுன்னால் உம்மாச்சி கும்பிடும் பழக்கம் உண்டா? அவரிடம் அன்றைய நாளைப்பற்றிப் பேசுவதாக நினைத்துக்கொண்டு அந்த அலசலை, பிரார்த்தனைகளை, அடுத்த நாளுக்கான எதிர்பார்ப்புகளை எழுதிவைக்கலாமே!

இந்த உத்திகளெல்லாம் மேலோட்டமாகப் பார்க்கும்போது விளையாட்டாகத் தோன்றும். ஆனால் உண்மையில் நம்மை நாமே அலசிக்கொள்வது ஒரு மிகச் சிறந்த பழக்கம். நூற்றுக்குத் தொண்ணூற்றொன்பது பேர் இதைச் செய்வதே இல்லை. ஜர்னல் மூலம் நமது நிறைகுறைகளை உணர்ந்துகொண்டு அதற்கு ஏற்ப நமது செயல்பாடுகளை அமைத்துக்கொள்வதன்மூலம் பெரிய முன்னேற்றம் வசப்படும். எழுதிப் பாருங்கள்!

40

அன்னை சொல்லும் பாடங்கள்

அன்னை தெரசாவை எல்லோருக்கும் தெரியும். கருணை பொங்கும் அந்த முகம், சேவை மனப்பான்மை, தன்னலமில்லாத அன்பு என ஒவ்வொன்றுமே அவர் ஓர் உன்னதமான மனிதர் என நமக்குச் சொல்லாமல் சொல்கின்றன.

அதேசமயம், நம்மைப்போன்ற பொதுமக்கள் அன்னை தெரசாவின் வாழ்க்கையிலிருந்து கற்றுக்கொள்ளவேண்டியது சேவை குணங்களை மட்டுமல்ல, மிகப் பெரிய வெற்றிக்கான எட்டு சூத்திரங்களையும் அவர் நமக்குச் சொல்லித்தருகிறார் என்கிறது ஒரு சமீபத்திய புத்தகம். ருமா போஸ், லௌ ஃபாஸ்ட் என்ற இருவர் இணைந்து எழுதியிருக்கும் இந்தப் புத்தகத்தின் பெயர் 'மதர் தெரசா, சிஈஓ' (Mother Teresa, CEO).

அன்னை தெரசா கற்றுத்தரும் அந்த எட்டு சூத்திரங்கள், இங்கே சுருக்கமாக:

1. எளிய கனவுகள் போதும். அவற்றை அழுத்தமாகச் சொல்லிப் பழகுங்கள்!

உங்களுடைய கனவுகளோ வாழ்க்கை லட்சியங்களோ மிகவும் விரிவானவையாக, சிக்கலானவையாக இருந்தால் அவற்றை எட்டிப்பிடிப்பது மிகவும் சிரமமாகிவிடும். ஆரம்பத்தில் மிக எளிமை யான இலக்குகளை நிர்ணயித்துக்கொள்ளுங்கள். அவற்றை அடைந்த பின் அடுத்த செட் கனவுகளைக் காணலாம், என்ன அவசரம்?

அடுத்து, வெறுமனே கனவு கண்டால்மட்டும் போதாது. அந்தக் கனவு களை எல்லோருக்கும் புரிகிறவண்ணம் அழுத்தமாகச் சொல்லத் தெரியவேண்டும். அப்போதுதான் உங்களுடைய லட்சியம் நிறைவேறு வதற்கு மற்றவர்களின் உதவி, அன்பு, ஆதரவு எல்லாம் கிடைக்கும்.

2. தேவதைகளோடு வாழ்வதற்குத்தான் எல்லோருக்கும் விருப்பம், ஆனால் அதற்குமுன்னால் நீங்கள் சில சாத்தான்களைச் சந்திக்கவேண்டியிருக்கும்!

அன்னை தெரசாவின் நோக்கங்கள் மிக உயர்வானவை. ஆனால் அவற்றை எட்டுவதற்காக அவர் பல மோசமான மனிதர்களின் தயவை எதிர்பார்க்கவேண்டியிருந்தது. அதற்காகச் சலித்துக்கொண்டு அவர் விலகியிருந்தால், எண்ணற்ற ஏழைகளும் ஆதரவற்றவர்களும் முற்றிலுமாகக் கைவிடப்பட்டிருப்பார்கள்.

அதுபோல, நீங்கள் ஒரு நல்ல லட்சியத்தை நோக்கிச் செல்லும் வழியில் பல அசௌகரியங்கள், சங்கடங்கள், தடைகள் எதிர்ப்படலாம். அவை உங்களுடைய பயணத்தையே கெடுத்துவிடாமல் பார்த்துக் கொள்ளுங்கள். எல்லோரையும் அரவணைத்து, அனுசரித்துச் செல்லுங்கள்.

3. பொறுமை அவசியம். எல்லாவற்றுக்கும் ஒரு நேரம் உண்டு!

ஜெயிக்க நினைப்பவர்களுக்கு அவசரம் ஆகாது. என்னதான் உன்னத மான லட்சியம் உங்களுக்கு இருந்தாலும், அதைச் செயல்படுத்து வதற்கென்று ஒரு நேரம் வரும். அதற்காகக் காத்திருக்காமல் நினைத்த சமயத்திலேயே களத்தில் இறங்கினால் அரைகுறை வெற்றியோ தோல்வியோதான் மிஞ்சும். பொறுத்திருங்கள், சூழ்நிலை எப்படிப் பட்டது என்று கவனமாக யோசித்து உங்களுடைய நேரத்தையும் செயல்பாடுகளையும் திட்டமிடுங்கள்.

4. சந்தேகப்படுங்கள்!

'சந்தேகம்' என்றால், அடுத்தவர்களை அல்ல. உங்களை நீங்களே!

அன்னை தெரசா தன்னுடைய எண்ணங்களின்மீது மிகுந்த நம்பிக்கை கொண்டவர். அவர் ஒரு விஷயத்தில் இறங்கிவிட்டால் 'இது ஜெயிக்குமா, தோற்குமா' என்று சந்தேகப்படும் பழக்கமே கிடையாது. 'நிச்சயம் வெற்றி பெறுவோம்' என்கிற உறுதியுடன்தான் எல்லோரிடமும் பேசுவார், அவர்களையும் உடன் அழைத்துச் செல்வார்.

ஆனால் அதேசமயம், அவரிடம் அசட்டு நம்பிக்கையே கிடையாது. எதிலும் இறங்குவதற்குமுன்னால் தன்னைத் தானே சந்தேகக் குணத்துடன் கேள்விகள் கேட்டுக்கோள்வார். பலவிதமான விசாரணைகள் செய்வார். அந்த அக்கினிப் பரீட்சையில் ஜெயித்த பிறகுதான் முதல் காலடியே எடுத்துவைப்பார். அதன்பிறகு, வெற்றி நிச்சயம்!

5. தனிப்பட்ட ஒழுக்கம் முக்கியம்

எந்த வேலையையும் செய்வதற்கு இரண்டு வழிகள் உண்டு. நம் இஷ்டப்படிச் செய்யலாம். அல்லது, இதை இப்படித்தான் செய்ய வேண்டும் என்று நமக்கு நாமே வரையறுத்துக்கொண்டு அந்த வரம்புகளுக்குள் ஒழுக்கமாகச் செயல்படலாம்.

அன்னை தெரசா இதில் இரண்டாம் வகை. ஒரு நாளைக்கு எவ்வளவு நேரம் தூங்கலாம், என்ன சாப்பிடலாம், எத்தனை மணிக்கு என்ன வேலை செய்யலாம் என்பதில் தொடங்கிச் சகலத்திலும் தனக்குத் தானே கட்டுப்பாடுகளை விதித்துக்கொண்டு அவற்றை விடாமல் பின்பற்றியவர் அவர் - முணுமுணுத்துக்கொண்டு அல்ல, 'ஒழுங்கு முறையோடு வாழ்வதில்தான் என்னுடைய சந்தோஷம் இருக்கிறது' என்று சொல்லியபடி, சிரித்துக்கொண்டே!

6. எல்லோருக்கும் புரியும் மொழியில் பேசுங்கள்

அறிவுஜீவிகள் பலர் அடுத்தவர்களுக்குப் புரியாதபடி சிக்கலாகப் பேசினால்தான் பெருமை என்று நினைக்கிறார்கள். உண்மை அதுவல்ல. எல்லோருக்கும் விளங்கக்கூடிய எளிமையான மொழியில் பேசுகிறவர்களுக்குத்தான் மக்களின் ஆதரவும் உதவிகளும் உடனடியாகக் கிடைக்கும். அது பலவீனம் அல்ல, மிகப் பெரிய பலம்.

7. மௌனம் பழகுங்கள்

பல நேரங்களில், மொழிகள்கூட அநாவசியம். வாயைத் திறந்து நூறு வார்த்தை சொல்கிற இடத்தில், உங்களுடைய உணர்வுகளால் சில விஷயங்களைச் சொல்லாமல் வெளிப்படுத்திப் பாருங்கள். ஒரு சின்னப் புன்னகை, அன்பான முதுகு தட்டல், பாசம் பொங்கும் ஒரு முத்தம் என இடத்துக்கு ஏற்ப உங்களது உடல்மொழியால் மௌனமாகப் பேசக் கற்றுக்கொள்ளுங்கள், உடனடிப் பலன்கள் கிடைக்கும்.

8. யாரையும் அலட்சியப்படுத்தாதீர்கள்

பொதுவாக நாம் ஒருவரைச் சந்தோஷப்படுத்த நினைத்தால், இன்னொருவரை அலட்சியப்படுத்தும்படி நேர்ந்துவிடுகிறது. நம்மையும் அறியாமல், அவர்கள் மனம் வருந்தும்படி எதையாவது

செய்துவிடுகிறோம். அதற்காக, நாம் எல்லோரையும் திருப்திப் படுத்துவது என்று ஆரம்பித்தால் அதுவும் சிரமம்.

இந்தப் பிரச்னையைத் தவிர்ப்பதற்கு ஒரே வழி, நமது செயல்பாடுகள் யாரிடம் என்னவிதமான தாக்கங்களை உருவாக்கக்கூடும் என்று பல கோணங்களில் இருந்து யோசிப்பதுதான். இதற்காகச் செலவிடும் சில நிமிடங்களை வீண் என்று நினைக்காதீர்கள், அவைதான் உங்களைப் பரவலாக எல்லோரிடமும் கொண்டு சேர்க்கும்!

41

வாழ்க்கை ஒரு வண்டி!

உங்களிடம் என்ன வண்டி இருக்கிறது? கார்? பைக்? வேன்? ஜீப்? ஸ்கூட்டர்? சைக்கிள்?

வண்டி எதுவானாலும் சரி, அதன்மீது நாம் காட்டுகிற நேசம் உண்மை. தினமும் அதைத் துடைத்துச் சுத்தப்படுத்தி, ஒழுங்காகப் பெட்ரோல் போட்டு, சின்னக் கீறல் விழுந்தாலும் சட்டென்று அதைச் சரி செய்து, அவ்வப்போது ரிப்பேர் பார்த்துக் கவனமாகப் பராமரித்துவருகிறோம்.

இதெல்லாம் எதற்காக? வண்டிக்காகவா? ம்ஹூம், இல்லை, நமக்காகத்தான். வண்டி ஒழுங்காக இருந்தால்தான் நம்முடைய பயணங்கள் எந்தப் பிரச்னையும் இல்லாமல் இனிமையாக இருக்கும்.

ஒரு சாதாரண வண்டிக்கு இத்தனை முக்கியத்துவம் தருகிற நாம், வாழ்க்கை என்கிற நமது மிகப் பெரிய வண்டியைக் கவனித்துக் கொள்கிறோமா? ஒழுங்காகப் பராமரிக்கிறோமா? இந்தக் கேள்வியை முன்வைக்கும் ஒரு சுவாரஸ்யமான புத்தகம், லிஸா டி சில்வா எழுதிய 'தி ட்ரைவ் ஆஃப் யுவர் லைஃப்' (The Drive Of Your Life).

'வாழ்க்கையும் வண்டியும் ஒன்றுதான்' என்று வலியுறுத்திச் சொல்லும் லிஸா வண்டிகளைப்போலவே வாழ்க்கையையும் நன்றாகப் பராமரித்துப் பிரமாதமான 'மைலேஜ்' எடுக்கமுடியும் என்கிறார். வண்டியிலிருந்து நாம் பல வாழ்க்கைப் பாடங்களைக் கற்றுக்கொள்ள முடியும் என்கிறார். அதற்குப் பல எளிமையான உதாரணங்கள்,

வழிமுறைகள், பயிற்சிகளையும் அடுக்குகிறார். அவை இங்கே சுருக்கமாக:

1. பரபரப்பாகவும் பதற்றமாகவும் வண்டியை எடுக்கிறவர்களால் ஒழுங்காக ஓட்டமுடியாது. எங்கேயாவது போய் முட்டிக் கொண்டு நிற்பார்கள் - ரிலாக்ஸான மனோபாவம் இருந்தால்தான் பாதுகாப்பான பயணம் சாத்தியம். வண்டி ஓட்டுவதுமட்டுமல்ல, எந்த வேலையையும் செய்யத் தொடங்குமுன் அதற்கான சூழலை உருவாக்கிக்கொள்ளுங்கள். மனத்தளவில் தயாராகுங்கள். அதன் பிறகே முதல் காலடியை எடுத்துவையுங்கள். இந்த விஷயத்தில் வேகத்தைவிட விவேகம்தான் மிகவும் முக்கியம்.

2. ஒரு நல்ல பயணத்துக்கு எது முக்கியம்? அருமையான கார்? நிறைய பெட்ரோல்? ஏஸி? ஸ்டீரியோவில் லேட்டஸ்ட் சினிமாப் பாட்டு? நொறுக்குத் தீனிகள்? வெண்ணெய்போல் வழுக்கும் சாலைகள்? இருபுறமும் பச்சைப்பசேல் இயற்கைக் காட்சிகள்? அரட்டை அடித்துக்கொண்டு கூட வருவதற்குச் சில நண்பர்கள்?... இவை ஒவ்வொன்றும் அவசியம்தான். ஆனால் இவற்றை யெல்லாம்விட முக்கியம், உங்களுடைய ஓட்டும் திறமை. லைசென்ஸ் இல்லாத ஒருவருக்கு இவற்றையெல்லாம் கொடுத்தால் அவரால் கார் ஓட்டிவிடமுடியாது. அதுபோல, நிஜ வாழ்க்கையில் உங்களுடைய தனித்திறமை என்ன என்பதை யோசியுங்கள். அதைமட்டும் எப்போதும் இழந்துவிடாதீர்கள். அதற்குத் தொடர்ந்து தீனி போட்டுவாருங்கள். மற்ற எல்லாமே இரண்டாம்பட்சம்தான்!

3. நிறைய லக்கேஜ் இருந்தால் பயணம் ருசிக்காது. உங்களுடைய வாழ்க்கை லக்கேஜ் எது? சந்தோஷ நினைவுகளா? அல்லது துயரங்கள், ஏமாற்றங்களா? உங்களைச் சுற்றிலும் எது நிரம்பி யிருக்கிறது என்பதைப் பொறுத்துத்தான் நீங்கள் மகிழ்ச்சியாக வாழ்கிறீர்களா, இல்லையா என்பது அமையும். தேவையில்லாத லக்கேஜ்களை வீசி எறிந்துவிட்டு ஆனந்தமாகப் பயணம் செல்லப் பழகுங்கள்.

4. உங்களோடு பயணம் செய்கிறவர்கள் யார்? அவர்கள் உங்களுக்குப் பயனுள்ள உத்திகளைச் சொல்லித்தந்து வழிநடத்து கிறார்களா, அல்லது 'இப்படி ஓட்டு, அப்படி ஓட்டாதே' என்று ஆளாளுக்கு அதட்டிப் பதறவைக்கிறார்களா? அவர்கள் எப்படி நடக்க வேண்டும் என்று நீங்கள் விரும்புகிறீர்கள்? என்றைக்காவது நீங்கள் வேறு யாருடைய காரிலாவது பயணம் செய்ய

நேரும்போது எப்படி நடந்துகொள்கிறீர்கள்? யோசியுங்கள், பல விஷயங்கள் புரிய ஆரம்பிக்கும்.

5. ரோட்டில் யாராவது வேண்டுமென்றே உங்களை முந்திச் செல்கிறார்கள், அசிங்கமாகச் சைகை வேறு காட்டுகிறார்கள்? என்ன செய்வீர்கள்? நீங்களும் அவர்களைத் துரத்திக்கொண்டு அதிவேகமாக வண்டியை ஓட்டி ஆபத்தில் மாட்டுவீர்களா? அல்லது சிரித்துவிட்டு மறந்துவிடுவீர்களா? நிஜ வாழ்க்கையில் உங்களை அவமானப்படுத்துகிறவர்கள், கீழே தள்ளிக் குழிபறிக்க நினைக்கிறவர்களிடம் எப்படி நடந்துகொள்கிறீர்கள்?

6. யாராவது பெட்ரோல் வண்டிக்கு டீசல் ஊற்றுவார்களா? அப்படி ஊற்றினால் அது அந்த வண்டியின் எஞ்சினைப் பாதித்துவிடாதா? வண்டி விஷயத்தில் இதுபோல் கவனமாக இருக்கிற நாம் நம்முடைய உடம்பு என்கிற எஞ்சினை அப்படிப் பார்த்துக் கொள்கிறோமா? நல்ல ஆரோக்கியமான உணவுவகைகளைத் தேர்ந்தெடுத்துச் சாப்பிடுகிறோமா? அல்லது ஃபாஸ்ட் ஃபுட், கொழுப்பு அதிகமுள்ள உணவு வகைகள், சிகரெட், மது, கெட்ட எண்ணங்கள் என்று நம் உடம்பையும் மனத்தையும் நாமே கெடுத்துக்கொள்கிறோமா?

7. வண்டியில் பேட்டரி தீர்ந்துவிட்டால் ரீசார்ஜ் செய்கிறோம். அதுபோல் நம்மை ரீசார்ஜ் செய்துகொள்ள என்ன வழி? தியானம்? யோகாசனம்? தினசரி உடற்பயிற்சி? பக்தி? டிவியில் காமெடி நிகழ்ச்சிகள்? காமிக்ஸ் புத்தகங்கள்? சினிமா? இசை? நீச்சல்?... இப்படி நமக்குப் புத்துணர்ச்சி தரக்கூடிய விஷயம் எது என்று யோசித்து, அதற்கும் போதுமான நேரம் ஒதுக்கிவந்தால் நம் பேட்டரி எப்போதும் 'ஃபுல்'லாகவே இருக்கும்.

8. எங்கேயாவது பயணம் கிளம்பினால் எவ்வளவு தூரம், எவ்வளவு நேரம், எங்கே தங்குவது, எங்கே சாப்பிடுவது என்று ஆயிரம் திட்டங்கள் போடுகிறோம். அதுபோல, நமது வாழ்க்கைப் பயணத்துக்கும் திட்டங்கள் அவசியம்தானே? செய்கிறோமா?

9. சாலையின் நடுவே இரண்டு பாதைகள் பிரிகின்றன. எதில் செல்வது என்று யோசித்துத் தீர்மானிக்கிறோம். ஒருவேளை அது தவறான பாதை என்றால் திரும்பி வந்துவிடலாம். அப்படியில்லாமல் நடுரோட்டில் குழம்பி நின்றுகொண்டிருந்தால் நம் பயணம் தொடராது. அதுபோல, நமது தினசரி வாழ்க்கையில் பல நேரங்களில் நாம் பலவிதமான முடிவுகளை எடுக்கவேண்டியிருக்கும்.

அப்போதெல்லாம் தயங்கி நின்றால், ‘தானாக ஏதாவது நடக்கும்’ என்று காத்துக்கொண்டிருந்தால், நிச்சயம் முன்னேற முடியாது.

10. வண்டிக்குச் சர்வீஸ் முக்கியம். ஒழுங்காகப் பராமரிக்கப்படாத வண்டி எதிர்பாராத நேரத்தில் மக்கர் செய்து உங்களைச் சங்கடத்துக்கு உள்ளாக்கிவிடும் - நாமும் அப்படித்தான். தொடர்ந்து நல்ல சிந்தனைகளோடும் உலகத்தின்மீது நேசத்தோடும் ஒழுக்கத்தோடும் நடந்துகொள்கிறவர்கள்தான் வெற்றியைச் சென்று அடைகிறார்கள். அதைவிட முக்கியம், திருப்தியாக வாழ்கிறார்கள்!

42

இன்னொரு துருவம்

இன்பம், துன்பம், நல்லது, கெட்டது, சரி, தப்பு, இனிப்பு, கசப்பு, பகல், இரவு... இப்படி நம்முடைய வாழ்க்கையில் பல விஷயங்கள் இரண்டு துருவங்களாகவே உள்ளது.

இதனால் நம்முடைய பார்வையும் இந்தப் பக்கம் அல்லது அந்தப் பக்கம் என்று மாறவே விரும்புகிறது. ஒருவரைப் புதிதாகச் சந்தித்தால், 'இவர் நல்லவரா, கெட்டவரா' என்றுதான் யோசிக்கிறோம். அவர் அந்த இரண்டுக்கும் நடுவே ஒன்றாக இருக்கலாம் என்று தோன்றுவதில்லை.

அதேபோல் நமக்கு ஒரு பிரச்னை வந்தால், இந்தத் துருவம், அந்தத் துருவம் என்று இரண்டே இரண்டு தீர்வுகளைமட்டும் வைத்துக் கொண்டு திண்டாடுகிறோம். அவற்றுக்கு நடுவே பலவிதமான நல்ல தீர்வுகள் இருக்கக்கூடும் என்று நாம் நினைப்பதுகூட இல்லை.

உதாரணமாக, உங்களுடைய பக்கத்து வீட்டுக்காரர் ஒரு முரடர். வெவ்வேறு விஷயங்களுக்காகத் தினமும் அவரிடம் சண்டை போட்டுத் தாவு தீர்கிறது. இந்தப் பிரச்னைக்கு என்ன தீர்வு?

ஒன்று, நீங்கள் வீடு மாறவேண்டும், அல்லது, அவர் வீடு மாற வேண்டும். இவைதான் இரண்டு துருவங்கள். இவற்றைத்தவிர வேறு எந்தத் தீர்வையும் நாம் யோசிப்பதில்லை.

உண்மையில், இந்த இரண்டு தீர்வுகளைத் தவிர வேறு பல தீர்வுகளும் இருக்கக்கூடும். நீங்கள் அவரோடு உட்கார்ந்து பேசலாம். உங்களது பிரச்னையைச் சொல்லலாம். அவரது பிரச்னைகளைத் தெரிந்து கொள்ளலாம். இருவரும் சேர்ந்து ஒரு சுமுகமான முடிவுக்கு வரலாம்.

இந்த 'மூன்றாவது துருவ'த்தின் சிறப்பை விளக்குவதற்காகவும் வழக்கமான இரட்டைத் துருவங்களின் பிடியில் நாம் சிக்கிக் கொள்ளாமல் காப்பாற்றுவதற்காகவும் ஒரு சுவாரஸ்யமான புத்தகம் இப்போதுதான் சுடச்சுட வெளியாகியிருக்கிறது. 'தி தேர்ட் ஆல்டர்நேடிவ்' (The 3rd Alternative) என்ற அந்தப் புத்தகத்தின் ஆசிரியர் 'செவன் ஹேபிட்ஸ்' புகழ் ஸ்டீஃபன் கோவி. Simon & Schuster வெளியீடு - விலை ரூ 799/-

எல்லா விஷயங்களிலும் நம்முடைய கோணம் என ஒன்று உண்டு, அது எல்லோருக்கும் தெரியும். அதேபோல் அடுத்தவருக்கும் ஒரு கோணம் இருக்கக்கூடும் என்று நாம் உணர்வதில்லை. அதனால்தான் பல நேரங்களில் பல பிரச்னைகள் தீராமல் இழுத்துக்கொண்டே போகின்றன.

அடுத்தவர்களுடைய கோணங்களைப் புரிந்துகொள்வதற்கு, விவாதங்கள் தேவை. ஆனால் அந்த விவாதங்களின்போதும் மற்றவர் களைப் பேசவிடாமல் குறுக்கிட்டுச் செக்குமாடுமாதிரி திரும்பத் திரும்பத் தன்னுடைய எண்ணத்தைமட்டுமே பேசித் தொல்லை பண்ணுகிற அராஜகவாதிகள் உண்டு. அதைத் தவிர்ப்பதற்கு ஸ்டீஃபன் கோவி ஓர் அட்டகாசமான வழி சொல்கிறார். அதன் பெயர் 'டாக்கிங் ஸ்டிக்'.

அமெரிக்கப் பழங்குடியினர் சிலரிடையே உள்ள வழக்கம் இது. 'டாக்கிங் ஸ்டிக்' என்பது அடிப்படையில் ஒரு தடிமனான குச்சி. அதன் மேல் பகுதியில் ஒரு கழுகு இறகைக் கட்டிவிட்டிருப்பார்கள். கீழே முயலின் தோல், ஒரு நீலக்கல், பல வண்ண மணிகள் எல்லாம் பொருத்தப்பட்டிருக்கும்.

விவாதத்தின்போது இந்தக் குச்சி யாரிடம் இருக்கிறதோ அவர்கள் தான் ராஜா. அதாவது, அவர்கள்மட்டும்தான் பேசவேண்டும். மற்ற யாரும் வாயைத் திறக்கக்கூடாது. குறுக்கிடக்கூடாது. அவர்கள் சொல்வதைக் காது கொடுத்துக் கேட்கவேண்டும்.

முதல் நபர் பேசி முடித்ததும் 'டாக்கிங் ஸ்டிக்' அடுத்தவருடைய கைக்குச் செல்லும். இப்போது அவர் பேசுவார். மற்றவர்கள் குறுக்கிடாமல் கேட்கவேண்டும்.

'டாக்கிங் ஸ்டிக்'கின் உச்சியில் உள்ள கழுகு இறகு, அதைக் கையில் வைத்திருப்பவர் தைரியமாகவும் புத்திசாலித்தனமாகவும் பொறுப் புணர்ச்சியோடும் பேசச் செய்கிறது, முயலின் தோல் நம்முடைய பேச்சு மிக மென்மையாகவும் உண்மையாகவும் இருக்க வேண்டும் என உணர்த்துகிறது. நீலக்கல் நமது பேச்சைக் கடவுள் கேட்டுக் கொண்டிருக்கிறார் என்று ஞாபகப்படுத்துகிறது. பல வண்ண மணிகள் இதயத்திலிருந்து பேசவேண்டும் என்று சொல்லித்தருகிறது. இவை யெல்லாம் அந்தப் பழங்குடியினரின் நம்பிக்கைகள்.

ஆனால் இதையெல்லாம்விட முக்கியம், 'டாக்கிங் ஸ்டிக்'மூலம் அவர்களுடைய விவாதங்களில் இரண்டு துருவங்கள் முட்டிக் கொண்டு நிற்காமல் மூன்றாவது துருவங்கள் தோன்றுகின்றன. அதாவது, ஒவ்வொருவர் பேசுவதையும் மற்றவர்கள் கூர்ந்து கேட்கிறார்கள். அவர்களுடைய கோணத்தைப் புரிந்துகொள்கிறார்கள். அதன் அடிப்படையில் ஒரு பொதுவான முடிவுக்கு வருகிறார்கள்.

அமெரிக்கப் பழங்குடியினரின் இந்தப் பழக்கத்தை நேரில் பார்த்துச் சிலிர்த்துப்போன ஸ்டீஃபன் கோவி 'நம்மைப்போன்ற நாகரிக உலகத்தில்கூட இப்படி ஒரு பண்பான ஒழுங்கு இல்லை' என்கிறார். இந்த முறையை நாமெல்லாம் பின்பற்ற ஆரம்பித்துவிட்டால் எந்தப் பிரச்னைக்கும் சுலபமான, முழுமையான, எல்லோரும் ஒப்புக் கொள்ளக்கூடிய தீர்வுகளைக் கண்டுபிடிக்கமுடியும்.

இப்போது நாம் என்ன செய்வது? ஆளுக்கு ஒரு கழுகு இறகு, முயலின் தோலைத் தேடிப் போகவேண்டுமா?

அதெல்லாம் வேண்டாம். முதலில், அடுத்தவர்கள் பேசும்போது அவர்களைக் குறுக்கிடாமல் கவனித்துக் கேட்கும் பழக்கத்தைக் கற்றுக்கொள்ளவேண்டும். வேண்டுமென்றால் அவர்கள் கையில் ஒரு 'டாக்கிங் ஸ்டிக்' இருப்பதாகக் கற்பனை செய்துகொள்ளலாம்.

அடுத்து, அப்படி மற்றவர்கள் சொல்லும் விஷயங்களை வெறுமனே காதில் போட்டுக்கொண்டு மறந்துவிடாமல், பிரச்னைகளை அவர் களுடைய கோணத்திலிருந்து பார்க்கப் பழகவேண்டும். அந்த நிலையில் நாம் இருந்திருந்தால் என்ன செய்திருப்போம் என்பதை அக்கறையோடு யோசிக்கவேண்டும்.

இந்த இரண்டையும் ஒழுங்காகச் செய்தாலே மூன்றாவது துருவம் தானாகப் புலப்படும். இருதரப்பினருக்கும் பொருந்தக்கூடிய புதிய தீர்வுகள் ஏராளமாகக் கிடைக்கும்!

43

சிங்கம்!

பிரச்னைகள் இல்லாத வாழ்க்கையே கிடையாது. நாம் அவற்றை எப்படிச் சந்திக்கிறோம், சமாளிக்கிறோம் என்பதைப் பொறுத்துத்தான் ஒவ்வொருவருடைய வெற்றியும் தோல்வியும் தீர்மானிக்கப்படுகிறது.

சிலர், பிரச்னைகள் வந்தவுடன் சோர்ந்து உட்கார்ந்துவிடுவார்கள். 'எனக்குமட்டும் ஏன் இப்படியெல்லாம் நடக்குது?' என்று புலம்புவார்கள். முடிந்தவரை அந்தப் பிரச்னைக்குத் தீர்வு காண்பதைத் தள்ளிப்போடுவார்கள். அப்போதும் புதுசாக யோசிக்கமாட்டார்கள். ஏற்கெனவே பலமுறை செய்து பார்த்த ஒரு விஷயத்தைத்தான் திரும்பத் திரும்ப முயற்சி செய்வார்கள். அதில் சரியான பலன் கிடைக்காவிட்டால் மறுபடி புலம்ப ஆரம்பித்துவிடுவார்கள். இந்தச் சுழலுக்கு முடிவே கிடையாது.

இதுபோன்ற சிக்கல்களைத் தீர்த்துவைப்பதற்காக ஒரு புதிய புத்தகம் வந்திருக்கிறது. 'தி பவர் ஆஃப் லியோ' (The Power Of LEO) என்ற அந்தப் புத்தகத்தின் ஆசிரியர், சுபீர் சௌத்ரி.

'லியோ' என்றால் சிங்கத்தைக் குறிப்பிடும் செல்லப் பெயர். அதற்கும் பிரச்னைகளைத் தீர்ப்பதற்கும் என்ன சம்பந்தம்?

இங்கே LEO என்பது சிங்கம் அல்ல. மூன்று ஆங்கில வார்த்தைகளின் சுருக்கம். Listen: Enrich: Optimize என்பதுதான் இந்தப் புத்தகம் சொல்லுகிற மேஜிக் ஃபார்முலா.

உதாரணமாக உங்கள் வீட்டில் கரன்ட் பில் அதிகரித்துக்கொண்டே போகிறது. அதனால் மாதாந்திர பட்ஜெட்டில் துண்டு விழுகிறது. எப்படியாவது இந்தச் செலவைக் கட்டுப்படுத்தவேண்டும் என்று நினைக்கிறீர்கள். இந்தப் பிரச்னையைத் தீர்ப்பதற்கு 'லியோ' சூத்திரத்தைப் பயன்படுத்திப் பார்க்கலாம்.

முதலில் 'Listen', அதாவது கவனித்துக் கேட்பது.

'ஆழம் தெரியாமல் காலை விடாதே' என்று நம் ஊரில் பழமொழி சொல்வார்கள். பிரச்னையின் தீவிரத்தை, அதற்கான மூல காரணங்களைப் புரிந்துகொள்ளாமல் தீர்வைப் பற்றி யோசிக்கக்கூடாது. அவசரப்பட்டுக் களத்தில் இறங்கக்கூடாது. அதுதான் 'லியோ'வின் ஆரம்பப் புள்ளி.

இதுவரையில் 'மின்சாரக் கட்டணம் அதிகமாக இருக்கிறது' என்பது மட்டும்தான் நமக்குத் தெரியும். இப்போது அதிலிருந்து கொஞ்சம் பின்னால் வருவோம். வீட்டில் ஒவ்வொருவரும் மின்சாரத்தை எப்படிப் பயன்படுத்துகிறோம் என்பதைப்பற்றிப் பேசுவோம், கவனிப்போம். எங்கே அது வீணாகிறது என்பதைப் புரிந்து கொள்வோம்.

ஒரே பிரச்னை, பெரும்பாலான நேரங்களில் நாம் செய்கிற தவறு நமக்கே தெரியாது. அப்படியே தெரிந்தாலும் அதை ஒப்புக்கொள்ள மாட்டோம்.

ஆகவே, தேவைப்பட்டால் இந்தப் பிரச்னையோடு சம்பந்தப்படாத மூன்றாம் நபர்களை அழைத்துக் 'கவனிக்க'ச் சொல்லலாம். ஆங்கிலத்தில் இதனை 'Extra pair of eyes' (புதுப் பார்வை) என்று சொல்வார்கள். 'எங்க வீட்ல கரன்ட் ரொம்ப வீணாகுதுன்னு புரியுது. ஆனா எங்கே, எப்படின்னு தெரியலை. கொஞ்சம் கவனிச்சுப் பார்த்துச் சொல்லமுடியுமா?'

இப்படி நாமும் மற்றவர்களும் 'பார்த்து', 'கேட்டு', 'கவனித்து', 'படித்து', 'உணர்ந்து' புரிந்துகொண்ட விஷயங்களையெல்லாம் ஒழுங்காகப் பதிவு செய்தபிறகு, அடுத்த கட்டத்துக்குப் போகலாம். Enrich, அதாவது மேம்படுத்துவது. இதுவரை சேகரித்த விஷயங்களின் அடிப்படையில் தீர்வுகளை யோசிப்பது.

கவனியுங்கள், நாம் 'தீர்வு' என்று சொல்லவில்லை. 'தீர்வுகள்' பன்மை. இந்தப் பிரச்னைக்கு இதுமட்டும்தான் தீர்வு என்று அவசரப்பட்டு முடிவுக்கு வந்துவிடாதீர்கள். நிதானமாக ஒன்றுக்குப் பத்து தீர்வுகளை யோசியுங்கள்.

உதாரணமாக, கரன்ட் பில் மிச்சப்படுத்துவதற்குப் பல வழிகள் உண்டு. தேவையில்லாத விளக்குகளை அணைப்பது. ஏஸி இருக்கிறது என்பதற்காகப் பதினைந்து டிகிரிக்கெல்லாம் குளிர்வூட்டாமல் தவிர்ப்பது. டிவியைக் குறைத்துக்கொண்டு புத்தகம் படிப்பது... இப்படி நாம் யோசிக்கிற ஒவ்வொரு வழியையும் கவனமாகப் பதிவு செய்துகொள்ளவேண்டும்.

முக்கியமாக, பிரச்னைக்குத் தீர்வுகளைத் தேடும்போது செக்குமாடு மாதிரி ஒரே வட்டத்தைச் சுற்றிச் சுற்றி வருவதால் யாருக்கும் பிரயோஜனம் இல்லை. புதுமையான சிந்தனை வேண்டும். வித்தியாசமான, சொல்லப்போனால் கொஞ்சம் கிறுக்குத்தனமான யோசனைகள் வேண்டும். அவை எதார்த்தத்தில் சரிப்படுமா இல்லையா என்பதைப்பற்றி இப்போது கவலைப்படாதீர்கள். மனத்தில் தோன்றுவதையெல்லாம் பதிவு செய்துவிடுங்கள். உங்கள் கையில் ஏகப்பட்ட தீர்வுகள் நிரம்பி வழியவேண்டும். அதுதான் மேட்டர்.

கடைசியாக, Optimize, அதாவது இந்தப் பிரச்னைக்குப் பொருத்த மான, சிறப்பான தீர்வுகள் எவை என்று கண்டுபிடித்துச் செயல் படுத்துவது. அதன்மூலம் ஏதாவது புதுப் பிரச்னைகள் முளைக்கிறதா என்று பார்த்துச் சரிசெய்வது.

உதாரணமாக, கரன்ட் மிச்சப்படுத்துவதற்கு நாம் நூறு யோசனை களைக் கண்டுபிடித்திருப்போம். ஆனால் அதில் ஏழெட்டுதான் எதார்த்தத்தில் செயல்படுத்தக்கூடியவையாக இருக்கும். அவற்றைப் பயன்படுத்த ஆரம்பிப்போம்.

ஆனால் இந்தத் தீர்வுகளில் சிலது நாம் எதிர்பார்த்த பலனைத் தராது. அல்லது, நாம் கொஞ்சமும் எதிர்பார்க்காத பின்விளைவுகளைக் கொடுத்துவிடும். மின்சாரத்தைச் சேமிக்கிறேன் பேர்வழி என்று தினமும் எட்டு மணிக்கு விளக்குகளையெல்லாம் அணைத்து விடுவதால், குழந்தைகளின் படிப்பு கெட்டுப்போகலாம். என்ன செய்வீர்கள்?

அதற்குதான் 'Optimize' தேவைப்படுகிறது. நாம் செயல்படுத்துகிற தீர்வுகளின் பலன்களை உன்னிப்பாகக் கவனித்துச் சரி செய்வது. சிறப்பாக்குவது. தேவையில்லாத களைகளை நீக்கித் தொடர்ந்து முன்னேறிக்கொண்டே இருப்பது.

ஆக, 'லியோ' என்பது ஜூவில் சிங்கத்தைப் பார்ப்பதுபோல் ஒரே ஒரு நாள் செய்துவிட்டுப் பின்னர் மறந்துவிடுகின்ற சமாசாரம் இல்லை. அது ஒரு சுழல். கரன்ட் பில் மிச்சப்படுத்துவதற்குமட்டுமல்ல,

வீட்டில், அலுவலகத்தில், வெளியில் நாம் சந்திக்கிற ஒவ்வொரு பிரச்னைக்கும் இந்த ஃபார்முலாவைப் பயன்படுத்தலாம். தொடர்ந்து கவனித்துக்கொண்டு, தீர்வுகளைத் தேடிக்கொண்டு, அவற்றைச் சிறப்பானமுறையில் செயல்படுத்திக்கொண்டு, மறுபடியும் கவனித்துக் கொண்டே இருப்பது அவசியம்.

சுருக்கமாகச் சொன்னால், சிங்கம் நமக்குள் இருக்கவேண்டும்!

44

மலை ஏறக் காலா முக்கியம்?

சின்ன வயதிலிருந்து மைக் இங்க்லிஸுக்கு ஒரே ஒரு ஆசைதான். 'என்றைக்காவது ஒருநாள், நான் எவரெஸ்ட் சிகரத்தின்மீது ஏறவேண்டும். உலகின் உச்சியில் நிற்கவேண்டும்.'

கடந்த 2006ம் வருடம், அந்தக் கனவு நிஜமானது. நாற்பத்தேழு வயது மைக் வெற்றிகரமாக எவரெஸ்ட் சிகரத்தின் உச்சியைத் தொட்டார்.

இது ஒரு பெரிய விஷயமா? வருஷாவருஷம் ஏகப்பட்ட பேர் எவரெஸ்டின்மீது ஏறுகிறார்கள். இவர்மட்டும் என்ன ஸ்பெஷல்?

காரணம் இருக்கிறது. நியூசிலாந்தைச் சேர்ந்த மைக் இங்க்லிஸுக்கு இரண்டு கால்களும் கிடையாது!

கையும் காலும் நன்றாக உள்ளவர்களே சேர்ந்தாற்போல் பத்துப் படிகள் ஏறுவதற்குச் சிரமப்படுகிறார்கள். இரண்டு காலும் நீக்கப்பட்ட நிலையில் மைக் இங்க்லிஸ் எவரெஸ்டைத் தொட்டது எப்படி?

அந்தத் தன்னம்பிக்கைக் கதையை அவரே எழுதியிருக்கிறார். 'லெக்ஸ் ஆன் எவரெஸ்ட்' (Legs On Everest: ராண்டம் ஹவுஸ் வெளியீடு: விலை ரூ 499/-) என்ற அந்தப் புத்தகம் மைக் இங்க்லிஸின் வெற்றிப் பயணத்தை ஒரு த்ரில்லர் நாவல்போல் விவரிக்கிறது. வெறுமனே கதை சொல்வதோடு நிறுத்திவிடாமல் தான் கற்றுக்கொண்ட வாழ்க்கைப் பாடங்களையும் மிகச் சுவாரஸ்யமாகச் சொல்லுகிறார் மைக்.

மிகச் சிறிய வயதிலேயே மைக் மலையேறப் பழகிவிட்டார். துடிப்பான இளைஞராக வளர்ந்த அவர் தன்னுடைய எவரெஸ்ட் கனவு காரணமாகப் பனி போர்த்திய பெரிய சிகரங்களை ஒவ்வொன்றாகத் தொட்டுப் பயிற்சி எடுத்துக்கொண்டார்.

1982ம் வருடம், நியூசிலாந்தில் உள்ள 'மவுன்ட் குக்' என்ற மலையின் மீது ஏறிக்கொண்டிருந்தார் மைக். எதிர்பாராதவிதமாக அங்கே ஒரு பனிக்குகையில் சிக்கிக்கொண்டார் அவர்.

அடுத்த இரண்டு வாரங்கள், தான் எங்கே இருக்கிறோம் என்று மைக்குக்குப் புரியவில்லை. மைக் எங்கே இருக்கிறார் என்று யாருக்கும் தெரியவில்லை. உயிர் பிழைப்போமா மாட்டோமா என்பதுகூடத் தெரியாமல் தவிப்புடன் காத்திருந்தார்.

கடைசியாக, யாரோ அவரைக் காப்பாற்றிவிட்டார்கள். ஆனால் அதற்குள், பனி அவருடைய இரண்டு கால்களையும் தின்று முடித்திருந்தது. அறுவைச் சிகிச்சைமூலம் அவரது முழங்கால் களுக்கும் கீழே உள்ள பகுதிகள் முழுவதுமாக நீக்கப்பட்டன.

அப்போது மைக்கின் வயது, ஜஸ்ட் 23தான். ஆனால் இரண்டு கால்களும் அகற்றப்பட்டுவிட்ட நிலையில் அவரது மலையேறும் கனவு முடிவுக்கு வந்துவிட்டதாகத்தான் எல்லோரும் நினைத்தார்கள்.

மைக்மட்டும் அப்படி நினைக்கவில்லை. 'கால்கள்தானே போச்சு? மன உறுதி போகவில்லையே' என்று எண்ணினார் அவர். செயற்கைக் கால்களைப் பொருத்திக்கொண்டு மீண்டும் மலையேறுவதற்கான முயற்சிகளை ஆரம்பித்தார்.

'மலை என்பது ஒரு பெரிய பள்ளிக்கூடம்மாதிரி' என்கிறார் மைக். 'இங்கே நாம் எடுக்கிற ஒவ்வொரு முடிவும் முக்கியம். சரியான முடிவை எடுத்துவிட்டால், சீக்கிரமாக முன்னேறி மேலே போவோம், பெருமையாகவும் மகிழ்ச்சியாகவும் அதனை அனுபவிப்போம்.'

'அதேசமயம், நாம் ஒரு தப்பான முடிவை எடுத்துவிட்டால், ஆபத்து. பல சமயங்களில் லேசான காயத்தோடு பிழைத்துவிடுவோம், சில சமயங்களில் கை, கால் போகலாம், உயிருக்கேகூட அபாயம் ஏற்படலாம்.'

'இப்படி ஒவ்வொருமுறை தவறான முடிவை எடுக்கும்போதும், நம்முடைய மனம் உஷாராகிறது. பொறுப்புணர்ச்சி கூடுகிறது. அடுத்தமுறை ஒவ்வொரு காலடியையும் எடுத்துவைப்பதற்குமுன் ஒரு தடவைக்கு நாலு தடவை யோசிக்கிறோம். இதன்மூலம் நம்முடைய முடிவெடுக்கும் திறன் மேம்படுகிறது.'

‘இரண்டு கால்களும் இல்லாமல் மலையேறுவது ஆரம்பத்தில் கொஞ்சம் கஷ்டமாகத்தான் இருந்தது’ என்று ஒப்புக்கொள்கிறார் மைக். ‘ஆனால், இவை எல்லாமே நம்முடைய மனசு நடத்தும் விளையாட்டு கள்தான். இனிமேல் எனக்குக் கால்கள் இல்லை என்று எதார்த்தத்தைப் புரிந்துகொண்டு முழுமையாக ஏற்றுக்கொண்டபின், புலம்ப மாட்டோம். கால் இல்லாமல் மலையேறுவது எப்படி என்றுமட்டும் தான் யோசிப்போம். எல்லாமே நம் மனத்தில்தான் இருக்கிறது.’

இந்தச் சிந்தனைதான் மைக் இங்க்லிஸின் வாழ்க்கையில் இரண்டாவது அத்தியாயத்தைத் தொடங்கிவைத்தது. மீண்டும் சிறிய மலைகளில் தொடங்கிக் கொஞ்சம் கொஞ்சமாகப் பயிற்சி எடுத்துக்கொண்டவர் எவரெஸ்ட் பயணத்துக்கான ஏற்பாடுகளில் இறங்கினார். பல வருட உழைப்புக்குப்பின் ஏகப்பட்ட சிரமங்கள், எதார்த்தப் பிரச்னைகளை யெல்லாம் தாண்டி ஜெயித்துவிட்டார்.

அதன்பிறகு நடந்ததுதான் இன்னும் ஆச்சரியம். இவரது இமாலய வெற்றிக் கதையைப் பற்றிக் கேள்விப்பட்ட பல அமைப்புகள் மைக்கைப் பேச அழைத்தார்கள். தன்னுடைய மலையேற்ற அனுபவங்களையும் வாழ்க்கைப் பாடங்களையும் அவர் கலகலப்பாக விவரிக்கத் தொடங்கினார். மக்கள் பிரமிப்புடன் கை தட்டி ரசித்தார்கள். உற்சாகமான மைக் இதையே தனது முழு நேரப் பணியாக மாற்றிக் கொண்டுவிட்டார்!

இன்றைக்குப் பல பள்ளி, கல்லூரி மாணவர்கள், அரசு, தனியார் கம்பெனிகளின் ஊழியர்களுக்கு மைக் பாடம் எடுக்கிறார். எல்லாமே மலையேற்றத்தை அடிப்படையாகக் கொண்ட பாடங்கள்தான். அவற்றை வைத்து வாழ்க்கையிலும் பிஸினஸிலும் ஜெயிப்பதற்கான சூத்திரங்களைச் சொல்லித்தருகிறார் அவர்.

‘என்னைப் பொறுத்தவரை ஜெயிப்பதற்கு ஐந்து விஷயங்கள் தேவை’ என்கிறார் மைக். ‘முதலில், ஒரு பெரிய சவால் வேண்டும். எனக்கு எவரெஸ்ட்போல, உங்களுக்கு ஏதாவது ஒரு லட்சியம் இருக்கும். அதுதான் உங்களுக்குப் பெரிய தூண்டுதல். இரண்டாவதாக, என்னால் ஜெயிக்கமுடியும் என்கிற மனப்பான்மை வேண்டும். மூன்றாவதாக, என்ன நடந்தாலும் நான் திரும்பிப் போகமாட்டேன் என்கிற மன உறுதி. நான்காவதாக, ஈகோ இல்லாமல், வேண்டியபோது மற்றவர்களின் உதவியைப் பெற்றுக்கொண்டு முன்னேறும் டீம் வொர்க். ஐந்தாவதாக, கடின உழைப்பு, இந்த ஐந்தும் இருந்து விட்டால், எந்தச் சிகரமும் உங்களுடைய காலடியில்தான்!’

45

பதினெட்டு நிமிடங்கள்!

ஒரு நாளைக்குப் பதினெட்டு நிமிடங்கள், உங்களால் ஒதுக்க முடியுமா?

'வெறும் 18 நிமிடங்களில் என்ன பெரிதாகச் சாதித்துவிடமுடியும்?' என்று அலட்சியமாக நினைக்காதீர்கள். இந்தத் தக்கனூண்டு நேரத்தில் நம் வாழ்க்கையையே புரட்டிப்போட்டுவிடலாம் என்கிறது ஒரு லேட்டஸ்ட் புத்தகம். '18 மினிட்ஸ்' (18 Minutes) என்ற அந்தப் புத்தகத்தின் ஆசிரியர் பீட்டர் ப்ரெக்மன்.

நாம் எல்லோருமே பிஸியானவர்கள்தாம். தினசரி 24 மணி நேரம் போத வில்லை என்று பரபரப்பாகச் சுற்றிக்கொண்டிருக்கிறோம். வரிசையாக ஏகப்பட்ட வேலைகளைச் செய்கிறோம். ஆனால் வாரக் கடைசியில் யோசித்துப்பார்த்தால் ஒரு வெறுமைதான் மிஞ்சுகிறது. ஏன்?

'ரொம்ப சிம்பிள், நாம் நம்முடைய அவ்வப்போதைய வேலைகளைச் செய்வதில்மட்டும் கவனம் செலுத்திக்கொண்டிருப்பதால், நமது ஒட்டுமொத்த நோக்கத்தை, வாழ்க்கை லட்சியங்களை மறந்து விடுகிறோம்' என்கிறார் பீட்டர் ப்ரெக்மன். 'அதாவது, தனித்தனி மரங்களைக் கவனிக்கிறோம். மொத்தக் காட்டின் அழகை ரசிக்க முடிவதில்லை. அதற்குத்தான் தினமும் 18 நிமிடங்கள் தேவைப்படுகிறது!'

இந்தப் பதினெட்டு நிமிடங்களை பீட்டர் ப்ரெக்மன் மூன்று பகுதிகளாகப் பிரிக்கிறார்: 5 + 8 + 5 = 18.

உங்களுடைய பதினெட்டு நிமிடப் பயணத்தில் இன்றுதான் முதல் நாள். ஆகவே, பரபரப்பாக ஓடாமல் கொஞ்சம் உட்காருங்கள். உங்களுடைய உடனடிப் பிரச்னைகளைத் தாற்காலிகமாக மறந்து விடுங்கள். கொஞ்சம் பின்னே நகர்ந்து நீண்ட கால நோக்கில் உங்களுடைய வாழ்க்கையைப் பாருங்கள். இந்தக் கேள்வியைக் கேளுங்கள்: 'இந்த வருடம் நான் என்னவெல்லாம் சாதிக்க விரும்புகிறேன்?'

இந்தக் கேள்விக்கு ஒவ்வொருவரும் வெவ்வேறு பதில்களைச் சொல்வார்கள். ஆஃபீசில் பிரமோஷன் வாங்கணும். எட்டு கிலோ எடை குறைக்கணும். கல்யாணம் செஞ்சுக்கணும். கார் ஓட்டக் கத்துக்கணும்... இப்படி. உங்களுடைய பட்டியல் எத்தனை பெரிதாக இருந்தாலும் பரவாயில்லை, ஒன்றுவிடாமல் எழுதிக்கொள்ளுங்கள்.

அடுத்து, இந்தப் பட்டியலில் இருந்து மிக அவசியமான 'டாப் 5', அதாவது ஐந்தே ஐந்து விஷயங்களைமட்டும் தேர்ந்தெடுங்கள். மற்றதெல்லாம் அடுத்த வருடம் பார்த்துக்கொள்ளலாம்.

இந்த ஐந்து விஷயங்களும்தான் உங்களுடைய 'இந்த வருட இலக்குகள்'. இதற்காக நீங்கள் ஜனவரி 1வரை காத்திருக்கவேண்டாம். இன்று தொடங்கி அடுத்த 365 நாள்களுக்கு இந்த ஐந்து விஷயங்களில் நீங்கள் முழு கவனம் செலுத்தப்போகிறீர்கள்.

அடுத்த நாள், உங்களுடைய பதினெட்டு நிமிடக் கணக்கு தொடங்குகிறது. ஞாபகம் இருக்கிறதில்லையா? 5 + 8 + 5 = 18.

காலை எழுந்தவுடன் (அல்லது அலுவலகம் சென்றவுடன்) முதல் ஐந்து நிமிடங்களைச் செலவிடவேண்டும். உங்களது வருட இலக்குகள் பட்டியலை எடுத்துக்கொள்ளுங்கள். அதில் உள்ள ஒவ்வொரு விஷயத்தையும் சாதிப்பதற்காக இன்று நீங்கள் என்ன செய்யப்போகிறீர்கள் என்று பட்டியல் போட்டுக்கொள்ளுங்கள்.

உதாரணமாக, 'பிரமோஷன் வாங்கவேண்டும்' என்ற இலக்கைச் சாதிப்பதற்காக, இன்று நீங்கள் ஒரு புத்தகம் படிக்கப்போகிறீர்கள். அல்லது சீனியர் ஒருவரோடு பேசப்போகிறீர்கள். 'எடை குறைக்கவேண்டும்' என்ற இலக்கைச் சாதிப்பதற்காக இன்று ஒரு மணி நேரம் ஜாகிங் போகப்போகிறீர்கள்... இப்படி உங்களுடைய ஐந்து இலக்குகளையும் நெருங்குவதற்காக நீங்கள் செய்யவேண்டிய விஷயங்களைப் பட்டியல் போட்டுக்கொள்ளுங்கள்.

அடுத்து, இந்த ஐந்துக்கும் சம்பந்தமே இல்லாத சில வேலைகளையும் நீங்கள் அவ்வப்போது செய்யவேண்டியிருக்கும். அவற்றைத் தனியே

எழுதிக்கொள்ளுங்கள். இந்தப் பட்டியல் 'எக்ஸ்ட்ரா'. இதில் ஏகப்பட்ட விஷயங்கள் சேர்ந்துவிட்டால், நீங்கள் உங்களுடைய இலக்கிலிருந்து விலக ஆரம்பித்துவிட்டீர்கள் என்று அர்த்தம். ஜாக்கிரதை.

ஒருவழியாக, பட்டியல் முடிந்தது. இப்போது நீங்கள் அந்தப் பட்டியலில் உள்ள வேலைகளை ஒவ்வொன்றாகச் செய்யத் தொடங்கலாம். செய்து முடித்ததும் அதைப் பட்டியலில் இருந்து நீக்கிவிடலாம்.

முக்கியமான விஷயம், ஒரு மணி நேர வேலை முடிந்ததும், நீங்கள் ஒரு நிமிடம் ஒதுக்கி மீண்டும் 'யோசிக்க'வேண்டும். இந்த ஒரு மணி நேரத்தை நான் நிஜமாகவே பயனுள்ளவகையில் செலவிட்டேனா? அல்லது தேவையில்லாத விஷயங்களில் கவனம் செலுத்தி வீணடித்தேனா? இந்த ஒரு மணி நேரத்தில் நான் செய்த சிறு தவறுகளை வருங்காலத்தில் தவிர்ப்பது எப்படி?

இந்த 'ஒரு நிமிட'ச் சிந்தனைதான் உங்களுடைய வழிகாட்டி. அவ்வப்போது நிகழும் தவறுகளைச் சரி செய்துகொண்டு கொஞ்சம் கொஞ்சமாக முன்னேறுவதற்கான ஊக்க மருந்து.

ஒரு நாளைக்கு நீங்கள் எட்டு மணி நேரம் வேலை செய்வதாக வைத்துக்கொண்டால் ஒரு மணி நேரத்துக்கு ஒரு நிமிடம் என்ற விகிதத்தில் மொத்தம் 8 நிமிடங்களைமட்டும் செலவிட்டால் போதும். அநாவசிய நேர விரயம் தவிர்க்கப்படும்.

மாலை ஆகிவிட்டது. வேலைகள் முடிந்தன. இப்போது மீண்டும் ஐந்து நிமிடங்களைச் செலவழியுங்கள். உங்களுடைய பட்டியலைக் கையில் வைத்துக்கொண்டு நாள்முழுவதும் செய்த வேலைகள், செய்யாத வேலைகளை அலசுங்கள். நிஜமாகவே நமது வருடாந்திர இலக்கில் கொஞ்சமாவது முன்னேறியிருக்கிறோமா, இல்லையா என்று உங்களை நீங்களே கேட்டுக்கொள்ளுங்கள். மறுநாள் ஏதாவது வித்தியாசமாகச் செய்யவேண்டுமா என்று முடிவெடுங்கள்.

அவ்வளவுதான் விஷயம். 5 + 8 + 5 = 18 நிமிடங்கள், தினமும் இந்தச் சின்ன நேர முதலீட்டைச் செய்தால் போதும். நமது நீண்ட கால நோக்கங்களைப் புரிந்துகொண்டு வளர்ச்சிப் பாதையை ஒழுங்கு படுத்திக்கொண்டுவிடமுடியும் என்கிறார் பீட்டர் ப்ரெக்மன்.

ஜஸ்ட் 18 நிமிடங்கள்தானே? சும்மா ஒரு வாரம் முயற்சி செய்து பாருங்களேன்!

46

குறுக்கே, நெடுக்கே...

ஒரு மலைக்கோயில். ஐநூறு படிகள் ஏறிச் சென்றுதான் சாமி தரிசனம் செய்யவேண்டும்.

சிலர், படிகளில் நேராக மேலே ஏறுவார்கள். மளமளவென்று இருபது படி ஏறிவிடுவார்கள். ஆனால் அதற்குள் அவர்களுக்கு மூச்சிரைக்க ஆரம்பித்துவிடும். உட்கார்ந்து ஓய்வெடுத்துக்கொண்டு மறுபடியும் கிளம்புவார்கள். இப்படிக் கொஞ்சம் கொஞ்சமாக நடந்து அவர்கள் மேலே சென்று சேர்வதற்கு நெடுநேரம் ஆகிவிடும்.

வேறு சிலர், படிகளில் ஒவ்வொன்றாக மேலேறிச் செல்லாமல் குறுக்கே நடப்பார்கள். அதாவது, ஒரு பாம்பு ஊர்ந்து செல்வதுபோல் இங்கிருந்து அங்கே, அப்புறம் அங்கிருந்து இங்கே என்று நெளிந்து வளைந்து ஏறுவார்கள்.

ஆச்சரியமான விஷயம், அதே ஐநூறு படிகளை இவர்கள் வெகுசீக்கிரத்தில் கடந்துவிடுவார்கள். ரொம்பக் களைத்துப்போகவும் மாட்டார்கள்.

நம்முடைய இலக்கு, மலை உச்சியில் இருக்கிற கோயில். அங்கே செல்வதற்கு நேராகவும் நடக்கலாம், குறுக்காகவும் நடக்கலாம், இரண்டில் எது விரைவாகவும் சிறப்பாகவும் சௌகரியமாகவும் இருக்கிறதோ அதைப் பின்பற்றவேண்டியதுதான். 'நீ ஏன் கோடு போட்டதுபோல் ஒரே பாதையில் நடந்து வரவில்லை?' என்று உம்மாச்சி கேட்கப்போவதில்லை.

இந்தச் சூத்திரம் மலைப் பயணத்துக்குமட்டுமல்ல, நமது வாழ்க்கைப் பயணத்துக்கும் பொருந்தும் என்கிறது ஒரு சமீபத்திய புத்தகம். 'தி ஜிக் ஜாக் ப்ரின்சிபில்' (The Zig Zag Principle) என்ற அந்தப் புத்தகத்தை எழுதியவர் ரிச் க்ரிஸ்டியான்சென்.

'ஒரு குறிப்பிட்ட இலக்கை நிர்ணயித்துக்கொண்டு நடக்க ஆரம்பிக்கிறவர்கள் அதற்காக நேர் கோட்டுப் பாதையைத்தான் பின்பற்றவேண்டும் என்று எந்த அவசியமும் இல்லை' என்பதுதான் இந்தப் புத்தகம் வலியுறுத்துகிற தத்துவம். 'நம் வசதிக்கு ஏற்ப, சூழ்நிலைக்கு ஏற்ப, அவ்வப்போது குறுக்கே நெடுக்கே நடந்து செல்லலாம், அதுதான் சிறப்பான வழி.'

'குறுக்கே நெடுக்கே நடப்பது' என்றால் நேர்மை தவறி ஊழல் செய்யவேண்டும் என்று அர்த்தம் இல்லை. நாம் சென்று அடைய விரும்பும் விஷயம் எது என்று தீர்மானித்துக்கொண்டபிறகு, அந்தப் பயணத்தில் நேரும் சின்னச் சின்னப் பாதை மாற்றங்களை நினைத்து மன வருத்தம் அடையக்கூடாது.

உதாரணமாக, நீங்கள் பெரிய தொழிலதிபராகவேண்டும். சொந்தமாகக் கம்பெனி வைத்து நடத்தவேண்டும் என்று கனவு காண்கிறீர்கள். அதற்கான ஒரு திட்டத்தைப் பக்காவாகத் தயாரித்து, வங்கியில் கடன் கேட்டு விண்ணப்பம் போடுகிறீர்கள்.

அவர்களுக்கு உங்களுடைய துடிப்பு தெரியுமா? நீங்கள் போட்ட விண்ணப்பத்தை நிராகரித்துவிடுகிறார்கள். என்ன செய்வீர்கள்?

உங்களது 'சொந்தத் தொழில்' பயணத்தில் இது ஒரு பின்னடைவுதான். ஆனால் அதற்காக வருந்திப் புலம்பிக் கவலைப்பட்டுக் கொண்டிருந்தால் வேலை நடக்காது. சட்டென்று வேறு ஒரு வங்கியை அணுகலாம். அல்லது இந்தத் துறையில் முன் அனுபவம் வாய்ந்த ஒருவரிடம் சேர்ந்து கற்றுக்கொள்ளலாம். வேறு முதலீட்டாளர்களை அணுகிக் காசுக்கு ஏற்பாடு செய்யலாம். இப்படிப் பல வழிகள் உண்டு. ஆனால் முதல் வழி அடைபட்டுவிட்டதே என்று நாம் கவலைப் பட்டுக்கொண்டிருந்தால், அவையெல்லாம் நம் கண்ணுக்குத் தெரியாது.

ம்ஹூம், இந்த வழிகள் எவையும் சரிப்படவில்லை, உங்களது சொந்தத் தொழில் கனவைத் தாற்காலிகமாகத் தள்ளிப்போட்டுவிட்டு ஒரு கம்பெனியில் சம்பளத்துக்குச் சேரவேண்டிய கட்டாயம்.

அப்போதும், நோ ப்ராப்ளம்! இது ஒரு சின்னப் பாதை மாற்றம்தான். 'சொந்தத் தொழில்' என்கிற இலக்கு உங்களுடைய மனத்தில்

அழுத்தமாகப் பதிந்திருக்கிறவரையில், நீங்கள் இந்தச் சிறிய மாற்றத்தைப் பற்றிக் கவலைப்படவேண்டியதில்லை. 'இரண்டு வருடமோ மூன்று வருடமோ இங்கே வேலை செய்து சம்பாதிப்பேன், தொழில் கற்றுக்கொள்வேன், காசு சேமிப்பேன், அனுபவம் சேர்த்துக்கொள்வேன். அப்புறம் மறுபடி என்னுடைய சொந்தத் தொழில் முயற்சியில் இறங்குவேன்' என்று உங்களுக்கு நீங்களே சொல்லிக்கொண்டால் போதும். நம்முடைய பாதையை விட்டு ஏதோ ஒரு குறுக்குப் பாதையில் நடக்கிறோமே என்று கவலை வராது, நம்பிக்கையை இழந்துவிடமாட்டீர்கள்.

ஆனால் ஒன்று, இப்படி நாம் தேர்ந்தெடுக்கிற குறுக்குப் பாதைகளில் ஏகப்பட்ட சபலங்கள் கண் சிமிட்டும். சொந்தத் தொழிலை மறந்து சம்பள வேலைக்காரனாகவே வாழ்நாள் முழுக்க இருந்துவிடலாமே என்று நப்பாசை தோன்றும். அதுபோன்ற தாற்காலிகச் சுகங்களுக்கு மயங்கிவிடக்கூடாது. சுற்றி வளைத்து நடந்தாலும், என்னுடைய இலக்கு இதுதான், அங்கே சென்று சேர்ந்தே தீருவேன் என்கிற உறுதி அவசியம்.

ஆங்கிலத்தில் 'ஜிக் ஜாக்' எனப்படுகிற குறுக்கும் நெடுக்குமான இந்தப் பாதைதான் வெற்றிக்கான நிச்சய வழி என்கிறார் ரிச் க்ரிஸ்டியான்சென். இதற்கு உதாரணமாக, உலகம்முழுவதும் இப்படி நெளிந்து வளைந்து நடந்து வெற்றி அடைந்த பல தனி நபர்கள், தொழில் நிறுவனங்களைப் பட்டியல் போடுகிறார். 'இவர்களெல்லாம், நேராகமட்டுமே நடப்பேன், குறுக்குப் பாதைகள் எனக்கு வேண்டாம் என்று பிடிவாதம் பிடித்துக்கொண்டு உட்கார்ந்திருந்தால், எப்போதும் ஜெயித்திருக்கமுடியாது.'

ஆக, நாம் எந்தத் துறையைச் சேர்ந்தவர்களாக இருந்தாலும் சரி, நம்முடைய லட்சியக் கனவு எதுவாக இருந்தாலும் சரி, அதனை நோக்கிச் செல்லக்கூடிய சுலபமான நேரடி வழியைமட்டும் யோசித்தால் போதாது. குறுக்கும் நெடுக்குமாகச் சுற்றிவளைத்துப் போகிற வழியிலும் பயணம் செய்வதற்குத் தயாராக இருக்க வேண்டும். இந்தச் சிறிய பின்னடைவை நினைத்து மனம் தளரக்கூடாது. நம்முடைய இலக்கில் இருந்து கவனத்தை இழக்கக்கூடாது. 'இதுதான் ப்ராக்டிகலான வழி' என்று எதார்த்தத்தைப் புரிந்துகொண்டு பயணத்தைத் தொடரவேண்டும்.

ஒரு வாசல் மூடினால், இன்னொரு வாசல் திறக்கும் என்று நம் ஊரில் சொல்வார்கள். ஆனால் நம்மில் பலர், அந்த மூடிய வாசலையே நெடுநேரம் வெறித்துப் பார்த்துக்கொண்டு நின்றுவிடுகிறோம்.

புதிதாகத் திறந்திருக்கும் இன்னொரு வாசலைக் கவனிப்பதே இல்லை. 'ஜிக் ஜாக்' வாழ்க்கைமுறைக்குப் பழகினால், அதுபோன்ற பிரச்னைகள் வராது. நம்முடைய இலக்கில் கவனத்தைப் பதித்தபடி, எதிர்ப்படுகிற பாதைகளில் நுழைந்து வளைந்து சென்றுகொண்டே இருப்போம். கொஞ்சம் தாமதமானாலும், வெற்றி கண்டிப்பாகக் கிடைக்கும்!

47

நீ இன்றி, நான் இல்லை!

ஒரு கடை. அதைக் கவனித்துக்கொள்வதற்கு ஒரு மேனேஜர். அவர் இப்போது செம கடுப்பில் இருக்கிறார்.

மேனேஜருக்கு என்ன கோபம்? யார்மீது?

'வேற யாரு? எல்லாம் என்னோட வேலை செய்யறவனுங்க மேலதான்' எரிச்சலுடன் கத்துகிறார் மேனேஜர். 'ஒவ்வொருத்தனும் தடிமாடுமாதிரி வளர்ந்திருக்கானுங்க. மாசம் பொறந்தா சொளையா சம்பளத்தை வாங்கிப் பாக்கெட்ல போட்டுக்கறதுல மட்டும் குறைச்சலே இல்லை. ஆனா, ஒரு வேலை சொன்னா விட்டத்தைப் பாக்கறானுங்க. இவங்களை அதட்டி மிரட்டி வேலை வாங்கறதுக்குள்ள என் தாவு தீருது!'

'இவ்ளோ கஷ்டப்பட்டப்புறமும் அந்த வேலை ஒழுங்கா முடியுதா? சான்ஸே இல்லை. பாதியில நிறுத்திட்டுப் போயிடறானுங்க. அப்புறம் அங்கே பிரச்னை, இங்கே பிரச்னைன்னு மறுபடி தலைவலி. கடைசியில வேற வழியே இல்லாம நானே அதையும் தலையில போட்டுகிட்டுப் பார்க்கவேண்டியிருக்கு.'

'இதுமாதிரி திறமையில்லாத ஆளுங்களைக் கட்டிகிட்டுச் சிரமப்படணும்ன்னு எனக்கென்ன தலையெழுத்தா? எனக்குமட்டும் ஏன் சார் இப்படியெல்லாம் நடக்குது?'

இந்தப் பிரச்னை அந்த மேனேஜருக்குமட்டுமல்ல. அநேகமாக உலகத்தில் எல்லோருக்கும் உண்டு. நீங்களும் நானும் நம்முடைய

சொந்தத் திறமையைத்தான் பட்டை தீட்டிக்கொள்ளமுடியும். கஷ்டப்பட்டு உழைக்கமுடியும். மற்றவர்களை என்ன செய்வது? அவர்கள் ஏதாவது சொதப்பினால் நமக்குப் பிரச்னையாகிவிடுகிறதே!

அதற்காக எல்லாரையும் துரத்திவிட்டுத் தனி மரமாக இருப்பதும் முடியாது. ஆஃபீசில் சக ஊழியர்கள், வீட்டில் உறவினர்கள், வெளியே நண்பர்கள் என்று எப்போதும் நாம் மற்றவர்களோடு சேர்ந்து, அல்லது அவர்களைச் சார்ந்துதான் வாழ வேண்டியிருக்கிறது. ஆகவே, இதுபோன்ற எரிச்சல்களைத் தவிர்க்கமுடியாது.

இந்தப் பிரச்னையைக் கையாள்வதற்கு ஒரு மிகச் சுவாரஸ்யமான வழியை முன்வைக்கிறது 'உபுன்டு' (Ubuntu) என்ற புத்தகம். இதன் ஆசிரியர்கள் ஸ்டீஃபன் லுண்டின் மற்றும் பாப் நெல்சன்.

மேலே நாம் பார்த்த அதே கடை, அதே மேனேஜர், அதே பிரச்னைகள், அதே புலம்பல்... ஆனால் இந்தமுறை ஒரே ஒரு வித்தியாசம். அந்த மேனேஜரோடு ஒரு சின்னப் பையனும் இருக்கிறான். அவருடைய வேலைகளில் தன்னால் முடிந்தவரை உதவி செய்கிறான்.

மேனேஜருக்கு ஆச்சரியம். 'எல்லாரும் வேலை நேரம் முடிஞ்சதும் வீட்டுக்கு ஓடிட்டாங்க. நீமட்டும் என்னோட இருந்து ஹெல்ப் பண்றியே, எப்படி? ஏன்?' என்று கேட்டார்.

அந்தப் பையன் சிரித்தபடி சொல்கிறான், 'அது எங்க ஊர் வழக்கம் சார்!'

'உங்க ஊரா? நீ எந்த ஊர்?'

அவன் ஓர் ஆப்பிரிக்கக் கிராமத்தின் பெயரைச் சொல்கிறான். 'எங்க கலாசாரத்துல உபுன்டுன்னு ஒரு பிரமாதமான விஷயம் உண்டு சார். அதை எல்லாரும் தெரிஞ்சுகிட்டுப் பின்பற்ற ஆரம்பிச்சுட்டா, இந்த உலகமே ரொம்ப அழகாயிடும்.'

'அதென்ன உபுன்டு? கொஞ்சம் விளக்கிச் சொல்லேன்!'

'சார், உபுன்டுவோட அடிப்படைக் கொள்கை, நீ இல்லாம நான் இல்லை. அதாவது, இந்த உலகத்துல யாரும் தன்னந்தனியா வாழ்ந்துட முடியாது. இன்னிக்கு நாம ஒரு நல்ல நிலைமைல இருக்கோம்ன்னா அதுக்குப் பல நூறு பேர், பல ஆயிரம் பேர் ஹெல்ப் பண்ணி யிருக்காங்கன்னு உணரணும்.'

'உதாரணமா, நான் பிறக்கறதுக்கு முன்னாடி எங்கம்மா ஏதாவது கஷ்டத்துல இருந்திருக்கலாம். அப்போ அவங்களுக்கு ஒருத்தர் சாப்பாடு போட்டு உதவி செஞ்சிருக்கலாம். நான் பிறந்தப்புறம்

என்னை ஸ்கூல்ல சேர்க்கப் போனபோது ஒருத்தர் நல்ல வழிகாட்டியிருக்கலாம். அப்புறம் நான் ரோட்ல ஓடி பஸ்ல அடிபட்டுக்க இருந்தபோது ஒருத்தர் தடுத்து நிறுத்திக் காப்பாத்தியிருக்கலாம்... இது மாதிரி தினம் தினம் நமக்குப் பலர் உதவி செஞ்சுக்கிட்டுத்தான் இருக்காங்க. அதையெல்லாம் நாம அப்போதைக்கு நினைச்சுட்டு மறந்துடறோம். ஆனா அவங்க இல்லாட்டி, இன்னிக்கு நான் இல்லை.'

'உபுன்டுவைப் பொறுத்தவரைக்கும், நீங்க உங்களுக்கு உதவி செஞ்சவங்களை மறந்தாக்கூடப் பரவாயில்லை. நமக்குப் பலர் உதவி செஞ்சிருக்காங்க என்பதைமட்டும் என்னிக்கும் மறக்கவே கூடாது. அதேமாதிரி நாமும் மத்தவங்களுக்கு உதவி செய்யணும்ன்னு நினைக்கணும். அப்போ அடுத்தவங்க சொதப்பும்போது நமக்கு எரிச்சல் வராது. மனசெல்லாம் அன்புதான் பொங்கும். நேத்திக்கு நான் சொதப்பினப்போ யாரோ உதவி செஞ்சாங்க. இன்னிக்கு இவனுக்குக் கை கொடுத்துத் தூக்கிவிடறதுக்கு எனக்கு ஒரு வாய்ப்புக் கிடைச்சிருக்குன்னு நினைப்போம்!'

அந்தப் பையன் சாதாரணமாகச் சொல்ல, மேனேஜர் அசந்து போகிறார். உபுன்டு என்பது சந்தோஷமான வாழ்க்கைக்கான சிந்தனை முறை என்று புரிந்துகொள்கிறார். தன்னுடைய இன்றைய வளர்ச்சிக்கு யாரெல்லாம் உதவி செய்திருக்கக்கூடும் என்று நினைக்கிறார். அதே உதவியைத் தானும் பிறருக்குச் செய்வதுதான் நியாயம் என்று புரிந்துகொள்கிறார்.

இப்போது அவருக்கு மற்றவர்கள்மீது கோபம் வரவில்லை. அவர்களுடைய தவறுகளைச் சொல்லித்தந்து திருத்துவதன்மூலம் தனக்கு என்ன லாபம் வரப்போகிறது என்று சுயநலமாகச் சிந்திக்காமல், அதன்மூலம் அவர்களை முன்னேற்றுவதற்கு இது ஒரு வாய்ப்பு என்று புரிந்துகொள்கிறார். நாளைக்கு அவர்களும் 'உபுன்டு'வைப் புரிந்துகொள்ளும்போது, இதே போன்ற உதவிகளை அவர்கள் மற்றவர்களுக்குச் செய்வார்கள். இப்படி 'உபுன்டு' எங்கும் பரவினால் ஒட்டுமொத்தச் சமுதாயமும் சிறப்பாகிவிடும் என்று நினைத்துச் சந்தோஷப்படுகிறார்.

அதன்பிறகு, அவரது வாழ்க்கையே மாறிவிடுகிறது. 'உபுன்டு'வைப் பயன்படுத்தித் தன்னுடைய கடையையும் தலைகீழாகப் புரட்டிப் போட்டுவிடுகிறார். இப்போது அங்கே இருப்பவர்கள் குறை சொல்லிப் பிழைப்பை ஓட்டுவதில்லை. எல்லோரும் ஒருவருக்கொருவர் உதவிக்கொண்டு ஒரே குழுவாகவும் சந்தோஷமாகவும் வேலை பார்க்கிறார்கள்.

ஆப்பிரிக்கச் சிந்தனைமுறையான ‘உபுன்டு’ நமக்கு ஒன்றும் புதியது அல்ல. இப்போதும் நம்முடைய கிராமங்களில் எல்லோரும் ஒருவருக்கு ஒருவர் உதவி செய்து கை தூக்கிவிட்டபடி வாழ்வதைப் பார்க்கலாம். நகரங்களில்தான் கொஞ்சம் கொஞ்சமாக அந்தப் பண்பை மறந்துகொண்டிருக்கிறோம். அங்கே நமக்கு ‘உபுன்டு’ சூத்திரம் உதவும்!

48

சும்மா பூந்து வெளாடுங்க!

நண்பர் ஒருவர் உங்களைப் பார்க்க வருகிறார். அவரை வரவேற்று உட்காரவைத்துக் காபி கொடுத்து உபசரிக்கிறீர்கள்.

அப்போது, உங்களுடைய குழந்தை எட்டிப்பார்க்கிறது. 'ஹலோ அங்கிள்' என்று கொஞ்சுகிறது.

மறுவிநாடி, அந்த நண்பர் நாற்காலியிலிருந்து கீழே குதித்து விடுகிறார். குழந்தையின் உயரத்துக்கு மண்டியிட்டுக் குனிந்தபடி அதோடு கொஞ்சிப் பேசுகிறார். அதன் பொம்மைகளை வைத்து விளையாடுகிறார். 'ஆனை ஆனை, அழகர் ஆனை' என்று அதை ஏற்றிக்கொண்டு ஆனந்தமாகச் சவாரி போகிறார்.

இதையெல்லாம் பார்க்கிற உங்களுக்கு ஆச்சரியம். 'என்னய்யா, சரியான சின்னப் புள்ளத்தனமா இருக்கே' என்று கிண்டலடிக்கிறீர்கள்.

'விளையாடறது சின்னப் புள்ளத்தனமா? பெரியவங்க விளையாடக் கூடாதா? யார் சொன்னாங்க?' என்று சிரிக்கிறார் அந்த நண்பர். 'நாம எல்லாருமே வளர்ந்த குழந்தைங்கதானே? ஜாலியா விளையாடினா என்ன தப்பு?'

உண்மையில் விளையாட்டு என்பது என்ன? படிப்பு என்றால் ஓடிப் போகிற குழந்தைகள்கூட, விளையாட்டு என்றதும் ஆசையாக ஓடி வருகிறார்களே, அப்படி அதில் என்னதான் இருக்கிறது? ஆடு, மாடு,

நாய், பூனை எல்லாமே விளையாடுகிறதே, ஏன்? அதனால் என்ன பிரயோஜனம்?... இதுபோன்ற எண்ணற்ற கேள்விகளுக்கு விடை சொல்லும் ஒரு சமீபத்திய புத்தகம், 'ப்ளே' (Play). இதை எழுதியவர் டாக்டர் ஸ்டூவர்ட் ப்ரௌன் மற்றும் கிறிஸ்டோஃபர் வானன்.

விளையாட்டுபற்றி ஒரு புத்தகமா? அதை நாம காசு கொடுத்து வாங்கிப் படிக்கணுமா? ஏன்ய்யா காமெடி பண்றீங்க?

சிரிக்காதீர்கள். 'விளையாட்டு என்பது வெறும் விளையாட்டான விஷயம் இல்லை' என்பதுதான் இந்தப் புத்தகத்தின் மையக் கருத்து. தன்னை மறந்து விளையாடுவதால் நம்முடைய டென்ஷன்கள் குறைந்து மனம் ரிலாக்ஸ் ஆவதுமட்டுமல்ல, மூளையும் வளர்ச்சியடைகிறதாம். நாம் செய்கிற எந்த வேலையையும் சிறப்பாகச் செய்வதற்கான மனோநிலை கிடைக்கிறதாம். இப்படி இன்னும் ஏகப்பட்ட 'நன்மை'கள் இருக்கின்றனவாம்.

இதெல்லாம் யாரோ புத்தகத்தில் எழுதிவைத்த கற்பனை இல்லை. விளையாட்டின்மூலம் மனிதனின் சிந்தனைத்திறன் மேம்படுகிறது. அறிவு வளர்ச்சி விரைவாகிறது என்பதெல்லாம் அறிவியல்பூர்வமாக நிரூபிக்கப்பட்ட உண்மைகள்!

இந்த விஷயம் தெரியாமல், நாம் பள்ளியைவிட்டு வெளியே வந்தவுடன் விளையாடுவதை நிறுத்திவிடுகிறோம். இஞ்சி தின்ற குரங்குமாதிரி முகத்தைக் கடுகடுவென்று மாற்றிக்கொண்டு சீரியஸ் பேர்வழிகளாக வளைய வருகிறோம்.

இதனால், நம்முடைய மனம் சில குறிப்பிட்ட வட்டங்களுக்குள் சுற்றிச் சுற்றி வர ஆரம்பித்துவிடுகிறது. புதிய விஷயங்களை யோசிக்க முடிவதில்லை.

குழந்தைகளைப் பாருங்கள். அவர்களுக்கு ஒவ்வொரு நாளும், ஒவ்வொரு மணி நேரமும், ஒவ்வொரு நிமிடமும் புதுசு. நேற்று விளையாடிய அதே பொம்மையைக் கையில் வைத்துக்கொண்டு இன்று இன்னொரு கதை சொல்வார்கள். காகிதத்தில் ஏதேதோ கிறுக்கி வர்ணம் தீட்டுவார்கள். இஷ்டப்படி ஆடுவார்கள், பாடுவார்கள். நாம் கற்பனைகூடச் செய்யாத இடங்களில் புகுந்து வெளியே வருவார்கள்...

இதுபோன்ற புதிய, எதிர்பாராத விஷயங்கள்தான் மனிதனின் மூளையை வளப்படுத்துகின்றன என்று மனோதத்துவ நிபுணர்கள் சொல்கிறார்கள். அதற்கான சூழலை விளையாட்டுகள் ஏற்படுத்தித் தருகின்றன.

சின்னக் குழந்தைகளின் மூளை அதிவேகமாக வளர்ச்சியடைகிறது என்றால், அதற்குக் காரணம் அவர்களது உடல்மட்டுமில்லை, மனமும்தான்.

இதற்கு நேர் எதிராக, நம்மைமாதிரி பெரிய குழந்தைகள் விளையாட மறந்துவிட்டால், மூளை வளர்ச்சியும் அப்படியே நின்றுபோகும். புதுசாக எதுவுமே தோன்றாமல் க்ரியேட்டிவிட்டி வறண்டு செக்குமாடு மாதிரி சுற்றி வர ஆரம்பித்துவிடுவோம். பரவாயில்லையா?

'ஆக, நீங்கள் எந்த வயதுக்காரராக இருந்தாலும் பரவாயில்லை, விளையாடுவதற்குமட்டும் மறந்துவிடாதீர்கள்' என்று அடித்துச் சொல்கிறது இந்தப் புத்தகம். 'மற்றவர்கள் கேலி செய்வார்களே என்று நினைத்துத் தயங்காதீர்கள். ஜாலியாக விளையாடுவதன்மூலம் உங்களுடைய ஆளுமை மெருகேறும், வெற்றி தேடி வரும்.'

அது சரி, ஆஃபீசில் வேலை பார்க்கவேண்டிய நேரத்தில் விளையாடிக் கொண்டிருந்தால் மேனேஜர் உதைக்கமாட்டாரா?

ம்ஹூம். அங்கேயும் விளையாட்டு அவசியம். அனைவரும் உர்ரென்று ஆளுக்கு ஒரு திசையைப் பார்த்துக்கொண்டு உட்கார்ந்திருக்கிற அலுவலகத்தைவிட, கலகலப்பாகச் சிரித்துக் கிண்டலடித்தபடி வளைய வருகிற இடத்தில்தான் வேலை விறுவிறுவென்று நடக்கும். புதிய யோசனைகள், பெரிய சாதனைகள் அரங்கேறும். களைப்பும் தெரியாது.

எல்லோரும் விளையாடணும், சரி, புரியுது. ஆனா, என்னமாதிரி விளையாட்டு? ஒரு நாளைக்கு எத்தனை மணி நேரம் விளையாடணும்?

அது உங்கள் இஷ்டம். கிரிக்கெட், டென்னிஸ் என்று ஓடியாடலாம். நீச்சல் குளத்தில் மிதக்கலாம். உட்கார்ந்த இடத்தில் வீடியோ கேம்ஸ் விளையாடலாம். பேப்பரில் இஷ்டம்போல் கிறுக்கிப் படம் வரையலாம். இன்னும் பல்லாங்குழி, மங்காத்தா, பாட்டுக்குப் பாட்டு, சுடோகு, விநாடி வினா... நீங்கள் என்ன விளையாடுகிறீர்கள் என்பது முக்கியம் இல்லை, எதையாவது விளையாடினால் போதும்!

இதற்கென்று நீங்கள் தனியாக நேரமெல்லாம் ஒதுக்கவேண்டிய தில்லை. 'தினமும் காலை ஏழு முதல் எட்டரை மணிவரை நான் விளையாடுவேன்' என்றெல்லாம் ரூல் போட்டுக்கொண்டு விளையாடினால் சரிப்படாது. எப்போதும் 'தீராத விளையாட்டுப் பிள்ளை'யாகவே இருங்கள். உங்களைச் சுற்றியிருப்பவர்கள் மத்தியில் செம பாப்புலராகிவிடுவீர்கள்.

விளையாடுபவர்களை மொத்தம் எட்டு வகைகளாகப் பிரிக்கிறது இந்தப் புத்தகம். இதில் நீங்கள் என்ன வகை என்று யோசித்துக் கொள்ளுங்கள்:

1. **ஜோக்கர்ஸ்:** பேசிப் பேசியே சிரிக்கவைக்கிறவர்கள்.

2. **துறுதுறு பேர்வழிகள்:** எப்போதும் அங்கும் இங்கும் ஓடி, ஆடி, தலைகீழாக நின்று…

3. **தேடல் பிரியர்கள்:** எதைப் பார்த்தாலும் அதைப் பிரித்துப் போட்டு நோண்டுகிறவர்கள்.

4. **போட்டிப் பிரியர்கள்:** இவர்களுக்குச் சும்மா விளையாடினாப் போதாது. போட்டி போடணும், ஜெயிக்கணும், கைதட்டல்களை அள்ளிக்கணும்!

5. **இயக்குனர்கள்:** விதவிதமாகக் கற்பனை செய்து மனத்துக்குள் படம் ஓட்டுகிறவர்கள்.

6. **சேகரிப்பாளர்கள்:** பலவகைத் தீப்பெட்டிகள், கோலிகுண்டுகள், மெழுகுவர்த்திகள், சோடா பாட்டில் மூடிகள் என்று வீட்டுக்குள் அருங்காட்சியகம் வைக்கிறவர்கள்.

7. **படைப்பாளிகள்:** ஓவியம், சிற்பம் போன்ற நுண்கலைகளில் ஆர்வம் காட்டுகிறவர்கள்.

8. **கதைசொல்லிகள்:** எதையும் சுவாரஸ்யமான கதைபோல விவரிக்கத் தெரிந்தவர்கள்.

என்னது? நீங்கள் இந்த எட்டு வகைகளிலும் இல்லையா? சும்மா விளையாடாதீங்க சார்!

49

‘தலைமை’க் கண்ணாடி

சச்சின் டெண்டுல்கருக்கும் மகேந்திர சிங் தோனிக்கும் என்ன ஒற்றுமை? என்ன வித்தியாசம்?

இருவருமே பிரமாதமான கிரிக்கெட் வீரர்கள். நல்ல திறமைசாலிகள். உலகப் புகழ் பெற்றவர்கள். ஏகப்பட்ட ரசிகர்களைக் கொண்டவர்கள்.

ஆனால் ஒரு விஷயத்தில் இவர்கள் இருவரும் வித்தியாசப்படு கிறார்கள். சச்சின் தன்னுடைய தனித்திறமையை அற்புதமாக வெளிப்படுத்தியதோடு நிறுத்திக்கொண்டுவிட்டார். ஓர் அணியைத் தலைமை தாங்கிப் பலரை அரவணைத்துச் சென்று வெற்றிகளைக் குவிக்கவில்லை. சிறந்த தலைவராகப் பெயர் வாங்கவில்லை.

அந்த விஷயத்தில் தோனி வெகு சமர்த்தர். ஒருநாள் போட்டிகள், டெஸ்ட் போட்டிகள், 20:20 போட்டிகள், ஐபிஎல் என்று அவர் கை வைத்த இடமெல்லாம் வெற்றி. ‘எங்க கேப்டன்’ என்று பொது மக்களும் அவரை அன்பாகக் கூப்பிடுகிறார்கள்.

கிட்டத்தட்ட இதே கதையை நீங்கள் நிஜ வாழ்க்கையிலும் பார்க்கலாம். சிலர் தங்களுடைய வேலையைமட்டும் மிகச் சிறப்பாகச் செய்வார்கள். வேறு சிலர் மற்றவர்களையும் உடன் அழைத்துச் சென்று சாதிப்பார்கள். இவர்களுக்குத்தான் நிறையப் பாராட்டுகளும் மரியாதையும் சமூக அந்தஸ்தும் சாத்தியப்படும்.

அது சரி. இந்த முதல் வகையில் உள்ள அப்பாவிகள் இரண்டாவது வகைக்குத் தாவுவது எப்படி? இந்த ரகசியத்தைச் சொல்லித்தரும் எளிமையான புத்தகம் ஒன்று இப்போதுதான் சுடச்சுட வெளியாகியிருக்கிறது. அதன் பெயர் 'தி ஷிஃப்ட் ஃப்ரம் ஒன் டு மெனி' (The Shift From One To Many). எழுதியவர் க்ரிஸ்மன் நஃப்சிங்கர்.

நம்மில் பலர் நல்ல தலைவர்களாக ஜொலிக்காமல் இருப்பதற்கு க்ரிஸ்மன் நஃப்சிங்கர் சொல்லும் முக்கியமான காரணம், அவர்கள் சரியான நேரத்தில் கண்ணாடியை மாற்றுவதில்லை!

கண்ணாடியா? அதென்ன?

பார்வைக் குறைபாடு உள்ளவர்கள் மூக்குக் கண்ணாடிகளை அணிவது வழக்கம். இந்தக் கண்ணாடிகள்தான் அவர்களுடைய விழித்திரையின் லென்ஸ் பிரச்னைகளைச் சரி செய்து பார்ப்பதற்கோ படிப்பதற்கோ வழி செய்கின்றன.

ஒருநாள், நீங்கள் கண்ணாடியை மறந்து வெளியே சென்று விடுகிறீர்கள். அப்போது நீங்கள் பார்க்க விரும்பிய பொருள்களைப் பார்க்கமுடியாது. படிக்க விரும்பிய விஷயங்களைப் படிக்கமுடியாது.

இதே விஷயம் தலைவர்களுக்கும் பொருந்தும் என்கிறார் க்ரிஸ்மன் நஃப்சிங்கர். 'தனிப்பட்டமுறையில் நல்ல திறமைசாலியாக இருக்கிற ஒருவர் தலைவராக விரும்பினால், மனத்தளவில் அதற்கென்று ஒரு விசேஷக் கண்ணாடியை அணியவேண்டும். தங்கள் பார்வையையே மாற்றிக்கொள்ளவேண்டும், அதுவரை தங்களுடைய சொந்தச் செயல்பாடுகள், திறமைகள், தகுதிகள், அனுபவத்தைமட்டும் யோசித்துக்கொண்டிருந்தவர்கள் இப்போது எல்லோருக்காகவும் சிந்திக்கத் தொடங்கவேண்டும்.'

உதாரணமாக, நீங்கள் ஒரு கடையில் வேலை செய்கிறீர்கள். அங்கே வருகிற வாடிக்கையாளர்களைச் சிரித்த முகத்துடன் வரவேற்பது, பொருள்களை எடுத்துக் காட்டுவது, அவர்கள் கேட்கும் கேள்விகளுக்குப் பொறுமையாகப் பதில் சொல்வது என்று எல்லாம் ஒழுங்காகச் செய்கிறீர்கள், முதலாளி உங்களைப் பாராட்டுகிறார்.

சில வருடங்கள் கழித்து, நீங்கள் அதே கடைக்கு மேனேஜர். இப்போது உங்களுக்குக் கீழே பத்துப் பதினைந்து பேர் வேலை பார்க்கிறார்கள் என்று வைத்துக்கொள்வோம்.

இப்போதும், நீங்கள் உங்களுடைய வாடிக்கையாளர்களைமட்டும் அக்கறையாகக் கவனித்துக்கொண்டிருந்தால் போதாது. உங்களது

'டீம்', அதாவது அந்தப் பத்துப் பதினைந்து பேர் அவர்களுடைய வாடிக்கையாளர்களுக்கு எப்படிச் சேவை செய்கிறார்கள் என்பதைக் கண்காணிக்கவேண்டும். அவர்களுடைய பிரச்னைகளைச் சரி செய்து வேண்டிய உதவிகளைச் செய்யவேண்டும். புதியவர்களுக்குப் பயிற்சி தரவேண்டும்... சுருக்கமாகச் சொன்னால் 'நான் எப்படி வேலை செய்கிறேன்?' என்ற பார்வை மாறி, 'நாம் எப்படி வேலை செய்கிறோம்?' என்கிற கேள்வி வரவேண்டும். அதுதான் 'தலைமை'க் கண்ணாடி.

இது ஆஃபீஸுக்குமட்டுமில்லை, தனிப்பட்ட வாழ்க்கையிலும் பொருந்தும். ஒரு குடும்பத்தில் எல்லோருக்காகவும் சிந்திக்கிறவர்கள் மீதுதான் மற்றவர்கள் அதிகம் அன்பு செலுத்துவார்கள். அவர்களைச் சுற்றித்தான் அந்த வீடு இயங்கும்.

அப்படியானால், தலைவர்கள் தங்களுடைய சொந்தத் திறமைகள், தேவைகள், எதிர்பார்ப்புகளைப் பற்றியெல்லாம் கவலைப்பட வேண்டியதில்லையா? குழுவைமட்டும் கவனித்தால் போதுமா?

ம்ஹூம், இல்லை. என்னதான் தோனி வெற்றிகரமான கேப்டனாக இருந்தாலும், தனிப்பட்டமுறையில் அவர் ஒழுங்காக விளையாடி ரன் குவிக்கவில்லை என்றால் அவரை ஒரு தலைவராக யாரும் மதிக்க மாட்டார்கள். இதுவும் முக்கியம், அதுவும் முக்கியம். தேவையான நேரத்தில் தேவையான கண்ணாடியை அணிந்தால் பார்வை தெளிவாக இருக்கும்.

இந்த விஷயம் கேட்பதற்கு ரொம்ப எளிமையாக இருக்கிறது. ஆனால் இதனை நிஜத்தில் செயல்படுத்துவது மிகவும் கடினம். ஏனெனில், நாம் எல்லோரும் பாராட்டுக்கு ஏங்குகிறவர்கள். அதற்காக நம்முடைய சொந்தத் திறமைகளைமட்டுமே வளர்த்துக்கொள்வதற்கு ஆசைப்படு கிறவர்கள். அந்த எண்ணத்திலிருந்து விலகி வந்து எல்லோருக் காகவும் சிந்திக்கத் தொடங்குவதுதான் தலைவர்கள் சந்திக்கும் மிகப் பெரிய சவால்.

அதற்காக இந்தப் புத்தகம் நான்கு 'ஸ்டெப்'களை விளக்கிச் சொல்கிறது. ப்ராக்டிகலாக உணர்ந்து இவற்றை ஒவ்வொன்றாகக் கடந்துவந்தால், யார் வேண்டுமானாலும் வெற்றிகரமான தலைவராக முடியும்!

ஸ்டெப் 1: 'நான்' என்பதை உணர்வது. அதாவது, என்னுடைய தனிப்பட்ட திறமைகள் என்ன? அவற்றை நான் எப்படிப் பயன்படுத்துகிறேன்?எப்படி ஜெயிக்கிறேன்? என்பதை உணர்வது. இதை நான் எப்போதும் இழக்கமாட்டேன் என்று பெருமையுடன் சொல்லிக்கொள்வது.

ஸ்டெப் 2: ‘நான்’ என்பதில் இருந்து மெல்ல நகர்ந்து ‘நாம்’ என்று நினைக்கத் தொடங்குவது. அதாவது ‘நான் இதைச் செய்தேன்’ என்று பெருமைப்படுவதற்குப் பதிலாக, அதற்கு மற்றவர்கள் என்ன உதவி செய்தார்கள் என்று யோசிப்பது, அதன்மூலம் ‘நாம சேர்ந்து இதைச் செஞ்சோம்’ என உணர்வது.

ஸ்டெப் 3: எல்லாப் பொறுப்புகளையும் நம்மிடம் வைத்துக் கொள்ளாமல் மற்றவர்களுக்குக் கொஞ்சம் கொஞ்சமாகப் பகிர்ந்து தருவது. அவர்களுடைய வேலையைக் கவனித்து உற்சாகப்படுத்துவது. இதன்மூலம் முதல் ஸ்டெப் (அதாவது ‘நான்’ என்கிற உணர்வு) மெதுவாக மங்கத் தொடங்கும்.

ஸ்டெப் 4: இந்த நிலையில் நம்முடைய தனிப்பட்ட முக்கியத்துவம் என்பது கிட்டத்தட்ட மறந்தே போயிருக்கும். வெற்றிகரமாகத் ‘தலைமை’க் கண்ணாடியை அணிந்துகொண்டிருப்போம். நிரந்தரத் தலைவர்களாக மாறியிருப்போம்!

இந்த நான்கு ஸ்டெப்களின் அடிப்படையில் உங்களுடைய ‘பார்வை’யைக் கொஞ்சம் பரிசோதித்துக்கொள்ளுங்கள். அநேகமாக நம்மில் பெரும்பாலானோர் முதல் படியில் இருப்போம். சிலர் இரண்டாவது படிக்கு முன்னேறியிருப்போம். நாம் எங்கே இருக்கிறோம் என்பதைத் தெரிந்துகொண்டுவிட்டால், மூன்று, நான்கு என ஏறிச் சென்று ஜெயிப்பது சுலபம்!

50

மிஸ்டர் மூளை

இந்த உலகின் மிகப் பெரிய சக்தி என்ன தெரியுமா?

மோட்டார் எஞ்சின்? அதை இயக்குகிற மின்சாரம்? கம்ப்யூட்டர்? இன்டர்நெட்? இயற்கை? கடவுள்?

இவை அனைத்தும் பெரிய சக்திகள்தாம். ஆனால் அவற்றையெல்லாம் விடப் பிரமாண்டமான ஓர் ஆற்றல் நம் எல்லோருக்குள்ளும் இருக்கிறது. அதுமட்டும் இல்லாவிட்டால் இவை எதுவுமே இல்லை.

மனித மூளை!

இந்தத் தக்கனூண்டு சமாசாரத்தை இன்னும் நம் விஞ்ஞானிகளால் முழுமையாகப் புரிந்துகொள்ளமுடியவில்லை. ‘இதை வைத்துக் கொண்டு மனிதனால் வாழவும் முடிகிறது, அழியவும் முடிகிறது. எப்படி?’ என்று தலைமுடியைப் பிய்த்துக்கொள்கிறார்கள்.

நமக்கு அறிவியல் ஆராய்ச்சி வேண்டாம். நம்முடைய மூளையைச் சிறப்பாகப் பயன்படுத்திக்கொண்டு வெற்றியடைவது எப்படி? இந்தக் கேள்விக்கு விடை சொல்லும்விதமாக அமைந்துள்ள ஒரு லேட்டஸ்ட் புத்தகம், ‘பில்டிங் ப்ரெயின்பவர்’ (Building Brainpower). எழுதியவர், திலீப் முகர்ஜி. (Westland வெளியீடு, விலை ரூ 750)

மனிதனுடைய மூளையின் குறுக்குவெட்டுத்தோற்றம் எப்படி இருக்கும் என்று படம் வரைந்து பாகம் குறிப்பதில் தொடங்கும் திலீப்

முகர்ஜி மூளையைச் சரியாகப் பயன்படுத்தி வெற்றியடைந்த கலைஞர்கள், சிந்தனையாளர்கள், விஞ்ஞானிகள், விளையாட்டு வீரர்கள் இன்னும் பலருடைய உதாரணங்களை அள்ளி அள்ளிக் கொட்டுகிறார். அவர்கள் ஒவ்வொருவரும் என்ன வித்தியாசமாகச் செய்தார்கள், அதை நாமும் செய்வது எப்படி என்று விளக்குகிறார்.

ஒரு நாய் இரண்டு குட்டி போடுகிறது. ஒன்றை வீட்டில் வைத்து வளர்க்கிறோம். இன்னொன்றைப் போலிஸில் கொடுத்துத் துப்பறியும் நாயாகப் பயிற்சி தருகிறோம். சில வருடங்கள் கழித்துப் பார்த்தால், போலிஸில் சேர்ந்த நாய் ஏகப்பட்ட கூடுதல் திறமைகளோடு தென்படுகிறது. இல்லையா?

நம் மூளையும் அப்படித்தான். அடிப்படையில் எல்லோருடைய மூளையும் ஒரேமாதிரிதான். அதைச் சரியானபடி பயிற்சி கொடுத்துப் பழக்கிவைத்துக்கொள்வதில்தான் சூட்சுமம் இருக்கிறது. கொஞ்சம் முயற்சி செய்தால் நம் மூளையையே மூலதனமாக வைத்து எதிலும் ஜெயிக்கலாம். வாழ்க்கையை வளமாக்கிக்கொள்ளலாம். அதற்காக இந்தப் புத்தகம்முழுவதும் ஏகப்பட்ட பயிற்சிகள், டிப்ஸ் உண்டு.

மூளையைக் கூர் தீட்டிக்கொள்வதற்கு திலீப் முகர்ஜி சொல்லும் பத்து முக்கியமான உத்திகள், இங்கே சுருக்கமாக:

1. உங்களுடைய மூளை இப்போது என்ன நிலையில் இருக்கிறது என்பதை உணருங்கள். அது எங்கே செல்லவேண்டும் என்பதை மனத்துக்குள் கற்பனை செய்து பாருங்கள். அதையே உங்களுடைய இலக்காக, லட்சியமாக அமைத்துக்கொண்டு முன்னேறுங்கள். சும்மா பயிற்சி தருவதைவிட, ஓர் இலக்கை நோக்கி முன்னேறும் போது நம்முடைய வேகம் அதிகமாக இருக்கும்.

2. மூளையில் இரண்டு பகுதிகள் உண்டு. ஒன்று, எதையும் தீவிரமாக அலசி ஆராய்ந்து முடிவெடுக்கும். இன்னொன்று, உணர்ச்சியால் கட்டுப்படுத்தப்பட்டுச் செயல்படும். பொதுவாக எல்லா மனிதர்களுக்கும் இந்த இரண்டில் ஒரு பாதிதான் ஸ்பெஷலாக இருக்கும். இரண்டிலும் அசத்துபவர்கள் மிக மிகக் குறைவு. ஆகவே, உங்களுடைய ஸ்பெஷல் பாதி எது என்று யோசித்து அதில்மட்டும் கவனத்தைச் செலுத்துங்கள். பிடித்தமில்லாத ஒன்றில் கவனம் செலுத்தி நேரத்தை வீணடிக்காதீர்கள்.

3. நம் மூளைக்கு வண்ணங்கள் ரொம்பப் பிடிக்கும். வெரைட்டி பிடிக்கும். தினந்தோறும் ஒரேமாதிரி விஷயங்களைத் திரும்பத்

திரும்பச் செய்துகொண்டிருந்தால் மூளை சலித்துப்போய்த் தூங்கிவிடும். அணிகிற உடையில் ஆரம்பித்து உங்களுடைய நடை, பழகுமுறை, பேச்சு, சாப்பாடு, வேலை என்று சகலத்திலும் புதுமைகளைப் புகுத்துங்கள். சட்டென்று மூளை சுறுசுறுப்பாகி இயங்குவதைக் காண்பீர்கள்.

4. கனவு காணுங்கள். அப்துல் கலாம் சொன்ன லட்சியக் கனவு என்றில்லை, ஏதாவது ஒரு கனவு. மூளைக்குக் கனவுதான் நெட் ப்ராக்டீஸ். வெறுமனே 'நான் ஒரு வீடு கட்டுவேன்' என்று ஒரு வரிக் கனவு காணாதீர்கள். 'என் வீட்டில் ஏழு மாடி. முதல் மாடியில் ஒரு சினிமா தியேட்டர். பக்கத்தில் ஒரு டென்னிஸ் கோர்ட். கீழே தோட்டத்தில் மல்லிகைப் பந்தல்' என்றெல்லாம் விரிவாகக் கற்பனை செய்யுங்கள். அதை நிஜத்தில் செயல் படுத்துவதுகூட இரண்டாம்பட்சம்தான், நுணுக்கமான தகவல் களுடன் கனவு காணக் காண உங்கள் மூளை கூர்மையாகும்.

5. உங்களுடைய ஞாபக சக்தி எப்படி? ஒருவேளை நீங்கள் எல்லா வற்றையும் மறந்துபோகிறவராக இருந்தாலும் பரவாயில்லை, உங்களுடைய செல்ஃபோன் நம்பரை மறப்பீர்களா? மனைவியின் பெயர்? குழந்தைகளின் முகம்? வீட்டு முகவரி? சம்பளம்?... இப்படிச் சில விஷயங்கள்மட்டும் நம் மனத்தில் பதிவது எப்படி? அக்கறைதான் காரணம். அடுத்தமுறை ஒருத்தர் வீட்டுக்குப் போகும்போது அவருடைய அட்ரஸைத் துண்டுச் சீட்டில் எழுதிக் கொள்ளாமல் ஞாபகத்தில் பதித்துக்கொண்டு செல்லுங்கள், வீடு தெரியாமல் திணறினாலும்கூடப் பரவாயில்லை, இந்தப் பயிற்சி மிக அவசியம், அதுவும் தினசரி, ஒவ்வொரு நிமிடமும் பயிற்சி அவசியம். மெமரியை மேம்படுத்துவது உங்கள் கையில்தான் உள்ளது

6. மூளைக்குக் 'கனெக்ஷன்ஸ்' ரொம்பப் பிடிக்கும். அதனால்தான், நாம் எதைப் பார்த்தாலும் அதை இன்னொன்றோடு தொடர்பு படுத்தி யோசிக்கிறோம். பஸ்ஸில் யார் கையிலோ பாலகுமாரன் புத்தகத்தைப் பார்த்தால், நம் கல்லூரித் தோழர் ஒருவர் ஞாபகம் வருவார். 'ச்சீ, போடா' என்று ஒரு பெண் சிணுங்கும்போது, ஒரு சினிமாப் பாட்டு ஞாபகம் வரும். ஹோட்டலில் பரோட்டா மாஸ்டரைப் பார்க்கும்போது என்றைக்கோ பார்த்த மேஜிக் ஷோ ஞாபகம் வரும். இதுபோன்ற தொடர்புகள் ரொம்ப முக்கியம். நீங்கள் பார்க்கிற, படிக்கிற, கேட்கிற, கவனிக்கிற ஒவ்வொரு விஷயத்தையும் ஒன்றோடொன்று தொடர்புபடுத்தி ஞாபகத்தில்

பதித்துக்கொள்ளுங்கள். ஞாபகசக்தியும் மேம்படும், மூளையும் சுறுசுறுப்பாகும்.

7. உங்களுக்குப் பொழுதுபோக்கு ஏதேனும் உண்டா? சின்ன வயதில் எதையாவது ஆர்வத்தோடு செய்துவிட்டுப் பின்னர் 'வேலை ஜாஸ்தி' என்று அதைக் கைவிட்டீர்களா? ரொம்பப் பெரிய தப்பு! அந்தப் பொழுதுபோக்கை மறுபடி தோண்டி எடுங்கள். அல்லது புதுசாக எதையாவது கற்றுக்கொள்ளத் தொடங்குங்கள். எந்த அளவு அதில் நேரம் செலவிடுகிறீர்களோ அந்த அளவு உங்களுடைய வழக்கமான வேலைகளில் மூளையின் செயல்திறன் கூடும். இது அறிவியல்பூர்வமாக நிரூபிக்கப்பட்ட உண்மை!

8. நீங்கள் இதுவரை சந்தித்தவர்களிலேயே, அல்லது கேள்விப் பட்டவர்களிலேயே மிகப் பெரிய 'மூளைக்காரர்' யார்? அது ஓர் எழுத்தாளராக இருக்கலாம், இசையமைப்பாளராக இருக்கலாம், அறிவியல் அறிஞராக இருக்கலாம், அரசியல் தலைவராக இருக்கலாம், ஆஃபீசில் உங்களுடைய பாஸாக இருக்கலாம், பார்ட்டி யாரானாலும் சரி, அவரைப்பற்றிக் கொஞ்சம் யோசியுங்கள். அவரிடம் என்ன ஸ்பெஷல்? நீங்கள் ஏன் அவரைப் பின்பற்ற விரும்புகிறீர்கள்? இந்தக் கேள்வியைத் திரும்பத் திரும்பக் கேட்டுக்கொண்டே இருங்கள். அவர்களை உங்களது மானசீக வழிகாட்டிகளாக வைத்துக்கொள்ளுங்கள்.

9. நீங்கள் பார்க்கிற ஒவ்வொரு விஷயத்துக்கும் ஓர் உதாரணம் யோசியுங்கள். அதை எப்படிச் சுலபமாகப் புரியவைக்கமுடியும் என்று சிந்தியுங்கள். இன்னொருவரிடம் அதனைச் சொல்லி விளக்கமுடிந்தால் இன்னும் சந்தோஷம். இது உங்களுடைய மூளைக்கு மிக நல்ல பயிற்சி!

10. உடல் சுறுசுறுப்பாக இயங்கினால்தான் மூளை சுறுசுறுப்பாக இருக்கும். இது கதை அல்ல, பரிசோதனை செய்து உறுதி செய்யப்பட்ட நிஜம். முடிந்தவரை உடற்பயிற்சி செய்யுங்கள். ஆரோக்கியமான உணவு வகைகளைச் சாப்பிடுங்கள். இவை அனைத்தும் உங்களது மூளையின் செயல்திறனை மேம்படுத்துகிற விஷயங்கள்!

51

பழகத் தெரிய வேணும்!

‘ஆடுற மாட்டை ஆடிக் கறக்கணும், பாடுற மாட்டைப் பாடிக் கறக்கணும்’ என்று நம் ஊரில் ஒரு பழமொழி உண்டு. அதாவது, மனிதர்களிடம் பழகும்போது அவர்களுடைய தன்மை அறிந்து அதற்கு ஏற்ப நடந்துகொள்ளவேண்டும் என்று அர்த்தம்.

உதாரணமாக, உங்களுடைய நண்பர்கள் இரண்டு பேர். ஒருவர் இப்போதுதான் படிப்பை முடித்துவிட்டு வேலை தேடிக்கொண்டிருக் கிறார். இன்னொருவர் நல்ல வேலையில் செட்டிலாகிவிட்டார். தற்போது சொந்தமாக வீடு வாங்குவதற்கு முயற்சி செய்து கொண்டிருக்கிறார் என்று வைத்துக்கொள்வோம்.

இப்போது, இந்த இருவரிடமும் நீங்கள் நல்ல பெயர் வாங்க வேண்டுமென்றால், முதல் நண்பருக்கு ஒரு நல்ல வேலை பார்த்துத் தரவேண்டும். இரண்டாவது நண்பருக்கு ஒரு நல்ல வீட்டு புரோக்கரை அறிமுகப்படுத்தவேண்டும். அப்போதுதான் அவர்களுக்கும் பிரயோஜனம், உங்களுக்கும் மரியாதை.

அதற்குப் பதிலாக, முதல் நண்பரிடம் ஒரு வீட்டு புரோக்கரை அழைத்துச் சென்றால் அவர் என்ன சொல்வார்? ‘ஏன்ய்யா, என்னை வெச்சுக் காமெடி பண்றியா?’ என்றுதான் கோபப்படுவார். என்னதான் நீங்கள் அழைத்துப்போன தரகர் மிகத் திறமைசாலியாக இருந்தாலும், அப்போது அந்த நண்பருடைய தேவை அதுவல்ல.

ஆக, நாம் எல்லோரிடமும் நல்ல பெயர் வாங்கவேண்டுமென்றால், அதற்கு ஒரே வழி, அவர்களுடைய அந்த நேரத் தேவை என்ன என்பதை உணரவேண்டும். அதற்கு ஏற்ப நமது அணுகுமுறையை மாற்றிக்கொள்ளவேண்டும்.

ஆனால், ஊரில் அவனவனுக்கு ஆயிரம் தேவைகள் இருக்கும், அதை யெல்லாம் அவர்களாக வந்து நம்மிடம் சொல்லிக் கொண்டிருப்பார் களா?

கவலைப்படாதீர்கள், கொஞ்சம் உன்னிப்பாகக் கவனித்தால் மனிதர் களுடைய தேவைகள் அனைத்தையும் ஐந்தே ஐந்து படிகளில் அடுக்கிவைத்துவிடலாம் என்கிறார் ஆப்ரஹாம் மாஸ்லோ என்ற மனோதத்துவ நிபுணர். நாமும் நம்மைச் சுற்றியுள்ள ஒவ்வொருவரும் இந்த ஐந்து படிகளில் ஏதோ ஒரு நிலையில்தான் இருக்கிறோம். அதைச் சரியாகப் புரிந்துகொண்டு அதன்படி நடந்தால், எல்லோரிடமும் நல்ல பெயர் எடுத்துவிடலாம்.

ஆப்ரஹாம் மாஸ்லோவின் இந்த ஐந்து படிகளும் அரதப் பழசு. கிட்டத்தட்ட எழுபது வருடங்களுக்கு முன்னால் அறிமுகப்படுத்தப் பட்டவை. ஆனால் இன்றைய உலகத் தேவைகளுக்கும் அவை கச்சிதமாகப் பொருந்திப்போவதுதான் விசேஷம். அதனால்தான், மாஸ்லோ ஏகப்பட்ட புத்தகங்களிலும் கல்லூரிப் பாடங்களிலும் இடம்பிடித்திருக்கிறார்.

மாஸ்லோ சொல்லும் 'தேவை'களைப் ப்ராக்டிகலாகப் பயன்படுத்து வது எப்படி என்று சுவாரஸ்யமாக விளக்கிச் சொல்கிற ஒரு லேட்டஸ்ட் புத்தகம் இப்போது வெளிவந்துள்ளது. அதன் பெயர், 'பீக்' (Peak). எழுதியவர், சிப் கான்லெ.

முதலில், மாஸ்லோவின் அந்த ஐந்து படிகள் என்னென்ன?

1. அடிப்படைத் தேவைகள்

2. பாதுகாப்பு

3. அன்பு / சமூகத் தேவைகள்

4. மரியாதை

5. உன்னதம் / திருப்தி

முதல் படி, அடிப்படைத் தேவைகள். அதாவது, சாப்பாடு, தண்ணீர், தூக்கம் போன்றவை. இவை எல்லா மனிதர்களுக்கும் உண்டு. பிறந்த குழந்தைக்குக்கூட.

வயிறு நிறைந்துவிட்டது, அடுத்தது, பாதுகாப்பு. ஒரு நல்ல வீடு வேண்டும், வேலை வேண்டும், போதுமான பேங்க் பேலன்ஸ் வேண்டும் எட்ஸட்ரா எட்ஸட்ரா.

அதுவும் கிடைத்தபிறகு, மூன்றாவது படி, நம்மை யாராவது நேசிக்கவேண்டும் என்று எதிர்பார்க்கத் தொடங்குகிறோம். ஆஃபீஸ் வேலை முடிந்து வீட்டுக்கு வந்தால் வரவேற்றுக் காப்பி கொடுக்க ஒரு மனைவி, பிரமோஷன் வாங்கினால் 'சூப்பர்டா மச்சான்' என்று தோளில் தட்டிப் பாராட்ட சில சிநேகிதர்கள், இப்படி.

நான்காவது படி, சமூக மரியாதை. நாம் எதையாவது நன்றாகச் செய்ய வேண்டும், அதை மக்கள் பார்த்துப் பாராட்டவேண்டும், நம்மை மதிக்கவேண்டும்...

இந்தப் படியையும் தாண்டி மேலே சென்றால் 'உன்னதம்' அல்லது 'மனத் திருப்தி' என்கிற ஐந்தாவது படி. இங்கே உள்ளவர்களுக்கு மற்றவர்களுடைய பாராட்டு போதாது, ஏதாவது புதுசாகச் செய்ய வேண்டும். தவறுகளைத் திருத்திக்கொண்டு முன்னேறவேண்டும். புதுப்புதுச் சவால்களைச் சந்தித்துச் சமாளிக்கவேண்டும் என்று துடிப்பார்கள். தங்களைத் தாங்களே உற்சாகப்படுத்திக்கொண்டு மேலும் மேலும் வெற்றிகளைத் தொடுவார்கள்.

முக்கியமான விஷயம், இந்த ஐந்து படிகளிலும் நாம் ஒவ்வொன்றாகத்தான் ஏறிச் செல்லவேண்டும். முதல் படியில் இருந்து மூன்றாவது படிக்குத் தாவக்கூடாது. நேரடியாக ஐந்தாவது படிக்குச் சென்று உட்காரக்கூடாது, அப்படித் தாவிச் செல்லவும் முடியாது!

மாஸ்லோவின் ஐந்து படிகளையும் விளக்கிச் சொல்லும் சிப் கான்லெ, இதில் நாம் எந்த நிலையில் இருக்கிறோம் என்று யோசிக்கச் சொல்கிறார். பின்னர் நம்மைச் சுற்றியிருக்கிற எல்லோரும் எந்தெந்த நிலைகளில் இருக்கிறார்கள் என்று ஒரு பட்டியல் தயாரித்துக்கொள்ள வேண்டும் என்கிறார். அந்த நிலையில் அவர்களிடம் நாம் எப்படிப் பழகினால் சரியாக இருக்கும் என்று சிந்திக்கச் சொல்லித்தருகிறார்.

உதாரணமாக, பக்கத்து வீட்டுக் குப்புசாமிக்கு வருமானம் போதவில்லை. மாதக்கடைசியில் யாரிடம் கடன் வாங்கலாம் என்று தலையைச் சொறிந்துகொண்டிருக்கிறார்.

அதாவது, மாஸ்லோ கணக்குப்படி அவர் இரண்டாவது படியில் இருக்கிறார். அவரிடம் பழகும்போது நாம் ஷேர் மார்க்கெட்டைப் பற்றி அளந்துவிட்டால் பிரயோஜனப்படாது. சிக்கனமாகச் செலவு செய்வது எப்படி, எக்ஸ்ட்ரா வருமானத்துக்கு என்ன வழி

என்றெல்லாம் சொல்லித்தந்தால் மகிழ்ச்சியாகக் கற்றுக்கொள்வார். 'நண்பேண்டா' என்பார்.

எதிர் வீட்டுக் கோயிஞ்சாமி அப்படியில்லை. அவர் ஏற்கெனவே நல்ல வேலை, வீடு, குடும்பம் என்று செட்டிலாகிவிட்டவர். அவருக்குக் கவிதைக் கிறுக்கு பிடித்திருக்கிறது. ஏழெட்டு டைரிகள் முழுக்கக் கவிதைகளாகக் கொட்டிவைத்திருக்கிறார். வைரமுத்து முன்னுரையோடு ஒரு தொகுப்பு வெளியிட்டுவிடவேண்டும் என்று துடிக்கிறார்.

அதாவது, மாஸ்லோ கணக்குப்படி அவர் மூன்றாவது படியில் இருக்கிறார். நான்காவது படிக்குத் தாவ நினைக்கிறார். அவருக்கு நாம் உதவ விரும்பினால், அவரது கவிதைகளைப் படித்துக் கருத்துச் சொல்லலாம். நாலு பேருக்கு அறிமுகப்படுத்தலாம். ஒரு பத்திரிகையில் பிரசுரமாவதற்கு வழி சொல்லலாம்...

இதுபோல் நம்முடைய கணவர் / மனைவி, குழந்தைகள், மற்ற உறவினர்கள், நண்பர்கள், அக்கம்பக்கத்து வீட்டுக்காரர்கள், அலுவலகத் தோழர்கள், வாடிக்கையாளர்கள், நமக்குக் கீழே வேலை செய்கிறவர்கள் என்று எல்லோரையும் மாஸ்லோவின் ஐந்து படிகளை வைத்து அலசமுடியும். அவர்களது தேவைகள் என்ன என்று புரிந்து கொள்ளமுடியும். பின்னர் அதற்கு ஏற்ப நம்முடைய பழகுமுறையை மாற்றிக்கொண்டால் அவர்கள் உடனடிப் பலன் அடைவார்கள், சந்தோஷப்படுவார்கள்.

அவர்கள் சந்தோஷப்படுவது இருக்கட்டும், இதனால் நமக்கு ஏதாவது பிரயோஜனம் உண்டா?

நிறைய உண்டு. 'இவன் ரொம்ப நல்லவன்டா' என்று எல்லோரும் நம்மிடம் நெருங்கிப் பழகத் தொடங்குவார்கள். வேண்டிய உதவிகளைச் செய்ய ஆரம்பிப்பார்கள். மிக வேகத்தில் நம்முடைய அன்பு வட்டம் பெருகும். நமது தனிப்பட்ட வெற்றிக்கோ, பிஸினஸ் முன்னேற்றத்துக்கோ அது ஒரு முக்கியமான அடித்தளமாச்சே!

52

சிம்பிள் ரகசியங்கள்!

ஜெயித்தவர்களுக்கும் மற்றவர்களுக்கும் என்ன வித்தியாசம்?

டாக்டர் ஹெய்டி கிரான்ட் ஹால்வர்சன் என்பவர் புகழ் பெற்ற உளவியல் நிபுணர். அவரைச் சந்திக்க வருகிற பலரும் அவரிடம் இந்தக் கேள்வியைத் திரும்பத் திரும்பக் கேட்டுக்கொண்டிருந்தார்கள். 'டாக்டர், நான் ஜெயிக்கணும்ன்னு ஆசைப்படறேன். ஆனா ஏதோ குறையுது. என்னால ஒரு கட்டத்துக்குமேல முன்னேறமுடியலை. என்கிட்ட என்ன பிரச்னை? நான் என்ன செய்யணும்?'

ஒருகட்டத்தில், டாக்டர் ஹெய்டிக்கும் இந்த மர்மத்தைத் தெரிந்து கொள்கிற ஆர்வம் பிறந்தது. 'வெற்றி என்பது நிச்சயம் ஒரு ஜாக்பாட் அல்ல. அது யாருக்கும் தானாக வாய்ப்பதில்லை. ஜெயித்தவர்கள் ஒவ்வொருவரும் ஏதோ சில விஷயங்களைச் சரியாகச் செய்திருக்கிறார்கள். அதைக் கண்டுபிடித்தால் என்ன? நாமும் அதைப் பின்பற்றினால் என்ன?' என்று யோசித்தார். பல வெற்றியாளர்களின் வாழ்க்கையை அலசி ஆராய்ந்து அதில் தென்படும் பொதுவான விஷயங்களைக் குறித்துவைக்கத் தொடங்கினார்.

அந்த ஆராய்ச்சியின் பலனாக, தற்போது அவர் எழுதி வெளியிட்டிருக்கிற புத்தகம், '9 திங்க்ஸ் சக்ஸஸ்ஃபுல் பீப்பிள் டூ டிஃப்ரன்ட்லி' (9 Things Successful People Do Differently). ஒரு தக்கனூண்டு நாற்பது பக்க நோட்டு சைஸுக்கு இருக்கும் இந்தப் புத்தகத்தை நாம் விறுவிறுவென்று அரை மணி நேரத்தில் படித்து

முடித்துவிடலாம். ஆனால் அதில் சொல்லப்பட்டிருக்கும் 9 அம்ச ஃபார்முலா, நம் வாழ்க்கையையே புரட்டிப்போட்டுவிடக்கூடிய தன்மை வாய்ந்தது. பல பிரபலங்களின் வாழ்க்கையில் அனுபவப் பூர்வமாக நிரூபிக்கப்பட்டது.

டாக்டர் ஹெய்டி பதிவு செய்திருக்கும் அந்த ஒன்பது வெற்றிச் சூத்திரங்கள், மிகவும் எளிமையானவை. கொஞ்சம் முயற்சி செய்தால் யார் வேண்டுமானாலும் சுலபமாகப் பின்பற்றக்கூடிய அந்த சிம்பிள் ரகசியங்கள், இங்கே சுருக்கமாக:

1. உங்களுக்கென்று ஓர் இலக்கு நிர்ணயித்துக்கொள்வது அவசியம். ஆனால் அது பொதுவாக இருக்கக்கூடாது. மிகக் குறிப்பாகவும் நுணுக்கமாகவும் துல்லியமாகவும் அளவிடக்கூடிய தாகவும் இருக்கவேண்டும்.

   உதாரணமாக, 'பிரமோஷன் வாங்குவேன்' என்பது பொதுவான இலக்கு. அதைவிட 'அடுத்த 18 மாதங்களுக்குள் என்னுடைய மேனேஜரின் இடத்தில் நான் இருப்பேன்' என்பது இன்னும் துல்லியமான இலக்கு, இல்லையா?

2. இலக்கு நிர்ணயித்தபின்னர், கண்களை அகலத் திறந்து வையுங்கள். அந்த இலக்கைப் பூர்த்தி செய்வதற்கு உங்களுக்கு உதவும் வாய்ப்புகள் தென்பட்டால் சட்டென்று பிடித்துக் கொள்ளுங்கள்.

   நீங்கள் எப்படியாவது ஒரு வேலையில் சேர்ந்துவேண்டும் என்று துடித்துக்கொண்டிருக்கிற நேரத்தில், அதற்கு வசதியாக ஒரு புதிய தொழில்நுட்பம் அறிமுகமாகலாம். அந்தத் தொழில்நுட்பத்தை உடனே புரிந்துகொண்டு விற்பன்னரானால் அதனாலேயே வேலை மார்க்கெட்டில் உங்களுக்கு ஒரு தனி மரியாதையை உருவாகக் கூடும். நம் கவனக்குறைவாலோ சோம்பலினாலோ அதைப் பயன்படுத்திக்கொள்ள மறந்துவிட்டால் யாருக்கு இழப்பு?

3. ஒரு பயணம் என்று வந்தால், மேப் அவசியம். வெற்றிப் பயணமும் அப்படித்தான். இலக்கை நோக்கிய பாதையில் நீங்கள் எங்கே இருக்கிறீர்கள் என்று புரிந்துவைத்திருங்கள். இன்னும் எவ்வளவு தூரம் பாக்கி என்பதைத் தெளிவாக உணர்ந்திருங்கள். அதன் அடிப்படையில் உங்களது அடுத்தடுத்த பணிகளைத் திட்டமிடுங்கள்.

இந்திய கிரிக்கெட் அணியில் சேர்ந்து விளையாடவேண்டும் என்று விரும்புகிற ஒருவர், இப்போது ரஞ்சி நிலையில் இருக்கிறாரா? அல்லது ஐபிஎல்லா? அல்லது உள்ளூர் கிரிக்கெட்டா? அல்லது தெருமுனைக் கிரிக்கெட்டா?... இதைப் பொறுத்து அவரது அடுத்த திட்டங்கள் மாறுபடும். இந்த உண்மையைப் புரிந்துகொள்ளாமல் எதார்த்தம் இல்லாத மிதப்பிலேயே வாழ்ந்தால், அடி விழுவது நிச்சயம்.

4. கனவு காணுங்கள், ஆனால் ப்ராக்டிகலாக இருங்கள்.

உதாரணமாக, பெரிய பாடகராக விரும்பும் ஒருவர் டிவியில் சினிமாவில் பாடுவதுபோல், எல்லோரும் கை தட்டுவதுபோல் கற்பனை செய்து சந்தோஷப்படலாம். ஆனால் அதற்காக அடுத்த நாள் காலை சாதகத்தை நிறுத்திவிடக்கூடாது.

5. உங்களுடைய மீட்டர் என்னதான் உச்சத்தில் இருந்தாலும் சரி, அங்கேயே நிரந்தரமாக நின்றுவிடக்கூடாது, ஜாக்கிரதை. ஒவ்வொரு நாளும் உங்கள் திறமையில் ஏதேனும் ஒரு முன்னேற்றம் இருந்தாகவேண்டும். இல்லாவிட்டால், சரிவு ஆரம்பம்.

எப்பேர்ப்பட்ட வெற்றியாளரின் வாழ்க்கையையும் எடுத்துப் பாருங்கள், அவர்கள் சாதனைகளில் மயங்கி உட்கார்ந்து விடுவதில்லை. 'அடுத்து என்ன?' என்கிற கேள்வியோடு தங்கள் திறமைகளை மெருகேற்றிக்கொண்டு முன்னேறியிருப்பார்கள். ஆங்கிலத்தில் 'கெட்டிங் பெட்டர்' என்று சொல்வார்கள், அது மிக மிக அவசியமான குணம்.

6. பொறுமை! பொறுமை! பொறுமை!

வெற்றிப் பயணம் ஃபாஸ்ட் ஃபுட் அல்ல. அறுசுவை விருந்து. சமையல் முடிய நேரமாகும். அதற்கு ஏற்ப டேஸ்டும் பிரமாதமாக இருக்கும். முழுப் பலனும் கிடைக்கும்வரை பொறுமையாகக் காத்திருக்காமல் அவசரப்பட்டுப் பாதியில் வெளியேறினால் பட்டினி கிடக்கப்போவது நீங்கள்தான்!

7. மன உறுதியை வளர்த்துக்கொள்ளுங்கள்.

நீண்ட பயணங்களின்போது உங்களுக்கு ஆசை காட்டுவதற்காகவே நிறைய விஷயங்கள் எதிர்ப்படும். அதிலெல்லாம் கவனம் கலைந்துவிடாமல் தொடர்ந்து முன்னே செல்வதற்கு ஏகப்பட்ட மன உறுதியும் கட்டுப்பாடும் தேவை. அதனை வளர்த்துக் கொள்ளுங்கள்.

8. ஒரு நேரத்தில் ஏழெட்டு விஷயங்களைத் துரத்தாதீர்கள், எதுவும் அகப்படாது.

சாதாரணமாக ஓர் இலக்கில் கவனம் செலுத்தி முன்னேறுவதே மிகவும் கஷ்டம். இதில் இன்னும் சில இலக்குகளையும் சேர்த்துக் கொண்டால் உங்களுடைய திறமையும் சக்தியும் சிதறி வீணாகி விடும். ஒரு நேரத்தில் ஒரு விஷயம் என்று தெளிவாகத் தீர்மானித்துக்கொள்ளுங்கள். அதை முடித்தபிறகு அடுத்த விஷயத்தைப்பற்றி யோசிக்கலாம், அவசரமில்லை.

9. நம்மால் எது முடியும் என்பதை யோசியுங்கள். எது முடியாது என்பதை யோசித்து நம்பிக்கை இழக்காதீர்கள்

குண்டான ஒருவர் உடல் எடையைக் குறைக்க விரும்புகிறார் என்றால் 'என்னால எக்ஸர்சைஸெல்லாம் செய்யமுடியாது' என்று நினைக்கத் தொடங்குவது தோல்விக்குத்தான் வழிவகுக்கும். 'என்னால டயட் இருக்கமுடியும்' என்று நினைத்தால், அது ஓர் ஆரம்பத்தை உருவாக்கித் தருகிறது. கதவுகளை அகலத் திறந்துவிடுகிறது. இப்படி ஒவ்வொரு விஷயத்திலும் நம்மால் எது முடியும் என்று யோசிக்க ஆரம்பித்தால் அந்த ஆக்கபூர்வமான சிந்தனையே நம்முடைய வெற்றிக்குத் துணைபுரியும்.

53

வேஷம் வேண்டாம்!

ஒரு காலத்தில், பெங்குவின்கள் உலகத்தை ஆண்டுவந்தன.

அதுவும் சாதாரண ஆட்சி இல்லை, மிகப் பெரிய மெஜாரிட்டியுடன் கூடிய சர்வாதிகார ஆட்சி. பெங்குவின்கள் வைத்ததுதான் சட்டம். மற்ற பறவைகள் எல்லாமே அவற்றுக்கு அடிபணிந்து நடக்க வேண்டியிருந்தது.

பெங்குவின்களுக்குத் தங்களைப் பற்றிய பெருமை ரொம்ப ஜாஸ்தி. 'என்னைப் பார், என் அழகைப் பார், என் நடையைப் பார், கருப்பு வெள்ளை உடையைப் பார், கிசுகிசுப்பாக ரகசியம் பேசும் ஸ்டைலைப் பார்' என்று கம்பீரமாகச் சுற்றிவந்தன.

ஒருநாள், தலைமைப் பெங்குவினிடம் யாரோ கேட்டார்கள். 'உங்க ஆட்சியில மத்த பறவைகளுக்கெல்லாம் பங்கு தர்றதில்லையே. ஏன்?'

தலைவர் கிண்டலாகச் சிரித்தார். 'என்ன செய்யறது? பெங்குவின் களைத் தவிர வேற யாருக்கும் ஆட்சி செய்யற திறமையோ அனுபவமோ இல்லையே.'

'ஏன் அப்படிச் சொல்றீங்க? வாய்ப்புக் கொடுத்தாத்தானே அனுபவமும் திறமையும் வரும்?'

தலைவர் யோசித்தார். 'அவங்க சொல்றதும் சரிதான், ஒரு முயற்சி செய்து பார்ப்போமே!'

இதையடுத்து, பெங்குவின்களின் ராஜ்ஜியத்தில் முதன்முறையாக வேறு சில பறவைகளுக்கும் பதவி தரப்பட்டது. அவர்களுக்குத் தேவையான பயிற்சியைக் கொடுத்து ஆட்சிப் பொறுப்பில் உட்கார வைத்தார்கள்.

ஒரே பிரச்னை, இந்தப் பறவைகள் எல்லாமே பெங்குவின்களைப் பிரமிப்புடன் அண்ணாந்து பார்த்துக்கொண்டிருந்தன. அவர்கள் என்ன சொன்னாலும் 'ஆமாம் சாமி' போட்டு அப்படியே நடந்தன.

கொஞ்ச நாளில் 'நாமும் அந்தப் பெங்குவின்களைப்போலவே ஆகவேண்டும்' என்று இந்தப் பறவைகளுக்கு ஆசை பிறந்தது. அதேமாதிரி கருப்பு வெள்ளை சூட் அணிந்துகொண்டன. தத்தக்கா புத்தக்கா என்று மெல்ல அடிவைத்து நடந்து பழகின. 'எனக்குப் பறக்கத் தெரியாதே' என்று பாசாங்கு செய்தன.

சுருக்கமாகச் சொன்னால், பெங்குவின்களின் ராஜ்ஜியத்தில் எந்தப் பறவை நுழைந்தாலும் சரி, அவையும் காலப்போக்கில் பெங்குவின் களாக மாறிவிட்டன. ஏற்கெனவே பதவியில் இருந்த பெங்குவின்களும் இதைத்தான் விரும்பின.

இந்தச் சூழ்நிலையில், 'பெர்ரி' என்ற மயில் ஒன்று அங்கே வந்தது. திறமைசாலியாகிய அந்த மயிலுக்குப் பெங்குவின்களின் ஆட்சியில் ஒரு முக்கியப் பொறுப்பு வழங்கப்பட்டது.

அடிப்படையில் மயிலும் பெங்குவினும் ஒன்றுக்கொன்று நேர் எதிரானவை. பெங்குவின்கள் கருப்பு, வெள்ளை, மயிலோ கலர்ஃபுல். பெங்குவின்கள் எப்போதும் அடக்கமாக ஒடுங்கி நடப்பவை, மயில் ஆர்ப்பாட்டப் பேர்வழி. பெங்குவின்கள் சத்தமின்றிப் பேசுவதைப் பெருமையாக நினைப்பவை, மயிலோ கூச்சல் போடும் ஆள்.

இதனால், அந்த மயில் எவ்வளவுதான் திறமையாகச் செயல் பட்டாலும், பெங்குவின்களுக்கு அதன்மீது வெறுப்புதான் வந்தது. 'இந்தப் பய நம்மைமாதிரி இல்லையே, வேறமாதிரி இருக்கானே' என்று அதனை ஒதுக்கப் பார்த்தார்கள்.

பெர்ரி கடுப்பாகிவிட்டது. 'என்னை ஏன் ஓரங்கட்டறீங்க? நான் என்ன தப்புச் செஞ்சேன்?' என்று நேரடியாகவே கேட்டுவிட்டது.

'இதோ பாரு கண்ணா, இந்த ராஜ்ஜியத்துல நீ முன்னேறணும்ன்னா, நீயும் எங்களைமாதிரி இருக்கணும். அதான் உன்னோட எதிர்காலத்துக்கு நல்லது' என்றது ஒரு சீனியர் பெங்குவின். 'பேசாம உன்னோட ஆர்ப்பாட்டத்தையெல்லாம் மூட்டை கட்டி வை,

எங்களைமாதிரி கருப்பு, வெள்ளைக் கோட் போட்டுகிட்டு அடக்க ஒடுக்கமா இருந்து பழகு. ஓகேயா?'

மயிலுக்கு இதில் விருப்பமே இல்லை. 'நான் ஏன் என்னுடைய சுயத்தைத் தொலைத்து யாரோமாதிரி வேஷம் போடவேண்டும்?' என்று யோசித்தது. எவ்வளவு முயற்சி செய்தாலும் அதனால் பெங்குவினைப்போல் மாறமுடியவில்லை.

ஒருகட்டத்தில், பெங்குவின்களுக்குப் பொறுமை தீர்ந்துவிட்டது. 'பெர்ரி, உங்க நடவடிக்கைகள் எங்களுக்குப் பிடிக்கலை, இனிமே உங்களுக்கு இங்கே இடம் இல்லை' என்று சொல்லி டிஸ்மிஸ் செய்துவிட்டார்கள்.

பாவம் பெர்ரி, 'என்னுடைய சொந்தத் திறமைகளை மறைத்துக் கொண்டு போலித்தனமாக நடக்கமாட்டேன். எல்லோரையும் போல் கும்பலோடு கோஷம் போடமாட்டேன்' என்று சொன்ன ஒரே காரணத்துக் காக, அதன் வேலை போய்விட்டது. நடுத்தெருவில் நின்றது.

ஆனாலும் பெர்ரிக்கு நம்பிக்கை மிச்சமிருந்தது. 'எல்லாப் பறவைகளும் வேஷம் போடாமல் தங்களுடைய சொந்தத் திறமைகளின் அடிப்படையில் ஆட்சி நடத்தும் ஒரு ராஜாங்கத்தை நான் உருவாக்குவேன்' என்று தனக்குள் சொல்லிக்கொண்டது.

உடனடியாக, பெர்ரி தனக்கென்று ஓர் இடத்தைத் தேடிப் பிடித்தது. அங்கே ஒரு புதுமாதிரியான ஆட்சியை அமைக்கத் தொடங்கியது.

ஏற்கெனவே பெங்குவின்களின் ராஜாங்கத்தில் அடங்கி ஒடுங்கிக் கிடந்த மற்ற பறவைகளெல்லாம் இங்கே பறந்துவந்தன. கழுகுகளும் பருந்துகளும் குருவிகளும் அன்னங்களும் புறாக்களும் கோழிகளும் தங்களுடைய சொந்த அடையாளத்தை மாற்றிக்கொள்ளாமல் இங்கே இயல்பாகப் பணிபுரிந்தன. அந்த வேற்றுமையே அவற்றின் வெற்றிக்கு அடித்தளமாக இருந்தது.

இதனால், கொஞ்சம் கொஞ்சமாகப் பெங்குவின்களுக்கு முக்கியத்துவம் குறைய ஆரம்பித்தது. அவை பூமிப் பந்தின் ஒரு முனைக்குத் தள்ளப்பட்டுவிட்டன. அந்த ஒரு பனிப் பிரதேசத்தைத்தான் அவற்றால் ஆட்சி செய்யமுடிந்தது. மீதமிருக்கும் மொத்த உலகத்தையும் மற்ற பறவைகள் இணைந்து ஆட்சி செய்கின்றன.

பொதுவாக நாம் எல்லோருமே 'நம்மைப்போல' இருக்கிறவர் களுடன்தான் நட்பு பாராட்டுகிறோம், அன்பாகப் பேசிப் பழகுகிறோம், உதவி செய்கிறோம், கை தூக்கி விடுகிறோம். வேறு

மதம், வேறு ஜாதி, வேறு மொழி, வேறு நிறம், வேறு பழக்க வழக்கங்கள் என்கிற காரணத்தால் பலரை வேண்டுமென்றே புறக்கணிக்கிறோம். அல்லது, அவர்களும் நம்மைப்போல மாற வேண்டும் என்று எதிர்பார்க்கிறோம்.

இன்னொருபக்கம், நம்மைவிட உசத்தியாக நாம் நினைக்கும் மனிதர்களை வெட்கமில்லாமல் காப்பியடிக்கிறோம். நம்முடைய சொந்த அடையாளத்தை அழித்துக்கொண்டு அவர்களைப்போல் மாறுவேஷத்தில் உலவுகிறோம். பல நேரங்களில் நம்மையும் அறியாமல் இந்தத் தவறுகள் நடந்துவிடுகின்றன.

உண்மையில், எல்லாவிதமான மனிதர்களுக்கும் பூமியில் இடம் உண்டு. அப்படிக் கலந்துகட்டிய உலகம்தான் வேகமாக முன்னேறும். நிறைய சாதிக்கும். இந்த உண்மையை ஓர் எளிய கதை, ஏராளமான டிப்ஸுடன் விளக்கிச் சொல்கிற புத்தகம், பார்பரா ஹடெலி மற்றும் வாரன் ஸ்கிமிட் எழுதிய 'எ பீகாக் இன் தி லேண்ட் ஆஃப் பெங்குவின்ஸ்' *(*A Peacock In The Land Of Penguins*)*.

இந்தக் கதையைக் கேட்டு ஆச்சரியப்படுவதோடு நிறுத்திவிடாதீர்கள். நீங்கள் ஒரு பெங்குவினா மயிலா என்று யோசியுங்கள். சுற்றியிருக்கிற எல்லோரையும் ஒரு பார்வை பாருங்கள். அதில் யாரெல்லாம் பெங்குவின்கள், யாரெல்லாம் மயில்கள், யாரெல்லாம் பருந்துகள், யாரெல்லாம் குருவிகள், யாரெல்லாம் அன்னங்கள்... நீங்கள் அவர்களைப் புறக்கணிக்கிறீர்களா? அல்லது, அவர்களைப்போல வேஷம் போட முயற்சி செய்கிறீர்களா என்று உங்களை நீங்களே நேர்மையாகக் கேள்வி கேளுங்கள். ஆம் எனில், அதை மாற்றிக் கொள்வது எப்படி என்று சிந்திக்கத் தொடங்குங்கள்.

மறந்துவிடவேண்டாம், பெர்ரிமாதிரி ஒரு மயிலை வெளியே துரத்தியதால், பெங்குவின்களுக்குத்தான் நஷ்டம். அந்த மயிலுக்கு அல்ல!

54

பூட்டுகளை உடையுங்கள்!

புதுசாகச் சிந்திப்பது ஒரு வரம். பெரும்பாலானோர் அந்த ரகசியம் புரியாமல் ஒரே வட்டத்துக்குள் திரும்பத் திரும்ப வலம் வந்து கொண்டிருப்பார்கள்.

ஆனால் மிகச் சிலருக்குமட்டும், எப்போதும் புதுமையான யோசனைகள் பொங்குகின்றன. வித்தியாசமாக ஏதாவது செய்து எல்லாரிடமும் நல்ல பெயர் வாங்கிவிடுகிறார்கள். நாம் 'ரூம்போட்டு யோசித்தாலும்' உருப்படியாக ஒரு ஐடியாகூடத் தேறுவதில்லை. என்ன செய்யலாம்?

முதலில் ஒரு விஷயத்தை நன்றாகப் புரிந்துகொள்ளுங்கள், நம்முடைய மூளை என்பது க்ரியேட்டிவ்வாகச் சிந்திப்பதற்காகவே படைக்கப்பட்டது. அதைச் சரியாகப் பயன்படுத்திக்கொள்வதில்தான் சூட்சுமம் இருக்கிறது.

நீங்கள் புதிதாக ஒரு பேனா வாங்குகிறீர்கள். அட்டகாசமாக எழுதுகிற உசத்தி பேனா அது. ரொம்பக் காஸ்ட்லி.

ஆகவே, நீங்கள் அந்தப் புதுப் பேனாவைப் பத்திரமாக பீரோவுக்குள் வைத்துப் பூட்டிவிடுகிறீர்கள். அடுத்த பல மாதங்களுக்கு உங்களுடைய பழைய பேனாவிலேயே எழுதிக்கொண்டிருக்கிறீர்கள். அவ்வப்போது 'ச்சே, இந்தப் பேனா அநியாயத்துக்கு மக்கர் பண்ணுதே' என்று புலம்புகிறீர்கள்.

இங்கே யார்மீது தப்பு? காசு கொடுத்து நல்ல பேனாவை வாங்கிவிட்டு அதை வெறுமனே பூட்டிவைப்பது நியாயமா? எடுத்து எழுதினால் தானே பிரயோஜனம்?

இதே தவறைத்தான் நாம் மூளை விஷயத்திலும் செய்கிறோம். நமது மூளையின் அபார வலிமையைப் புரிந்துகொள்ளாமல், அதைக் கட்டிப்போட்டுவிடுகிறோம். அப்புறம் 'எனக்கு வித்தியாசமா சிந்திக்கவே வரமாட்டேங்குது' என்று சலித்துக்கொள்கிறோம்.

மனித மூளையின் சகல சாத்தியங்களையும் சரிவரப் பயன்படுத்திக் கொள்வது எப்படி என்று நுணுக்கமாக விவரிக்கும் ஒரு மிகப் பிரபலமான புத்தகம் 'எ வாக்க் ஆன் தி சைட் ஆஃப் தி ஹெட்' (A Whack On The Side Of The Head). இதை எழுதியவர் டாக்டர் ரோஜர் வான் ஓச்.

நம்மை வித்தியாசமாகச் சிந்திக்கவிடாமல் தடுக்கும் விஷயங்கள் மொத்தம் பத்து. இவற்றை 'மனப் பூட்டுகள்' என்று அழகாக அழைத்து விவரிக்கிறது இந்தப் புத்தகம். அந்தப் பத்து பூட்டுகள் இருக்கும்வரை, உங்களுடைய மூளையின் திறமையை நீங்கள் முழுமையாகப் பார்க்கவும் முடியாது, உபயோகப்படுத்திக்கொள்ளவும் முடியாது:

1. ***இது சரியான விடையா?***
2. ***லாஜிக்கலா யோசிக்கணும்!***
3. ***விதிமுறைகளை மீறாதே!***
4. ***ப்ராக்டிகலா யோசிங்கய்யா!***
5. ***தெளிவாப் பேசணும்!***
6. ***தப்புச் செஞ்சா தப்பு!***
7. ***வெளையாடாம ஒழுங்கா உட்கார்ந்து யோசி!***
8. ***இது என் ஏரியா இல்லை!***
9. ***முட்டாள்தனமாப் பேசாதே!***
10. ***நான் க்ரியேட்டிவ்வான ஆள் இல்லை!***

முதல் பூட்டு, 'சரியான விடை'. பள்ளிக் காலத்திலிருந்தே நமக்கு ஒவ்வொரு கேள்விக்கும் ஒரே ஒரு பொருத்தமான பதில்தான் இருக்க முடியும் என்று சொல்லித்தந்துவிடுகிறார்கள். ஆகவே, எந்தப் பிரச்னையிலும் ஒற்றைக் கோணத்தை நோக்கி ஓடுகிறோம், அது தவிர வேறு சாத்தியங்களும் இருக்கமுடியும் என்று நமக்குத் தோன்றுவதே இல்லை.

ஆங்கிலத்தில் இதனை 'Out of the box thinking' என்று சொல்வார்கள். அதாவது, வழக்கமான விடையைத் தேடாமல், வித்தியாசமாகச் சிந்திப்பது. அநேகமாக எல்லாப் பெரிய கண்டுபிடிப்புகளும் இப்படி 'மாத்தி யோசி'த்தவர்களால் உருவானவைதான்.

இரண்டாவது பூட்டு, லாஜிக்கலாக யோசிப்பது. அதாவது, இது இப்படித்தான் நடக்கும் என்று நாமே உருவாக்கிக்கொண்டிருக்கும் தர்க்கரீதியிலான நம்பிக்கைகளைப் பிடித்துக்கொண்டு தொங்குவது. அதை மீறி வேறு ஏதும் நடக்க வாய்ப்பே இல்லை என்று சும்மா உட்கார்ந்துவிடுவது.

உதாரணமாக, மனிதனால் வானத்தில் பறக்கமுடியாது என்பதுதான் லாஜிக். ரைட் சகோதரர்கள் அதைமட்டும் நம்பியிருந்தால் இன்றைக்கு ஆகாய விமானம் இருந்திருக்காது. நாம் நினைத்தால், லாஜிக் மீறிய மாஜிக் சாத்தியமே!

மூன்றாவது பூட்டு, விதிமுறைகள். உங்களுடைய பெற்றோர் அல்லது உறவினர்கள் அல்லது பள்ளி ஆசிரியர் அல்லது காலேஜ் ப்ரொஃபஸர் அல்லது மேனேஜர் அல்லது கணவர் அல்லது மனைவி அல்லது இந்தச் சமூகம் அல்லது உங்களுடைய அரசாங்கம் அல்லது வேறு யாரோ, எப்போதும் நீங்கள் இப்படித்தான் நடந்துகொள்ளவேண்டும் என்று பலவிதமான விதிமுறைகளைப் போட்டுக்கொண்டே இருக்கிறார்கள். அவற்றைக் கேள்வி கேட்காமல் கண்மூடித்தனமாகப் பின்பற்றினால், ஆறாம் அறிவே அநாவசியமாகிவிடும்!

நான்காவது பூட்டு, 'ப்ராக்டிகல்' சிந்தனை. அதாவது, எதார்த்தமாக இந்த விஷயம் சாத்தியமா என்று யோசிப்பது. அதன்மூலம் கிள்ளி எறியப்படும் புது ஐடியாக்கள் ஏராளம்!

'எதார்த்தம்' என்று நாம் சொல்கிற விஷயம், 'இதுவரை இது இப்படித்தான் நடந்திருக்கிறது' என்பதுதான். அதற்காக 'இனிமேலும் அது அப்படிதான் நடக்கவேண்டும்' என்று நாமே நினைத்துக்கொண்டு விடக்கூடாது. ப்ராக்டிகலாக யோசிக்கலாம், ஆனால் அது உங்கள் க்ரியேட்டிவிட்டிக்கு அணை போட்டுவிடாமல் பார்த்துக்கொள்வது அவசியம்.

ஐந்தாவது பூட்டு, 'தெளிவா'ப் பேசும் ஆசை. நாம் சொல்வது மற்றவர்களுக்குப் புரிந்துவிடாமல் போய்விடுமோ என்கிற பதற்றத்தில் எதையும் படம் போட்டுப் பாகம் குறித்து விளக்கி விடுகிறோம். இதனால், அவர்களைப் புதுசாகச் சிந்திக்கவிடாமல் தடுக்கிறோம். 'சொன்ன வேலையைச் செய்' என்று மறைமுகமாக அதட்டுகிறோம். இது ஒரு மிகப் பெரிய தவறு!

ஆறாவது பூட்டு, தப்பு செய்யத் தயங்குவது. அதாவது, 'ஒருவேளை ஏதாச்சும் புதுசா முயற்சி செஞ்சு ஃப்ளாப் ஆகிடுச்சுன்னா எல்லாரும் சிரிப்பாங்களே' என்கிற பயம்.

உலகின் மிகப் பெரிய வெற்றியாளர்கள் எல்லோரும் ஏதோ ஒருகட்டத்தில் தோல்வி அடைந்தவர்கள்தான். அந்தத் தோல்விதான் அவர்களுடைய அடுத்த பெரிய வெற்றிக்கு வழிவகுத்திருக்கும். தடுக்கி விழுந்துவிடுவோமோ என்று பயப்படும் குழந்தையால் நடக்கவேமுடியாது. கீதையில் சொன்னதுபோல், ரிஸல்ட் என்ன ஆகுமோ என்று தோல்வியை நினைத்துக் கவலைப்படாமல் நீங்கள் நினைக்கும் விஷயத்தில் தைரியமாக இறங்குங்கள். ஒருவேளை சரிப்படாவிட்டால், அதை அப்படியே மறந்துவிட்டு அடுத்த விஷயத்தை யோசிக்கலாம், தப்பே இல்லை!

ஏழாவது பூட்டு, விளையாடத் தயங்குவது. 'வேலை' என்றால் எந்நேரமும் சீரியஸாகப் பேப்பரை (அல்லது கம்ப்யூட்டரை) பார்த்துக்கொண்டு உட்கார்ந்திருப்பது அல்ல. அவ்வப்போது கொஞ்சம் ஜாலியாக ஏதாவது செய்து பார்க்கலாம். அதன்மூலம் மனம் ரிலாக்ஸ் ஆவதுமட்டுமல்ல, புதுப்புது யோசனைகளும் கிடைக்கும்.

எட்டாவது பூட்டு, 'இது என் ஏரியா இல்லை' என்று ஒதுங்குவது. 'இதையெல்லாம் வேறு யாரோ பார்த்துக்கொள்வார்கள்' என்று இன்னொருவர் பொறுப்பில் விட்டுவிடுவது. இந்தத் தயக்கத்தின் மூலம் நாம் பல அபூர்வமான வாய்ப்புகளை நழுவவிடுகிறோம்.

ஒன்பதாவது பூட்டு, 'முட்டாள்தனமாக'ப் பேசிடுவோமோ என்று தயங்குவது. ஆங்கிலத்தில் இதனை 'Silly Thinking' என்று சொல்வார்கள். நாம் கேட்கும் கேள்வி கேனத்தனமாக இருந்து விடுமோ, எல்லோரும் அதைக் கேலி செய்து சிரிப்பார்களோ என்கிற தயக்கம். அதனால் அதைக் கேட்காமல் மௌனமாக இருந்து விடுகிறோம்.

உண்மையில், கேள்வி கேட்பவர்கள் முட்டாள்கள் அல்ல, அவர்கள்தான் நிஜமான புத்திசாலிகள். 'இது ஏன் இப்படி இருக்கிறது?' மற்றும் 'இது ஏன் வேறுமாதிரி இருக்கக்கூடாது?' என்கிற இரண்டு கேள்விகளால்தான் இந்த உலகமே கட்டமைக்கப்பட்டிருக்கிறது. 'ஸில்லி'யான கேள்வி என்று இங்கே எதுவும் இல்லை. தயங்காமல் கேளுங்கள்.

பத்தாவது, கடைசிப் பூட்டு, 'நான் க்ரியேட்டிவ்வான ஆள் இல்லை'. இது ஓர் அசட்டு நம்பிக்கை. மனிதர்கள் எல்லோருமே க்ரியேட்டிவ்வான மனிதர்கள்தான். வெவ்வேறு விஷயங்களில் அவர்களது திறமை

வெளிப்படும். உங்களது மூளைமீது நீங்களே இப்படிச் சந்தேகப் பட்டால் மற்றவர்கள் எப்படி உங்களை மதிப்பார்கள்?

உங்களுடைய க்ரியேட்டிவிட்டியைக் கட்டுப்படுத்திவைத்திருக்கும் இந்தப் பத்து பூட்டுகளை என்ன செய்யப்போகிறீர்கள்?

சாவியையெல்லாம் தேடி ஒவ்வொன்றாகத் திறந்துகொண்டிருந்தால் சரிப்படாது. சட்டென்று எல்லாவற்றையும் உடைத்து எறிந்து விடுங்கள். உடனே உங்கள் மூளை சுறுசுறுப்பாக இயங்கத் தொடங்கு வதைப் பார்ப்பீர்கள்!

55

பேச்சு எனும் ஆயுதம்!

நிறையப் பேசுவதும், நிறைவாகப் பேசுவதும் ஒன்றல்ல.

சிலர் வளவளவென்று எந்நேரமும் பேசிக்கொண்டே இருப்பார்கள். ஆனால் அத்தனையும் வெற்று அரட்டை. அதனால் அவர்களுக்கும் சரி, மற்றவர்களுக்கும் சரி, எந்தப் பிரயோஜனமும் இருக்காது.

இன்னும் சிலர், வாயைத் திறந்தால் முத்து உதிர்ந்துவிடுமோ என்பது போல் அமைதியாகவே இருப்பார்கள். அவசியம் நேரும்போது சில வார்த்தைகளைமட்டும் சொல்வார்கள். அதனால் சம்பந்தப்பட்ட பிரச்னை தீர்கிறதா இல்லையா என்பதுபற்றி அவர்கள் கவலைப்படுவதில்லை.

உண்மையில், பேச்சு, உரையாடல், விவாதம் போன்றவை மிகவும் வலிமையான ஆயுதங்கள். அவற்றைச் சும்மா கண்டபடி காற்றில் வீசாமல் சரியான முறையில் பயன்படுத்தினால் அவையே நம்முடைய வெற்றிக்கான அடித்தளத்தை அமைத்துத்தரக்கூடும் என்கிறது ஒரு சுவாரஸ்யமான புத்தகம். 'ஃபியர்ஸ் கான்வர்சேஷன்ஸ்' (Fierce Conversations) என்ற அந்தப் புத்தகத்தின் ஆசிரியர், சூஸன் ஸ்காட்.

'உரையாடல்களின் சக்தியை நம்மில் பலர் சரியாக உணர்வதே இல்லை' என்கிறார் சூஸன் ஸ்காட். 'எந்த ஒரு பிரச்னையையும் தீர்ப்பதற்கு உடனடி வழி, அதில் சம்பந்தப்பட்ட எல்லாரும் அதைப் பற்றி மனம் திறந்து பேசுவதுதான். அதன்மூலம் மிக விரைவில் பல புதிய கதவுகள் திறக்கின்றன. வேறு எந்த வழியிலும் இதுபோன்ற நிச்சயத் தீர்வுகளுக்கு வாய்ப்பே இல்லை.'

பிரச்னைகளை உரையாடல்களைக் கொண்டு தீர்ப்பதற்கு இந்தப் புத்தகம் பலவிதமான வழிமுறைகளைச் சொல்லித்தருகிறது. முக்கியமாக, எதைப் பேசவேண்டும் என்பதற்கான ஏழு அம்சத் திட்டம்:

1. முதலில், நாம் தீர்க்க விரும்பும் பிரச்னை என்ன என்பதைப் பற்றித் தெளிவாகப் பேசுங்கள். இந்த விஷயத்தில் யாருக்கும் எந்தக் குழப்பமும் இருக்கக்கூடாது. அதோடு சம்பந்தமுடைய, அல்லது சம்பந்தமே இல்லாத வேறு பிரச்னைகள் குறுக்கிட்டு நம் கவனத்தைக் கலைக்க அனுமதிக்கக்கூடாது.

    உதாரணமாக, நம் வீட்டில் மாதாந்திரச் செலவுகளைக் குறைப்பது எப்படி என்று பேசிக்கொண்டிருக்கிறோம். அப்போது, 'யார் அதிகச் செலவு செய்கிறார்கள்?' என்று ஒருவரை ஒருவர் குற்றம் சாட்ட ஆரம்பித்தால் அந்தப் பேச்சு உருப்படியான திசையில் செல்லாது. இப்போதைய பிரச்னை 'யாரால் அதிகச் செலவு?' என்பது அல்ல, 'செலவு அதிகம்' என்பதுதான்.

2. பிரச்னையை எடுத்துக்கொண்டு பலவிதமான கேள்விகளைக் கேளுங்கள். நீங்கள் படித்த துப்பறியும் கதைகளை நினைவுபடுத்திக் கொண்டு அதை வெவ்வேறு கோணங்களில் தோண்டித் துருவுங்கள். அலசுங்கள். அதனை முடிந்தவரை தெளிவாகப் புரிந்துகொள்ளுங்கள்.

    உதாரணமாக, உண்மையில் நாம் எவ்வளவு செலவு செய்கிறோம்? எத்தனை மாதமாக இப்படிச் செலவு செய்கிறோம்? இதன்மூலம் நம் பட்ஜெட்டில் எவ்வளவு துண்டு விழுகிறது? இதைச் சமாளிக்க நாம் ஏதாவது முயற்சி செய்திருக்கிறோமா? எங்கே அதிகச் செலவு ஆகிறது? ஏன்?...

3. அடுத்து, இந்தப் பிரச்னையின் தாக்கத்தைப் பற்றிப் பேசுங்கள். அதாவது, இந்தப் பிரச்னையினால் நாம் எப்படிப் பாதிக்கப்படு கிறோம் என்பதை விவாதியுங்கள்.

    உதாரணமாக, மாதாந்திரச் செலவு அதிகமாக இருப்பதால் எனக்கு உடனடி பாதிப்பு என்ன? என்னைச் சுற்றியிருக்கும் மற்றவர் களுக்கு என்ன பாதிப்பு? அவர்கள் இதைப்பற்றி என்ன நினைக்கிறார்கள்? இதைத் தீர்ப்பதற்கு நான் என்ன செய்கிறேன்? அவர்கள் என்ன செய்கிறார்கள்? இதன்மூலம் மறைமுகப் பிரச்னைகள், பின்விளைவுகள் ஏதாவது உண்டா? அவற்றைத் தவிர்ப்பது எப்படி?...

4. இப்போது, ப்ளேட்டைக் கொஞ்சம் திருப்பிப் போடுவோம், இந்தப் பிரச்னையை நான் இப்போது தீர்க்காவிட்டால், சும்மாவே உட்கார்ந்திருந்துவிட்டால் வருங்காலத்தில் என்ன ஆகும்? அதாவது, மூன்றாவது ஸ்டெப்பில் நிகழ்காலப் பாதிப்புகளைப் பற்றிப் பேசினோம். இப்போது வருங்காலப் பாதிப்புகளைப் பற்றிப் பேசுகிறோம்.

உதாரணமாக, இதே ரேஞ்சில் செலவு செய்துகொண்டிருந்தால் வருஷக் கடைசியில் நம்முடைய பேங்க் பேலன்ஸ் என்னவாக இருக்கும்? அதன்மூலம் என்னென்ன புதுப் பிரச்னைகள் வரக்கூடும்? இப்படியே போனால் இன்னும் எத்தனை நாள் நம்மால் தாக்குப்பிடிக்கமுடியும்?...

5. ஐந்தாவதாக, மிக முக்கியமான, மிக பர்ஸனலான விஷயம், உரையாடலில் ஈடுபட்டிருக்கும் ஒவ்வொருவரும் ‘இந்தப் பிரச்னையைத் தீர்ப்பதற்கு நான் என்ன செய்கிறேன்? என்ன செய்யப்போகிறேன்?’ என்பதைப் பற்றிப் பேசவேண்டும்.

ஒருவேளை, நான் எதுவுமே செய்யாவிட்டால்?

நோ ப்ராப்ளம். அதை வெளிப்படையாகச் சொல்லுங்கள். அப்போதுதான் ‘பிரச்னையின் தீவிரம் புரிந்திருந்தும்கூட, நான் ஏதும் செய்யாமல் இருக்கிறேனே’ என்கிற குற்ற உணர்ச்சி வரும். அதை மற்றவர்கள்முன் சொல்லத் தயங்குவோம், ஏதாவது செய்ய நினைப்போம்.

உதாரணமாக, செலவுகள் கட்டுக்கு வரும்வரை நான் சினிமா பார்க்கப்போவதில்லை. கடைகளில் சொன்ன விலைக்குப் பொருள்களை வாங்காமல் பேரம் பேசுவேன். மின்சாரத்தைச் சிக்கனமாகப் பயன்படுத்துவேன். இன்னொரு பகுதி நேர வேலை செய்து வருமானத்தைப் பெருக்கிக்கொள்வேன்... இப்படி ஆயிரம் வழிகள் இருக்கும். அவற்றில் நாம் எதைச் செய்கிறோம், எதைச் செய்யப்போகிறோம் என்று பேசுவதுதான் முக்கியம்.

6. இந்த மாற்று நடவடிக்கைகளையெல்லாம் செய்வதன்மூலம் நாம் எதிர்பார்க்கும் தீர்வு என்ன? அதன்மூலம் நாம் அனுபவிக்கப் போகும் பலன்கள் என்னென்ன? அதைப் பற்றிப் பேசவேண்டிய நேரம் இது!

உதாரணமாக, அடுத்த மூன்று மாதங்களுக்குள் நம்முடைய மாதாந்திரச் செலவுகளை 20% குறைக்கவேண்டும். அடுத்த ஜனவரியில் நம்முடைய பேங்க் பேலன்ஸ் இவ்வளவு ரூபாயாக இருக்கவேண்டும். அப்போதுதான் நாம் சம்மர் லீவுக்குக் குடும்பத்துடன் கோவா விசிட் அடிக்கமுடியும்!

இப்படிப் பேசுவதன்மூலம் நமக்குள் ஒரு முக்கியமான மாற்றம் நிகழ்கிறது. வருங்காலத்தில் என்ன நடக்கும் என்பதைக் கண் முன்னே கற்பனையாக நிகழ்த்திப் பார்த்துச் சந்தோஷப்படுகிறோம். அதன்மூலம் நிகழ்காலத்தில் செய்யவேண்டிய மாற்றங்களுக்குத் தேவையான ஊக்கம் மற்றும் தன்னம்பிக்கை கிடைக்கிறது.

7. பேச்சு போதும், இப்போது அதைச் செயலில் காட்டவேண்டிய நேரம். இதுவரை நாம் உரையாடிய விஷயங்களை எதார்த்தத்தில் செயல்படுத்துவதற்கு என்ன நடவடிக்கைகளை எடுக்கப்போகிறோம்? அதனால் என்னென்ன புதுப் பிரச்னைகள் வரக்கூடும்? அதைப்பற்றிப் பேசுங்கள், உங்களது தீர்மானங்களைப் பதிவு செய்துகொள்ளுங்கள். அக்கறையுடன் பின்பற்றத் தொடங்குங்கள்.

இங்கே நாம் 'வீட்டுச் செலவுகளைக் குறைப்பது' என்கிற உதாரணத்தை எடுத்துக்கொண்டு இந்த ஏழு நிலைகளையும் ஒவ்வொன்றாக அலசினோம். உண்மையில் உங்களுடைய பிரச்னை எத்தனை பெரியதாக அல்லது சிறியதாக இருப்பினும் இதே ஏழு நிலைகள் அதனைத் தீர்ப்பதற்கு உதவும். பேச்சு கண்ட திசைகளுக்குச் சிதறிச் சென்று வீணாகாமல் சரியான இடத்தில் குவிக்கப்பட்டு விரைவான பலன் கொடுக்கும்.

இதைத்தான் சூஸன் ஸ்காட் 'ஃபியர்ஸ் கான்வர்சேஷன்', அதாவது தீவிர உரையாடல் என்று அழைக்கிறார். சும்மா வெற்று அரட்டையாக இல்லாமல் தீர்வை நோக்கிச் செல்லும் உரையாடல்கள் இவை.

இன்னொரு விஷயம், நம்முடைய உரையாடல்கள் வெற்றிகரமாகப் பலன் தருவதற்கு, அமைதியும் மிக முக்கியம். அதாவது, எப்போது பேசவேண்டும், எப்போது வாயை மூடிக்கொள்ளவேண்டும் என்று நமக்குப் புரியவேண்டும். இதன்மூலம் நமக்கு ஏகப்பட்ட நன்மைகள் உண்டு. முக்கியமாக இரண்டு:

1. எப்போதும் பேசிக்கொண்டே இருந்தால், அடுத்து என்ன பேசுவது என்பதைச் சிந்திக்க நேரமோ மனமோ இருக்காது. மனத்தில் தோன்றியதை அப்படியே கொட்ட ஆரம்பித்துவிடுவோம். நம்முடைய பேச்சும் அர்த்தமற்றதாகிவிடும். ஆகவே, இந்த 'சைலன்ட்' நேரங்களை 'யோசிக்க'ப் பயன்படுத்திக்கொள்ளலாம்.

2. எதிராளியையோ, நம்முடன் இருப்பவர்களையோ பேச அனுமதிப்பதும் அவர்கள் பேசுவதைக் கேட்டு அதன்மூலம் நம்முடைய கருத்துகளை மேம்படுத்திக்கொள்வதும் மிக முக்கியம். அப்போதுதான் அநாவசிய ஈகோ சண்டைகள் வராது, உரையாடல்கள்

வெறும் ஒருவழிப்பாதையாகமட்டும் இல்லாமல் எல்லோருக்கும் பயன்படும்.

ஆகவே, நீங்கள் ஒவ்வொருமுறை வாய் திறக்கும்போதும் இந்தக் கேள்விகளை உங்களுக்கு நீங்களே கேட்டுக்கொள்ளுங்கள்: இது வெட்டிப்பேச்சா, அல்லது உருப்படியான பேச்சா? பலனை நோக்கிச் செல்லும் 'தீவிர'ப் பேச்சுதானா? இல்லை எனில், அமைதியாக இருந்துவிடுவதே நல்லது!

56

ஜீனியஸ் ஆகலாம்!

ஜீனியஸ்!

இந்த வார்த்தையைக் கேட்டாலே நமக்குள் ஒரு பரவசம் உண்டாவது நிச்சயம். இத்தனை பெரிய உலகத்தில் மிகச் சிலர்தான் ஜீனியஸ்கள். அவர்களுடைய மூளைமட்டும் 'சம்திங் ஸ்பெஷல்'. இலக்கியமோ அறிவியலோ இசையோ விளையாட்டோ வேறு துறையோ, அவர்களுடைய ஃபீல்டில் அவர்களை அடித்துக்கொள்ள வேறு யாரும் கிடையாது. நாமெல்லாம் அண்ணாந்து பார்த்துக் கும்பிட வேண்டியதுதான்!

ஜீனியஸ்கள் எப்படி உருவாகிறார்கள் என்பது யாருக்கும் தெரியாத ரகசியம். உண்மையில் ஜீனியஸ்கள் உருவாவதே இல்லை, பிறக்கிறார்கள் என்று அடித்துப் பேசுகிறவர்கள்கூட உண்டு.

யோசித்துப்பார்த்தால் எந்த ஜீனியஸும் தானே இங்கே வந்து குதித்துவிடவில்லை என்பது புரியும். சிலர் என்னதான் சின்ன வயதிலேயே பெரிய மேதையாக அறியப்பட்டிருந்தாலும்கூட, அவர்களுடைய சாதனைகளின் பின்னணியில் கடும் உழைப்பும் பயிற்சியும் இருக்கும். அதற்குமேல் ஜீன்கள் கொஞ்சம் உதவி செய்திருக்கலாம், அவ்வளவுதான்.

அப்படியானால், கொஞ்சம் முயற்சி செய்தால் நீங்களும் நானும்கூட ஜீனியஸ் ஆகமுடியுமா?

முடியும். ஆனால் 'கொஞ்சம்' முயற்சி போதாது. 'நிறைய' முயற்சி தேவைப்படும். குழந்தைகளுக்கு அந்தப் பயிற்சிகளைச் சிறு வயதிலேயே தொடங்கிவிட்டால் அவர்கள் வளர்ந்து பெரியவர் களாகும்போது ஜீனியஸ்களாக உருவாகும் வாய்ப்புகள் அதிகம் என்கிறது ஒரு சமீபத்திய புத்தகம். 'டிஸ்கவர் தி ஜீனியஸ் இன் யுவர் சைல்ட்' (Discover The Genius In Your Child) என்ற அந்தப் புத்தகத்தின் ஆசிரியர், தீபக் அகர்வால். AIETS வெளியீடு, விலை ரூ 150/-

குழந்தைகளை வெறும் மனப்பாட மெஷின்களாக அல்லாமல், நிஜமான மேதைகளாக உருவாக்குகிற நோக்கத்துடன் பெற்றோர், ஆசிரியர்களுக்காக எழுதப்பட்டிருக்கும் புத்தகம் இது. ஆனால் இதில் சொல்லப்பட்டிருக்கும் டிப்ஸ் மற்றும் பயிற்சிகளை யார் வேண்டு மானாலும் பயன்படுத்தலாம். புத்திசாலித்தனம் மற்றும் படைப் புணர்வைப் பெருக்கிக்கொள்ளலாம். குழந்தைகளுக்கு இது பெரிய அளவில் பயன்படும், அவ்வளவுதான்!

ஜீனியஸ் ஆவதற்கான ஃபார்முலாக்களை, 'GENIUSக்கு' என்ற சொல்லில் இருந்தே எடுக்கிறார் தீபக் அகர்வால். அந்த ஆறு சூத்திரங்கள்:

* G = Goal Oriented
* E = Education
* N = Nonpareil
* I = Industrious
* U = Undeterred
* S = Social

முதலில், G = Goal Oriented, அதாவது, காற்று அடிக்கும் திசையில் பறந்து செல்லாமல், நமக்கென்று ஓர் இலக்கு நிர்ணயித்துக்கொண்டு அதன் அடிப்படையில் பயணம் செய்யப் பழகுவது.

இங்கே 'இலக்குகள்' என்று பன்மையில் சொல்லாமல் 'இலக்கு' என்று ஒருமையில் பேசுவதைக் கவனியுங்கள். நம் ஊரில் 'ஆற்றில் ஒரு கால், சேற்றில் ஒரு கால்' என்று சொல்வதுபோல் பல விஷயங்களில் கவனத்தைச் சிதறடிக்காமல், 'இதுதான் நான் சென்று அடைய விரும்பும் இடம்' என்று ஒரே ஒரு தெளிவான இலக்கை நிர்ணயித்துக் கொண்டு அதன் அடிப்படையில் நம்முடைய செயல்பாடுகளைத் தீர்மானித்துக்கொள்வது முக்கியம். ஒருவர் ஏழெட்டு விஷயங்களில் ஜீனியஸாக முடியாது!

அடுத்து, E = Education, அதாவது, கல்வி!

இங்கே 'கல்வி' என்பது வகுப்பறையில் உட்கார்ந்து படிக்கும் விஷயங்களைமட்டுமல்ல, அவை ஓரளவுக்குத்தான் நமக்குத் துணை புரியும். அதற்குமேல் நம்முடைய அனுபவப் பாடங்கள், நாமாகப் படித்து, கேட்டு, உணர்ந்து, முயற்சி செய்து பார்த்துத் தெரிந்துகொள்கிற விஷயங்கள் போன்றவைதான் ஒரு மேதையை உருவாக்குகின்றன.

சுருக்கமாகச் சொன்னால், எப்போதும் கண்களையும் காதுகளையும் திறந்துவைத்திருப்பது, நாம் தேர்ந்தெடுத்திருக்கும் இலக்கை முன்வைத்து அதற்குத் தேவையான எல்லா விஷயங்களையும் தொடர்ந்து கற்றுக்கொண்டே இருப்பது, 'இவ்ளோதான் படிப்பு' என்று திருப்தியடைந்துவிடாமல் இந்த ஒரு விஷயத்தில்மட்டும் எப்போதும் பேராசையுடன் இருப்பது!

மூன்றாவதாக, N = Nonpareil, அதாவது, 'இந்தத் துறையில் எனக்கு இணை வேறு யாரும் இல்லை' என்கிற உன்னதமான நிலையை எட்டத் துடிப்பது.

இதைப் புரிந்துகொள்வதற்கு, 'பத்தோடு பதினொன்று' என்ற வாசகத்தை நினைத்துக்கொள்ளுங்கள். எல்லோரும்தான் கிரிக்கெட் விளையாடுகிறார்கள். ஆனால் சிலர்தான் அதில் உச்சத்தை எட்ட முடிகிறது. அதைத் தொடுவதற்குமுன்னால் 'என் லெவலுக்கு இது போதும்' என்று திருப்தியடைந்து உட்கார்ந்துவிட்டால், அங்கேயே உங்களது ஜீனியஸ் பயணம் தடைபட்டுவிடுகிறது.

முக்கியமான விஷயம், 'எனக்கு இணை வேறு யாரும் இல்லை' என்றால், அதன் அர்த்தம் மற்றவர்களை அழித்து முன்னேறுவது அல்ல. அவர்கள் தங்களுடைய உழைப்பைச் செலுத்தட்டும், நான் அவர்களைவிட அதிகமாக உழைப்பேன், அவர்களைவிட அதிகத் திறமையை வெளிப்படுத்துவேன், சராசரியாக எல்லாரும் ஒரு படி முன்னேறினால் நான் இரண்டு படி மேலே போவேன் என்கிற துடிப்பு, ஆரோக்கியமான போட்டி அவசியம்.

நான்காவது சூத்திரம் I = Industrious, அதாவது, கடின உழைப்பு.

அபிராமி அந்தாதியில் 'ஒருநாளும் தளர்வறியா மனம்' என்று ஒரு வாசகம் வரும். அது ஜீனியஸ்களின் தனி அடையாளம். என்னதான் அவர்கள் மிகக் கடினமான இலக்கு நிர்ணயித்துக்கொண்டிருந்தாலும், அதை நோக்கிச் செல்லும் பயணத்தில் ஒருபோதும் களைப்படைய மாட்டார்கள். 'இது எதுக்கு?' என்று சலிப்புத் தட்டாது.

காரணம், அவர்களுக்கு இலக்கை எட்டுவதுகூட இரண்டாம்பட்சம் தான். அதை எட்டுவதற்காகச் செலுத்துகின்ற நேர்மையான உழைப்புதான் அவர்களுக்கு முழுத் திருப்தி தருகிறது.

ஐந்தாவது, U = Undeterred, அதாவது, பின்வாங்காமல் இருப்பது, விடாமுயற்சி.

நம் ஊரில் படைப்பாளிகளைவிட, விமர்சகர்கள் அதிகம். ஒருவர் எதையாவது செய்கிறார் என்றால் அதை நோண்டிப் பார்த்துக் குறை சொல்வதில் இவர்களுக்கு அலாதி ஆனந்தம். 'இதையெல்லாம் எதுக்குச் செஞ்சுகிட்டிருக்கே? டைம் வேஸ்ட்' என்பார்கள். அல்லது, 'உன்னால முடியாதுய்யா' என்று முடக்கப் பார்ப்பார்கள். அல்லது, 'வேற உருப்படியான விஷயம் நான் சொல்றேன், கேளு' என்று ஆசை காட்டுவார்கள்.

இதுதவிர, சூழ்நிலைகளும் நமக்கு எதிராகத் திரும்பலாம். ஏதாவது செய்தாகவேண்டும் என்கிற முனைப்புடன் நாம் போராடிக் கொண்டிருக்கையில் சட்டென்று சில விஷயங்கள் மாறிவிடலாம், நாம் பின்வாங்கவேண்டிய கட்டாயம் ஏற்படலாம்.

அதுமாதிரி நேரங்களில்தான் முன்பைவிட அதிக வேகத்துடன் நாம் முன்னேறப் பழகவேண்டும். இப்படிப்பட்ட தடைகளைக் காரணம் காட்டிப் பாதியில் நின்றுவிட்டவர்கள் கோடிப் பேர். அதைத் தாண்டி முன்னே சென்றவர்கள் சில நூறு பேர், நீங்கள் எந்த வகை?

நிறைவாக, S = Social, அதாவது சமூகத்துடன் இயைந்து செயல்படுவது.

ஒருவர் ஜீனியஸ் ஆகிறார் என்றால், அந்த அறிவினால், அனுபவத்தால் யாருக்குப் பலன்? அவருக்குமட்டுமா? அல்லது ஒட்டுமொத்தச் சமூகத்துக்குமா?

பொதுவாக ஜீனியஸ்கள் மற்றவர்களுடன் அவ்வளவாக ஒட்டமாட்டார்கள் என்று ஒரு நம்பிக்கை உண்டு. இதற்குக் காரணம், அவர்கள் சிந்திக்கிற தளமே வேறு. சாதாரண மக்களால் அங்கே ஒருபோதும் சென்று சேரமுடியாது.

இதனால்தான், இந்த ஆறாவது சூத்திரம் மிக மிக முக்கியமாகிறது. என்னதான் நீங்கள் ஜீனியஸ் ஆகிவிட்டாலும் (அல்லது அதற்கான பயணத்தில் இருந்தாலும்) சுற்றியிருக்கிற மற்றவர்களை இழிவாக நினைக்காதீர்கள். அவர்கள் உங்களுடைய தளத்தில் இல்லை என்றாலும், அவர்கள் இருக்கும் அதே சமூகத்தில்தான் நீங்களும் இருக்கிறீர்கள். அதன் ஒட்டுமொத்தப் புத்திசாலித்தனத்தையும்

நலத்தையும் முன்னேற்றுவதற்கு உங்களால் என்ன செய்யமுடியும் என்று பாருங்கள், அது உங்களுடைய சமூகக் கடமை.

ஆக, இலக்கை நோக்கிச் செல்லுதல், தொடர்ந்து கற்றுக்கொண்டே இருத்தல், எதிலும் உன்னதத்தை நோக்கிச் செல்லுதல், கடின உழைப்பு, விடாமுயற்சி, சமூகக் கண்ணோட்டம், இந்த ஆறு விஷயங் களையும் உங்கள் குழந்தைக்கு (அல்லது உங்களுக்கே) சொல்லித் தாருங்கள், கண்முன்னே ஒரு ஜீனியஸ் உருவாகக் காண்பீர்கள்!

57

தொடுவது சுகம்!

ஆஃபீசிலோ வீட்டிலோ செம பிஸியாக ஒரு வேலை பார்த்துக் கொண்டிருக்கிறீர்கள். திடீரென்று ஃபோன் மணி ஒலிக்கிறது. அல்லது, யாரோ கதவைத் தட்டி 'எக்ஸ்க்யூஸ் மீ சார், அர்ஜென்டா ஒரு விஷயம் பேசணும்' என்கிறார்கள். என்ன செய்வீர்கள்?

இந்தச் சூழ்நிலையில் நம்மில் பெரும்பாலானோர் எரிமலைபோல் வெடித்துவிடுவோம். 'பிஸியா இருக்கேன்னு தெரியுதுல்ல? ஏன் டிஸ்டர்ப் பண்றீங்க? எல்லாம் அப்புறமாப் பார்க்கலாம்' என்று தட்டிக்கழித்துவிடுவோம்.

நியாயம்தானே? ஒரு வேலையை மும்முரமாகச் செய்துகொண்டிருக்கும்போது இதுபோன்ற தொந்தரவுகளால் கவனம் கலைகிறது, வேகம் குறைகிறது, கடைசியில் எல்லாமே சொதப்பிவிடுகிறது.

அது சரி. ஆனால் அதே விஷயத்தை இன்னொரு கோணத்திலிருந்தும் நீங்கள் பார்க்கவேண்டும். நீங்கள் வேலையில் கவனமாக இருக்கும்போது ஒருவர் உங்களைத் தொந்தரவு செய்கிறார் என்றால், அவருக்கு என்ன அவசரமோ, யார் கண்டது?

எதார்த்தமாகப் பார்த்தால், நீங்கள் உங்களுடைய வேலையில்மட்டும் அக்கறை காட்டுவதுதான் சரி. ஆனால் அதேசமயம் அது உங்களை ஒரு சுயநலவாதியாகக் காட்டிவிடுகிறது. தப்பாச்சே!

யோசித்துப்பாருங்கள், இப்படி நாள்முழுவதும், வாரம்முழுவதும், மாதம்முழுவதும், வருடம்முழுவதும் எத்தனை பேருடைய 'தொந்தரவு'களுக்கு நீங்கள் எரிந்துவிழுந்திருப்பீர்கள்? அவற்றை யெல்லாம் தொகுத்துப்பார்க்கும்போது, உங்களைப் பற்றி மற்றவர் களுக்கு என்னமாதிரியான பிம்பம் கிடைக்கும்? அது உங்களுடைய வளர்ச்சிக்கு, எதிர்காலத்துக்கு, வெற்றிக்கு நல்லதுதானா?

அதற்காக, எப்பப்பார் அடுத்தவர்களுக்கு உதவி செய்துகொண்டிருக்க முடியுமா? அப்புறம் என்னுடைய வேலை எப்படி நடக்கும்?

பெரிய தலைவர்கள், மேலாளர்கள், வெற்றி பெற்றவர்களைக் கவனித்துப் பார்த்தால், அவர்களும் ஒரு நாளைக்குப் பதினெட்டு மணி நேரமோ அதற்கு மேலோ பிஸியாக வேலை செய்கிறவர்களாகத்தான் இருப்பார்கள். ஆனால் அதேசமயம் அவர்களுக்குக் கீழே உள்ளவர் களிடம் 'சார் எப்படி?' என்று விசாரித்தால், 'ரொம்ப நல்ல மனுஷன் சார். அவர் எவ்ளோ வேலையா இருந்தாலும் சரி, நாங்க ஒரு விஷயம்ன்னு போய் நின்னா காது கொடுத்துக் கேட்பார். நல்ல பதிலாச் சொல்லி அனுப்புவார்' என்று பாராட்டுவார்கள். இது எப்படி சாத்தியம்?

இந்தச் சூட்சுமத்தைச் சொல்லித்தருகிற புத்தகம் ஒன்று சமீபத்தில் வெளியாகியிருக்கிறது. 'டச் பாயின்ட்ஸ்' (Touch Points) என்ற அந்தப் புத்தகத்தின் ஆசிரியர்கள், டக்ளஸ் கனன்ட் மற்றும் மெட்டெ நார்கார்ட்.

அதென்ன 'டச் பாயின்ட்'?

ஒருவர் நமக்குப் பிடித்தாற்போல் ஏதாவது செய்துவிட்டால், 'நெஞ்சைத் தொட்டுட்டார்' என்று சொல்கிறோம்தானே? அதுபோன்ற நிகழ்வுகளைத்தான் இந்தப் புத்தகம் 'டச் பாயின்ட்' என்று குறிப்பிடுகிறது.

உதாரணமாக, உங்களுடைய நண்பர் ஒருவர் ஏதோ விஷயத்தில் உதவி கேட்டு வருகிறார். ஆனால் நீங்களோ, அலுவலக வேலை ஒன்றில் சிக்கிக்கொண்டிருக்கிறீர்கள்.

'அதனால என்ன? மேனேஜர்கிட்ட ஒன் ஹவர் பர்மிஷன் கேட்டாப் போச்சு' என்று உடனே கிளம்புகிறீர்கள். அவருக்கு வேண்டிய உதவியைச் செய்து தருகிறீர்கள். இதை அவர் என்றைக்கும் மறக்க மாட்டார். உங்களுக்கு ஒரு 'டச் பாயின்ட்'.

தினந்தோறும் இதுபோல் அலுவலகத்தில், வீட்டில், வெளியில் என்று நீங்கள் ஏராளமான 'டச் பாயின்ட்'களை 'ஸ்கோர்' பண்ணலாம். தெரிந்தவர்கள், தெரியாதவர்கள் என்று எல்லோரிடமும். இதற்காக

நீங்கள் அதிக நேரமும் செலவிடவேண்டியிருக்காது, மற்ற வேலைகளோடு இதையும் கவனித்துக்கொள்ளலாம்.

ஆனால், இதெல்லாம் எதற்காக? இந்த 'டச் பாயின்ட்'களை வைத்துக் கொண்டு நாம் என்ன உலகக் கோப்பையையா ஜெயிக்கப் போகிறோம்? இதனால் நம்முடைய வழக்கமான வேலைகள்தானே கெட்டுப்போகும்?

இந்தச் சிந்தனையே தப்பு. காரணம், நாம் 'வழக்கமான வேலை' என்று நினைப்பதுமட்டுமே நம்முடைய கடமை அல்ல, நம்முடைய குடும்பத்தினர், நண்பர்கள், கூட வேலை செய்கிறவர்கள், தெருவில் சந்திக்கும் புதியவர்கள் என்று ஒவ்வொருவருடனும் நல்லுறவை வளர்த்துக்கொள்வதும் நம்முடைய ஆளுமையைச் செதுக்கி மேம்படுத்துகிற விஷயம். நமது சமூக இமேஜை வளர்க்கும் சமாசாரம். எவ்வளவுக்கு எவ்வளவு அதிகப் பேரைத் 'தொடு'கிறீர்களோ, அந்த அளவு நீங்கள் பிரபலமாவீர்கள், ஜெயிப்பீர்கள்.

'டச் பாயின்ட்'களை ஸ்கோர் பண்ணுவதற்காக மூன்று 'ஸ்டெப்'களைச் சொல்லித்தருகிறது இந்தப் புத்தகம். அவை: 1. கேள்வி, 2. சிந்தனை, 3. முன்னேற்றம்.

முதலில், உங்களுக்கு நெருக்கமானவர்கள் உங்களிடம் வந்து 'எனக்கு ஓர் உதவி வேண்டும்' என்று கேட்கும்வரை காத்திருக்காதீர்கள். அதற்குமுன்னால், நீங்களே அவர்களுடைய முகக் குறிப்புகள், உடல் மொழி (பாடி லாங்வேஜ்) போன்றவற்றைக் கவனித்து வலியச் சென்று 'ஏதாச்சும் ஹெல்ப் வேணுமா?' என்று கேட்கப் பழகுங்கள்.

பல நேரங்களில் இந்தக் கேள்வியே அவர்களுக்குப் பெரிய ஆறுதலாக அமையும். 'நமக்காகக் கவலைப்படறதுக்கு ஒருத்தன் இருக்கான்யா' என்கிற நிம்மதியை அடைவார்கள், உங்களுக்கும் முதல் 'டச் பாயின்ட்' கிடைத்துவிடும்.

அடுத்து, இந்தக் கேள்விக்கு அவர்கள் சொல்கிற பதிலைக் கவனித்துக் கேளுங்கள். வேறு ஏதோ வேலையைச் செய்துகொண்டு அலட்சியமாக 'உம்' கொட்டாதீர்கள். நிஜமாகவே நீங்கள் அவர்கள்மீது அக்கறை காட்டுகிறீர்கள், அவர்களது பிரச்னை தீரவேண்டும் என்று விரும்புகிறீர்கள், அதற்குத் தேவையான உதவிகளைச் செய்யத் தயாராக இருக்கிறீர்கள் என்பதை உங்கள் உடல்மொழிமூலமாகவே அவர்களுக்கு உணர்த்தவேண்டும். இதனால் உங்களுக்கு அடுத்த 'டச் பாயின்ட்' கிடைக்கும்.

குறிப்பாக, அவர்கள் சொல்லும் விஷயங்களை எந்த அளவு தோண்டித் துருவவேண்டும் என்பதில் கவனமாக இருங்கள். சில பர்ஸனல் சமாசாரங்களை ரொம்பக் கிளறினால் அவர்களுக்குச் சங்கடமாகி விடும், அதேநேரம் ஒரு விவரமும் தெரியாமல் நீங்கள் அவர்களுக்கு உதவி செய்வதும் சிரமம். இந்த இரண்டையும் சரியாக பேலன்ஸ் செய்து எல்லையைத் தாண்டாமல் நிறுத்திக்கொண்டால், மூன்றாவது 'டச் பாயின்ட்' ஸ்கோர் பண்ணிவிடலாம்.

கேள்விகள் முடிந்தன, பிரச்னை புரிந்துவிட்டது. அடுத்து இரண்டாவது கட்டத்துக்கு நகர்கிறோம். பிரச்னையை எப்படித் தீர்க்கலாம் என்று உங்களுடைய கருத்துகளை, ஆலோசனைகளைச் சொல்வது, அனுபவங் களைப் பகிர்ந்துகொள்வது, இதுபற்றி அவர் மேலும் யாரிடம் உதவி பெறலாம் என்பதுகுறித்துச் சிந்திப்பது.

சில நேரங்களில், உங்கள் நண்பர் எந்தப் பிரச்னைக்காக உங்களிடம் வந்திருக்கிறாரோ, அதுபற்றி உங்களுக்கு எதுவுமே தெரிந்திருக்காது. அவருக்கு நீங்கள் எந்தவிதத்திலும் உதவ முடியாது. ஆனாலும் அவர் சொன்னதைக் கேட்டு, அதுபற்றிச் சிந்தித்து, 'நீ இவன்கிட்ட பேசினேன்னா நிச்சயம் ஹெல்ப் பண்ணுவான்' என்று இன்னொருவரைக் காண்பித்து வழிகாட்டினாலே போதும், அது அவருக்குப் பெரிய உதவி.

என்ன காமெடி இது? யாரோ ஒருவரிடம் உதவி கேட்பதற்காக அவர் ஏன் என்னிடம் வரவேண்டும்? இதற்கு அவர் நேரடியாக அவரிடமே போய்ப் பேசியிருக்கலாமே?

உண்மைதான். ஆனால், பிரச்னையில் உள்ளபோது மனித மனத்தால் தெளிவாகச் சிந்திக்கமுடியாது. நம் பாக்கெட்டிலேயே உள்ள விஷயத்தைக்கூடப் பதற்றத்தில் மறந்துவிடுவோம். அதுபோன்ற நேரங்களில் நீங்கள் அவர்களுக்கு ஒரு கைகாட்டி மரமாகச் செயல் பட்டு உதவலாம்.

மூன்றாவது கட்டம், 'முன்னேற்றம்'. அதாவது, அந்தப் பிரச்னை என்ன ஆச்சு? தீர்ந்ததா? அல்லது இன்னும் தொடர்கிறதா? அதுபற்றி அக்கறையோடு விசாரித்துத் தெரிந்துகொள்வது.

நீங்கள் வாடகைக்கு வீடு தேடிக்கொண்டிருக்கிறீர்கள். யாரிடமோ பேச்சுவாக்கில் அதைச் சொல்கிறீர்கள். அவர் தனக்குத் தெரிந்த ஒரு வீட்டுத் தரகரைச் சிபாரிசு செய்கிறார்.

ஒரு வாரம் கழித்து, அவரை மீண்டும் சந்திக்கிறீர்கள். ‘என்ன சார்? அந்த புரோக்கரைப் போய்ப் பார்த்தீங்களா? அவர் ஹெல்ப் பண்ணாரா? வீடு கிடைச்சதா?’ என்று விசாரிக்கிறார்.

யோசித்துப்பாருங்கள், உங்களுக்கு அப்படியே உச்சி குளிர்ந்து விடாதா? ‘சும்மா போறபோக்குல சொன்ன ஒரு விஷயத்தை இந்த மனுஷன் இவ்ளோ நாள் ஞாபகம் வெச்சிருந்து விசாரிக்கறாரே’ என்று அவரை நினைத்து நெகிழமாட்டீர்களா? நாளைக்கு அவருக்கு ஒரு பிரச்னை என்றால் தலைகீழாக நின்றாவது உதவி செய்யமாட்டீர்களா?

இதே விஷயத்தை நீங்களும் உங்களைச் சந்திக்கிறவர்களிடம் பயன்படுத்திப் பாருங்கள். அவர்களுடைய பிரச்னைகளைக் கேட்டு, அதுபற்றிச் சிந்தித்து, உங்களுடைய கருத்தையோ வழிநடத்து தலையோ சொன்னால்மட்டும் போதாது. அந்தப் பிரச்னை நிஜமாகவே தீர்ந்துவிட்டதா என்று பின்னால் இன்னொருமுறை விசாரியுங்கள், ‘டச் பாயின்ட்’கள் கூடை கூடையாகக் கொட்டும்!

58

சின்னச் சின்னச் சண்டைகள்!

ஒரு சின்னக் கற்பனை. திடீரென்று நீங்கள் ஒரு தேசத்துக்கு ராஜாவாகி விடுகிறீர்கள். உங்களுடைய சபையில் முக்கியமான மந்திரிகள் இரண்டுபேர். அதில் ஒருவர், உங்களை எப்பப்பார் பாராட்டிக் கொண்டே இருக்கிறார். நீங்கள் என்ன சொன்னாலும் மறுபேச்சில்லாமல் ஒப்புக் கொள்கிறார்.

இன்னொரு மந்திரி, நீங்கள் சொல்வதை யோசித்துப் பார்த்துவிட்டுத் தன்னுடைய எண்ணங்களை வெளிப்படையாகச் சொல்கிறார். ஒருவேளை உங்களுடைய கருத்து தவறு என்று நினைத்தால் அதையும் தயங்காமல் குறிப்பிடுகிறார். விவாதம் செய்கிறார்.

இப்போது, நீங்கள் என்ன செய்வீர்கள்? எந்த மந்திரிக்கு நிறைய பரிசு கொடுத்து ஊக்குவிப்பீர்கள்? எந்த மந்திரியை ஜெயிலில் போட்டுத் துன்புறுத்துவீர்கள்?

பெரும்பாலான ராஜாக்கள் 'ஆமாம் சாமி'களைத்தான் பக்கத்தில் வைத்திருக்க விரும்புவார்கள். தான் என்ன சொன்னாலும் மற்றவர்கள் அதை அப்படியே ஏற்றுக்கொள்வது, பெரிதாகத் தலையாட்டி ஆமோதிப்பதையெல்லாம் பார்க்கப் பார்க்க அவர்களுக்குச் சந்தோஷம், பெருமை.

இந்தக் காலத்தில் ராஜாக்கள் இல்லை. ஆனாலும் 'ஆமாம் சாமி'கள் அப்படியே இருக்கிறார்கள். தங்களுடைய மேனேஜரோ முதலாளியோ தலைவரோ எதைச் சொன்னாலும் 'ஆமா சார்', 'நீங்க சொன்னா சரிதான்

சார்', 'உங்களைமாதிரி யோசிக்கமுடியுமா சார்?' என்று பேசிப் பேசியே குளிரவைத்துவிடுவார்கள்.

ஆனால் உண்மையில், நாம் ஒரு ராஜாவாக இருந்தால், 'ஆமாம்' போடும் மந்திரிகளைவிட, நம் கருத்தை எதிர்த்துப் பேசி விவாதம் செய்யும் மந்திரிகளைத்தான் அதிகம் மதிக்கவேண்டும், ஊக்குவிக்க வேண்டும் என்கிறது ஒரு சமீபத்திய புத்தகம். 'ஹேவ் எ நைஸ் கான்ஃப்ளிக்ட்' (Have A Nice Conflict) என்கிற அந்தப் புத்தகத்தின் ஆசிரியர்கள் டிம் ஸ்கட்டர், மைக்கேல் பேட்டர்ஸன், கென்ட் மிட்ஷெல்.

நம்மை எதிர்த்துப் பேசுகிறவர்களை நாம் ஏன் மதிக்கவேண்டும்? மிதித்துத் துவைப்பது அல்லவா நியாயம்?

மனித மனம் இப்படித்தான் சிந்திக்கும். எல்லோரும் நம்முடைய கருத்தை ஏற்றுக்கொள்வதுதான் நமக்குக் கர்வம் அளிக்கிறது. யாராவது மறுத்துப் பேசினால், அவர்கள் சொல்வது நியாயமாகவே இருந்தாலும்கூட அவர்கள்மேல் கோபம் வருவது இயல்பு.

ஆனால், எல்லாரும் இப்படி ஒரேமாதிரி சிந்தித்துக்கொண்டிருந்தால், புதிய யோசனைகள் எங்கிருந்து வரும்? உலகம் எப்படி முன்னேறும்?

அட, உலகத்தை விடுங்கள். ஒரு சின்ன அலுவலகம், அல்லது தொழிற்சாலை, அல்லது பள்ளிக்கூடத்தை எடுத்துக்கொள்ளுங்கள். அங்கே இருக்கிற எல்லாரும் ஒரு சின்னக் கருத்து வேறுபாடு இல்லாமல் வேலை செய்தால் துளி வளர்ச்சி இருக்காது.

வீட்டிலும் இதே கதைதான். கணவனும் மனைவியும் 'நான் பேச நினைப்ப தெல்லாம் நீ பேச வேண்டும்' என்று பாடிக்கொண்டிருந்தால் கேட்பதற்கு ரொமான்ஸ் பொங்கும். ஆனால் நிஜத்தில் அவர்களுக்குள் வரும் சின்னச் சண்டைகளும் சமாதானங்களும்தான் குடும்பத்துக்கு அழகு.

இந்த விஷயத்தைத்தான் 'ஹேவ் எ நைஸ் கான்ஃப்ளிக்ட்' புத்தகம் ஓர் அழகான கதை வடிவத்தில் சுவையாக விளக்கிச் சொல்கிறது. 'உங்கள் பேச்சை மறுத்துப் பேசுகிறவர்கள் எப்போதும் இருப்பார்கள். அவர் களோடு முட்டிக்கொண்டு சண்டை போடாதீர்கள். ஆரோக்கியமான விவாதங்களை நடத்துங்கள். இருவரும் ஒப்புக்கொள்ளக்கூடிய ஒரு முடிவுக்கு வாருங்கள். அதுதான் இருவருக்குமே நல்லது' என்று தெளிவான உதாரணங்களுடன் நிரூபிக்கிறது.

உதாரணமாக, நாம் வாழும் இந்த பூமி தட்டையானது என்று நம்பிய காலம் உண்டு. அதனை எல்லாரும் மறுபேச்சில்லாமல் ஏற்றுக்

கொண்டார்கள். அதுவும் ஒரு வருடம், இரண்டு வருடம் இல்லை, பல நூற்றாண்டு காலத்துக்கு!

அதன்பிறகுதான், இந்தக் கருத்தை மறுத்துச் சில குரல்கள் எழுந்தன. அவர்களையும் மற்றவர்கள் ஒடுக்கப் பார்த்தார்கள். அதையெல்லாம் மீறி 'உலகம் உருண்டை' என்கிற கருத்து முன்வைக்கப்பட்டது. பின்னர் அது பரிசோதனைகளின்மூலம் நிரூபிக்கப்பட்டது. பழைய பேர்வழிகள் வாயை மூடிக்கொண்டார்கள்.

அறிவியலில்மட்டுமில்லை, அநேகமாக எல்லாத் துறைகளிலுமே இதுபோன்ற கருத்து வேறுபாடுகள்தான் முன்னேற்றங்களைக் கொண்டுவந்திருக்கின்றன. 'இது ஏன் இப்படி இருக்கிறது? இது ஏன் இப்படி இல்லை?' என்று விவாதிப்பதன்மூலம்தான் வளர்ச்சி சாத்தியப்படுகிறது.

அதேசமயம், விவாதங்கள், கருத்து மோதல்களை நாம் சரியானபடி கையாள்வது அவசியம். இல்லாவிட்டால் அவையே நம்மை 'வில்லன்'களாகத் தோற்றமளிக்கச் செய்துவிடும். பிறர் நம்மிடமிருந்து விலகிச் சென்றுவிடுவார்கள்.

சிலர் தனிப்பட்டமுறையில் பெரிய திறமைசாலிகளாகவும் வெற்றியாளர்களாகவும் இருப்பார்கள். ஆனால் மற்றவர்களுடன் பழகத் தெரியாமல் விழிப்பார்கள். சின்னக் கருத்து வேறுபாட்டைக் கூடப் பெரிய விரிசலாக்கிவிடுவார்கள். இதுபோன்ற பிரச்னை உள்ளவர்களுக்கு உதவும்வகையில் ஏகப்பட்ட எளிய சூத்திரங்களைச் சொல்லித்தருகிறது இந்தப் புத்தகம். அவற்றில் சில, இங்கே:

1. கருத்து வேறுபாடுகள் வந்தே தீரும்!

எல்லாரும் ஒரேமாதிரி சிந்திப்பதில்லை. ஆகவே நீங்கள் புதிதாக ஒரு கருத்தை முன்வைக்கும்போது, மற்றவர்கள் அதை அப்படியே ஒப்புக்கொள்வார்கள் என்று நினைக்காதீர்கள். நான்கைந்து பேராவது அதை எதிர்த்துக் குரல் கொடுப்பார்கள் என்கிற எதிர்பார்ப்புடன் இருங்கள். அப்போதுதான் யாராவது மறுத்துப் பேசும்போது ஏமாற்றம் வராது. 'இவன் என்ன சொல்றான், கேட்போமே' என்று திறந்த மனத்துடன் விவாதத்தை அணுகுவீர்கள்.

எந்தப் பிரச்னையையும் நாம் பார்க்கிற கோணம் ஒன்றுதான். மற்றவர்கள் ஒவ்வொருவரும் வெவ்வேறு கோணத்தில் அதைப் பார்க்கலாம். அவர்களுடைய அனுபவமும் அதில் கலந்துகொள்கிற போது, அவர்கள் தருகிற மாற்று யோசனைகள் நம்முடைய கருத்தை மேம்படுத்துவதற்கு உதவும்.

மேலாண்மை நிபுணர்கள் இதனை 'Brainstorming' என்று அழைக்கிறார்கள். அதாவது, ஒரு கருத்தைப் பல மூளைகளுக்குள் போட்டுப் புரட்டுவது. எல்லாரும் தங்களுடைய கருத்துகளைப் பகிர்ந்து கொள்வது. ஆரம்பத்தில் அவை ஒன்றோடொன்று ஒத்துப் போகாததுபோல் தெரிந்தாலும், கொஞ்சம் கொஞ்சமாக அந்தப் பிரச்னைக்கான தீர்வை நோக்கி நாம் நகரத் தொடங்குவோம். அதுதானே முக்கியம்?

2. சண்டை போடுங்கள், ஆனால் கருத்தளவில்மட்டும்!

கருத்து மோதல்கள் அவசியம். ஆனால், அவை நிஜமான மோதல்களாக மாறிவிடக்கூடாது. இந்த விஷயத்தில் நீங்கள் மிகக் கவனமாக இருக்கவேண்டும்.

உதாரணமாக, நீங்கள் சொல்லும் கருத்தை ஒருவர் மறுத்துப் பேசுகிறார், அந்த மறுப்பை நீங்கள் இன்னொரு கருத்தின்மூலம்தான் அணுகவேண்டுமேதவிர 'உன் லட்சணம் எனக்குத் தெரியாதா?' என்று சண்டைக்கு இழுக்கக்கூடாது.

சரி, நான் அமைதியாக விவாதம் செய்கிறேன். அவர் என்னைச் சண்டைக்கு இழுத்தால்?

அதற்குத்தான் இந்த இரண்டாவது சூத்திரம். எதிராளி உங்களைப் பற்றித் தனிப்பட்டமுறையில் என்ன பேசினாலும் உணர்ச்சிவயப் படாதீர்கள், இது தனிப்பட்ட சண்டை அல்ல, கருத்து வேறுபாடுமட்டுமே. அந்த ஒரு விஷயத்தில்மட்டும் கவனம் செலுத்தினால் பிரச்னை பெரிதாகாது.

3. மூன்று வழிமுறைகள்

உங்கள்முன்னால் ஒருவர் ஏதோ கருத்தை முன்வைக்கிறார். உங்களுக்கு அதில் ஒப்புதல் இல்லை. 'ஏதோ உதைக்குதே' என்று யோசிக்கிறீர்கள். ஆனால் அதை வெளிப்படையாகச் சொல்லத் தயக்கம், எப்படிப் பேச்சைத் தொடங்குவது என்று தெரியவில்லை, என்ன செய்வீர்கள்?

இதற்கு மூன்று வெவ்வேறு வழிமுறைகள் உண்டு. இவற்றை நன்றாகப் புரிந்துகொண்டு, எந்தச் சந்தர்ப்பத்தில் எந்த வழிமுறை பொருத்தமானது என்று யோசித்து முடிவு செய்யவேண்டியது உங்கள் பொறுப்பு:

- ஒருவேளை உங்களுடைய கருத்துதான் மிகச் சரியானது என்று நீங்கள் முழுமையாக நம்பினால், அவருடைய கருத்தைத் தீவிரமாக மறுத்து உங்களது எதிர்க் கருத்தை முன்வையுங்கள்.

- ஒருவேளை உங்கள் கருத்தில் உங்களுக்கே சந்தேகம் இருப்பின், அதை வெளிப்படையாகச் சொல்லுங்கள். ஆனால் அவர் சொல்வதைக் கடுமையாக எதிர்க்காதீர்கள்.

- ஒருவேளை உங்கள் கருத்து அத்தனை முக்கியமில்லை என்று தோன்றினால், உங்களுக்கே அதில் நம்பிக்கை இல்லா விட்டால், வெள்ளைக்கொடி காட்டிவிடுங்கள்

59

மரியாதைகள்!

சமூக மதிப்பு, மரியாதை, அந்தஸ்து... இந்த வார்த்தைகளுக்கெல்லாம் அடிப்படையில் ஒரே அர்த்தம்தான். ஆனால் கொஞ்சம் நெருங்கிப் பார்த்தால் இதில் இன்னும் பல நுட்பங்கள் இருப்பது புரியும்.

உதாரணமாக, உங்களை ஒருவர் மதிக்கிறார் என்று வைத்துக் கொள்வோம். அவர் எதற்காக மதிக்கிறார் என்று எப்போதாவது யோசித்திருக்கிறீர்களா?

சிலரை அவர்கள் சார்ந்திருக்கும் பதவிக்காக நாம் மதிக்கிறோம் (வக்கீல் சார், டாக்டரய்யா, வாத்தியாரம்மா, மந்திரி... இப்படி). இன்னும் சிலரை அவர்களுடைய குடும்பம் அல்லது சமூகத்துக்காக மதிக்கிறோம். சிலரை அவர்களுடைய படிப்புக்காக மதிக்கிறோம். சிலரை அவர்களிடம் இருக்கும் பணத்துக்காக மதிக்கிறோம். சிலரை அவர்களுடைய மூளை / அறிவுக்காக மதிக்கிறோம்.

ஆனால் உண்மையில் இவையெல்லாம் மரியாதைகள்தானா? அல்லது வெறும் வெளிவேஷமா? போலிகளைத் தவிர்த்து எல்லாரிடமும் நிஜமான மதிப்பை, தலைமை தாங்கும் அந்தஸ்தைப் பெறுவதற்கு நாம் என்ன செய்யவேண்டும்? சுவாரஸ்யமான இந்தக் கேள்வியை விரிவாக அலசுகின்ற ஒரு புதுப் புத்தகம், 'தி 5 லெவல்ஸ் ஆஃப் லீடர்ஷிப்' (The 5 levels of leadership), இதனை எழுதியிருப்பவர் பிரபல பேச்சாளர், எழுத்தாளர் ஜான் சி மேக்ஸ்வெல்.

ஒரு தலைவர் மற்றவர்களிடம் பெறும் மரியாதையை ஐந்து நிலைகளாகப் பிரிக்கிறது இந்தப் புத்தகம். அவை:

1. பதவி 2. விருப்பம் 3. சாதனை 4. நன்றி 5. ஆளுமை

ஒன்றும் புரியவில்லையா? கவலைப்படாதீர்கள், இந்த ஐந்து மதிப்பு நிலைகளைப் புரிந்துகொள்வதற்கு, ஓர் எளிய உதாரணத்தை எடுத்துக் கொள்வோம். ஓர் அலுவலகத்தில் புதிதாக ஒரு அதிகாரி அல்லது மேனேஜர் வருகிறார். அவர் எப்படி இந்த ஐந்து படிநிலைகளையும் தாண்டி மேலே செல்லமுடியும் என்று யோசிப்போம்.

முதல் படி, பதவிக்கு மரியாதை. 'சார் பெரிய ஆபீசர். ஒரு சல்யூட் போட்டுவைப்போம்' என்று எல்லாரும் வணக்கம் சொல்வார்கள். நீங்கள் எதைச் சொன்னாலும் தலையாட்டுவார்கள். அசட்டு ஜோக் அடித்தாலும் சிரிப்பார்கள். உங்களைச் சுற்றி எந்நேரமும் அந்த மிதப்பு உலா வந்துகொண்டே இருக்கும்.

ஆனால், நீங்கள் கவனிக்கவேண்டிய விஷயம், இந்த மரியாதை மொத்தமும் நீங்கள் சார்ந்திருக்கிற பதவிக்குத்தான். நீங்கள் அணிந்திருக்கும் கிரீடத்துக்குத்தான், உங்களுக்கு அல்ல. நாளைக்கே நீங்கள் ரிடையர் ஆகிவிட்டால் ஒரு புல், பூண்டுகூட உங்களை மதிக்காது.

ஆக, இந்த முதல் நிலை 'மரியாதை'யில் நின்றுவிட்டவர்கள் வாழ்நாள் முழுவதும் தங்களுக்கென்று ஒரு சொந்த ஆளுமையை உருவாக்கிக் கொள்ளமுடியாது. அவர்களுடைய செயல்களுக்காக யாரும் அவர்களை மதிக்கமாட்டார்கள். ஒருவேளை, அவர்களிடம் தங்கள் படிப்பு, பதவிக்கு ஏற்ற செயல்பாடுகளோ புத்திசாலித்தனமோ இல்லா விட்டால் மற்றவர்கள் அவர்களுடைய முகத்துக்கு எதிரே புன்னகை செய்துவிட்டுப் பின்னால் கேலியாகச் சிரிப்பார்கள். மொத்தத்தில் ரொம்பப் பரிதாபமான சூழ்நிலை இது.

இரண்டாவது படி, ஆரம்பத்தில் 'ஒரு பெரிய மேனேஜர்' என்பதற்காக உங்களை மதித்தவர்கள் இப்போது தாங்களே விரும்பி உங்கள்மீது மரியாதை செலுத்தத் தொடங்குகிறார்கள். காரணம், அந்த 'மேனேஜர்' பதவிமட்டுமல்ல, அதை வைத்து நீங்கள் செய்யும் சில வேலைகள்.

உதாரணமாக, ஒரு பெரிய அரசியல்வாதி. அவரைச் சென்று பார்க்கிறீர் கள். ஆரம்பத்தில் அவர் ஒரு பிரபலம் என்பதற்காகமட்டும் (பதவிக்கு) மரியாதை செலுத்துவீர்கள். அடுத்து, அவர் உங்களுடைய பிரச்னையைக் கேட்டுத் தெளிவாக விளக்கம் சொல்கிறார். சட்டென்று நடவடிக்கை எடுத்துச் சரி செய்கிறார். உடனே உங்களுக்கு அவர்மேல்

மதிப்பு உயரும். 'பரவாயில்லைப்பா, இந்தாள் மத்த அரசியல்வாதிங்க மாதிரி இல்லை. நியாயமா நடந்துக்கறார். விஷயம் தெரிஞ்சவராவும் இருக்கார்' என்று விரும்பி மரியாதை செலுத்தத் தொடங்குவீர்கள். இதுதான் இரண்டாவது நிலை.

நாம் மற்றவர்களிடம் பழகும்போது, அவர்கள் நமக்கு அளிக்கும் மரியாதை குறைந்தபட்சம் இந்த இரண்டாவது நிலையிலாவது இருக்கும்படி பார்த்துக்கொள்வது அவசியம். இதற்கு நாம் கேட்க வேண்டிய கேள்வி, 'இவர்கள் ஏன் எனக்குக் கும்பிடு போடுகிறார்கள்? என்னுடைய காலேஜ் படிப்பு, பெயருக்குப் பின்னால் இருக்கும் பட்டங்கள், நான் வகிக்கும் பதவி போன்றவற்றுக்காகவா? அல்லது என் செயல்பாடுகளுக்காகவா?'

மூன்றாவது நிலை, சாதனைகள். அதாவது, உங்களுடைய பதவி மற்றும் செயல்பாடுகளை வைத்து நீங்கள் என்ன சாதித்திருக்கிறீர்கள்? அதை வைத்து மற்றவர்கள் உங்களை மதிப்பது.

உதாரணமாக, ஒரு கிரிக்கெட் வீரரை எடுத்துக்கொள்ளுங்கள். அவர் பிரமாதமாக விளையாடுகிறார் என்பதற்காக ரசிகர்கள் அவரைக் கொண்டாடுவது இரண்டாம் நிலை. 'போன மேட்ச்சில் செஞ்சுரி அடித்து நம் அணிக்கு வெற்றி தேடித் தந்தார்' என்பதற்காகக் கொண்டாடினால் அது மூன்றாம் நிலை.

இந்த மூன்றாம் நிலைக்கு முன்னேற விரும்புகிறவர்கள் தங்களுடைய சொந்தச் செயல்பாடுகளைமட்டும் சீர்படுத்திக்கொண்டால் போதாது. அதை வைத்து நம்மைச் சுற்றியுள்ளவர்கள், நாம் சார்ந்துள்ள குடும்பம், அல்லது அலுவலகம், அல்லது சமூகம் என்ன பயன் பெறுகிறது என்பதையும் யோசிக்கவேண்டும்.

இதனால் கோடிப் பேர் உள்ள ஒரு சமூகத்தில் சில நூறு பேர்மட்டுமே இந்த மூன்றாம் வகை மரியாதையைப் பெறமுடியும். அவர்கள் அனைவரும் நிஜமாகவே மற்றவர்களுக்காகச் சிந்தித்தவர்கள், சாதித்தவர்களாக இருப்பார்கள்.

நான்காவது நிலை, நன்றி. அதாவது, நாம் இன்னொருவருக்குச் செய்திருக்கும் தனிப்பட்ட நன்மைகளுக்காக அவர்கள் நம்மிடம் மரியாதை செலுத்துவார்கள், நன்றியுடன் இருப்பார்கள்.

கொஞ்சம் பொறுங்கள், ஏதோ இடிக்கிறது. மூன்றாவது நிலையில் ஒட்டுமொத்தச் சமூகத்துக்கும் நல்லது செய்யவேண்டும் என்று

பார்த்தோம். அதற்கு அடுத்த நான்காவது நிலையில் இன்னும் கொஞ்சம் மேலே போவதுதானே நியாயம்? அதை விட்டுவிட்டு எல்லாருக்கும் தனிப்பட்ட நன்மைகளைச் செய்யவேண்டும் என்றால் அது எப்படி?

ரொம்ப நுணுக்கமாகக் கவனிக்கவேண்டிய விஷயம் இது. மூன்றாவது நிலையில் நாம் செய்த சாதனைகள் சமூகத்துக்குப் பயன் தந்திருக்கலாம். ஆனால் அவை நம்மைச் சுற்றியிருக்கும் தனி நபர்களுக்கு எந்தப் பயனும் தராமல் போயிருக்கலாம். அதைத் தாண்டிச் செல்வதுதான் இந்தக் கட்டம்.

அதே கிரிக்கெட் வீரர் உதாரணத்தை எடுத்துக்கொள்வோம். அவர் பிரமாதமாக விளையாடி ஏழெட்டு மேட்ச்களை ஜெயித்துக் கொடுத்தால், சந்தோஷப்படுகிறோம். அவரை மதிக்கிறோம். ஆனால் அதைத் தாண்டி நமக்கு எந்தத் தனிப்பட்ட பலனும் இல்லை.

அதற்குப் பதிலாக, அந்தக் கிரிக்கெட் வீரர் ஒரு பயிற்சிப் பள்ளி தொடங்குகிறார். அதன்மூலம் வருடாவருடம் பல ஆயிரம் கிரிக்கெட் வீரர்களை உருவாக்குகிறார் என்று வைத்துக்கொள்வோம். இதன் மூலம் பல குடும்பங்கள் அவரை வாழ்த்துகின்றன, மதிக்கத் தொடங்குகின்றன. காரணம், அவர்கள் இதனால் தனிப்பட்ட நன்மை அடைகிறார்கள்.

இப்படி நாம் செய்கிற ஒவ்வொரு நடவடிக்கையும் எத்தனை பேரைத் 'தொடுகிறது' என்கிற கணக்கும் மிக முக்கியம். அதுதான் நான்காவது நிலை மரியாதை.

நிறைவாக, ஐந்தாவது உச்ச நிலை, ஒரு முழுமையான மனிதராக, சாதனையாளராக, சமூகத்துக்கும் தனி நபர்களுக்கும் நன்மைகளைச் செய்தவராக, சிறந்த ஆளுமையாக உங்களை நீங்களே அழுத்தமாகப் பதிவு செய்துகொள்கிறீர்கள். அதற்காக எல்லாரும் உங்களை மதிக்கிறார்கள்.

அரசியல், இலக்கியம், கலை, விளையாட்டு என்று எந்தத் துறையிலும் பெரிய அளவில் வெற்றி பெற்ற மனிதர்கள் யாருடைய வாழ்க்கையையும் எடுத்துப் பாருங்கள். அவர்களுடைய கதையில் இந்த ஐந்து நிலைகளையும் தெளிவாகப் பார்க்கலாம். ஆரம்பத்தில் அவர்கள் தங்களுடைய பதவிக்காகவோ செய்த வேலைகளுக்காகவோ மதிப்புச் சேர்த்துக்கொண்டிருப்பார்கள். அதன்பிறகு சாதனைகளைச் செய்து மேலே சென்றிருப்பார்கள். சக மனிதர்களைத் தொட்டிருப்பார்கள். அதன்மூலம் தங்கள் ஆளுமையை முழுமைப்படுத்திக்கொண்டு சரித்திரத்தில் நின்றிருப்பார்கள்.

இந்த ஐந்து நிலைகளில் நாம் இப்போது எங்கே இருக்கிறோம்? அங்கிருந்து அடுத்த நிலைக்கு எப்படிச் செல்வது? ஒவ்வொருவரும் தங்களைத் தாங்களே கேட்டுக்கொள்ளவேண்டிய கேள்வி இது.

முக்கியமான விஷயம், நீங்கள் ஒரே நேரத்தில் வெவ்வேறு நிலைகளில் இருக்கக்கூடும். உதாரணமாக, உங்கள் அலுவலகத்தில் பதவிக்குமரியாதை பெறும் முதல் நிலையில் இருப்பீர்கள். ஆனால் வீட்டில் அன்பான செயல்பாடுகள், உறவினர்களுக்காகச் செய்த நன்மைகள் போன்றவற்றினால் மூன்றாவது நிலைக்கு முன்னேறியிருப்பீர்கள்.

இப்படி வெவ்வேறு சூழ்நிலைகளில் நாம் எந்தப் படியில் இருக்கிறோம் என்பதை அலசி ஆராய்ந்து, பலவீனங்களை உணர்ந்து அடுத்த கட்ட முன்னேற்றங்களுக்குத் திட்டமிடவேண்டும், அதுவே நம்மை முழுமையான ஆளுமைகளாக உருவாக்கும்!

60

அன்னா காட்டிய வழி!

சில வருடங்களுக்கு முன் இந்தியாவின் 'மீடியா ஹீரோ'வாகத் திகழ்ந்தவர், அன்னா ஹசாரே. ஊழலுக்கு எதிராக அவர் நடத்திய போராட்டங்களையும் அதற்கு அரசாங்கம் காண்பித்த எதிர்வினை களையும் செய்தித்தாள்கள், தொலைக்காட்சி சானல்கள் மிக விரிவாகப் பதிவு செய்தன. இதனால் அதுவரை அரசியல், சமூக சேவை என்றாலே ஒதுங்கியிருந்த பல இளைஞர்கள்கூட அன்னாவின் வழியில் செல்ல முன்வந்தார்கள். அந்தவிதத்தில் சமுதாய மாற்றத்துக்கான அன்னா ஒரு மிகப் பெரிய காரணி.

இதற்கு முன்னால் இந்தியாவில் எத்தனையோ பேர் கிட்டத்தட்ட இதே போன்ற முயற்சிகளில் ஈடுபட்டிருக்கிறார்கள். ஆனால் அவர்கள் யாராலும் சாதிக்க முடியாத மிகப் பெரிய வெற்றியை அன்னா ஹசாரே இத்தனை குறுகிய காலகட்டத்தில் சாதித்தது எப்படி? அவர் பயன்படுத்திய அதே வழிகளை நாமும் நம்முடைய தனிப்பட்ட முன்னேற்றத்துக்காகப் பின்பற்றமுடியுமா? அன்னாவுடைய வாழ்க்கையிலிருந்து நாம் கற்றுக்கொள்ளவேண்டிய பாடங்கள் என்னென்ன? ஹார்வர்ட் பல்கலைக்கழகத்தில் படித்த சதீஷ், சிவராம் என்ற இரண்டு இளைஞர்கள் இந்தக் கோணத்தில் சிந்தித்திருக் கிறார்கள். 'லீடிங் வித்தவுட் லைசன்ஸ்' (Leading Without Licence) என்ற சுவையான புத்தகத்தை எழுதியிருக்கிறார்கள். (ரூபா பப்ளிகேஷன்ஸ் வெளியீடு, விலை ரூ 140/-)

அன்னாவோ அவரது குழுவினரோ இதை இப்படித்தான் செய்ய வேண்டும் என்று திட்டமிட்டு வேலை செய்தார்களா, அல்லது சேவை

நோக்கத்தில் சட்டென்று களத்தில் இறங்கிவிட்டார்களா என்பது நமக்குத் தெரியாது. ஆனால் அவர்கள் செயல்பட்ட விதத்திலும் வெற்றியடைந்த தன்மையிலும் ஆறு முக்கியமான பாடங்கள் இருக்கின்றன என்று விளக்கிச் சொல்கிறது இந்தப் புத்தகம். அந்த ஆறு பாடங்கள்:

1. பதவி முக்கியமில்லை!
2. நீங்கள் கையில் எடுக்கப்போகும் பிரச்னை எது?
3. சரியான கூட்டாளிகளைத் தேர்ந்தெடுங்கள்.
4. தலைவராகுங்கள்!
5. எப்போதும் கவனமாக இருங்கள்!
6. முன்னேற்பாடுகளும் பயிற்சிகளும் மிக முக்கியம்!

1. பதவி முக்கியமில்லை!

அன்னா ஹசாரே தேர்தலில் நிற்கவில்லை. மக்களால் தேர்ந்தெடுக்கப் படவில்லை. ஐஏஎஸ் படிக்கவில்லை. அரசாங்கத்தில் அதிகாரியாகச் சேரவில்லை. பிரதமராலோ ஜனாதிபதியாலோ 'ஊழல் எதிர்ப்பு அமைச்சர்' என்று அறிவிக்கப்படவில்லை. எந்தவிதத்திலும் அவருக்கு அதிகாரப்பூர்வமான பதவி எதுவுமே கிடையாது.

ஆனால் இவையெல்லாம் அவருடைய முயற்சிகளைத் தடுத்துவிட வில்லை. நாட்டில் ஊழல் அதிகரித்துவிட்டது, அதை எதிர்த்து யாராவது குரல் கொடுக்கவேண்டும் என்று நினைத்த அவர் அதற்கான அதிகாரமும் பதவியும் தனக்கு வேண்டும் என்று எதிர்பார்க்கவில்லை. அதிகாரமும் பதவியும் உள்ள இன்னொருவர் அதைச் செய்வார் என்று நினைத்துக்கொண்டு சும்மா உட்கார்ந்திருக்கவில்லை. இது ஒவ்வொரு குடிமகனின் கடமை என்று நினைத்தார். களத்தில் இறங்கிப் போராட ஆரம்பித்துவிட்டார்.

அலுவலகத்தில் சின்னச் சின்னப் பதவி உயர்வுகள், மாற்றங்களுக் காகச் சண்டை போட்டுக்கொண்டு வேலையில் கவனம் செலுத்தாமல் இருக்கிறவர்களுக்கெல்லாம் அன்னாவின் இந்த குணம் ஒரு பாடம். பதவி என்பது ஒரு நல்ல செயலைச் செய்வதற்கான லைசன்ஸ். அதேசமயம் அந்த லைசன்ஸ் இல்லாதவர்கள் அதனைச் செய்ய முடியாது என்று அர்த்தம் இல்லை. மனம் வேண்டும். அவ்வளவுதான்.

2. நீங்கள் கையில் எடுக்கப்போகும் பிரச்னை எது?

இந்தியாவில் பிரச்னைகளுக்குக் குறைச்சலே இல்லை. அன்னா நினைத்திருந்தால் எதை வேண்டுமானாலும் எதிர்த்துப் போராடியிருக்

கலாம். ஆனால் அவர் 'ஊழல்' என்கிற ஒரு பொதுவான பிரச்னையைக் கையில் எடுக்கத் தீர்மானித்தார். அதைச் சரி செய்துவிட்டால் மற்ற எல்லாம் சரியாகிவிடும் என்று நம்பினார். மக்களும் அதனை ஏற்றுக் கொண்டார்கள்.

பல நேரங்களில் நாம் ஒரு விஷயத்தில் இறங்கத் தீர்மானிக்கும்போது, ஆர்வம் இருக்கும். ஆனால் முதலில் எதைச் செய்வது என்பது புரியாது. தட்டு நிறைய ஸ்வீட்கள் இருந்தாலும் அதில் எது நமக்கு ரொம்பப் பிடித்தது, எது நம்முடைய மனத்துக்கு அதிக மகிழ்ச்சி அளிக்கும் என்று யோசித்துச் சட்டென்று ஒன்றைத் தேர்ந்தெடுக்கிறோம் அல்லவா, அப்படித்தான் நம்முடைய செயல்களையும் தேர்ந்தெடுக்கவேண்டும். சுலபமாக இருக்கிறதே என்பதற்காக எலி வேட்டை ஆடாமல், சிங்க வேட்டை ஆடினால் தாக்கம் அதிகம். வெற்றியும் பெரிதாக இருக்கும்.

3. சரியான கூட்டாளிகளைத் தேர்ந்தெடுங்கள்.

அன்னா ஹசாரேயின் சிநேகிதர்களைப் பற்றி மீடியாவில் ஆயிரம் விமர்சனங்கள் இருக்கலாம். ஆனால் வலுவான அந்தக் கூட்டணி இல்லாமல் தன்னந்தனியாக அவர் இத்தனை பெரிய வெற்றியைச் சாதித்திருக்கமுடியாது என்பதுமட்டும் உண்மை.

'பார்ட்னர்ஷிப்' என்று அழைக்கப்படுகிற இந்த விஷயம் நம் எல்லாருக்குமே முக்கியம். நாம் சுயதொழில் செய்பவராக இருந்தாலும் சரி, வேலைக்குப் போகிறவரானாலும் சரி, வீட்டிலும் சரி, பள்ளி, கல்லூரியிலும் சரி, உடன் இருக்கும் நண்பர்களின் பலங்கள் பலவீனங்களைப் புரிந்துவைத்துக்கொண்டு அவற்றை நம்முடைய குணநலன்களுடன் சேர்த்து ஒட்டுமொத்தமாக அனைவருக்கும் நன்மை ஏற்படக்கூடியவிதத்தில் பயன்படுத்திக்கொள்வதுதான் சாமர்த்தியம். தனியாக நின்று ஜெயிப்பது மிகச் சிலரால்தான் முடியும், எதற்கு வீண் ரிஸ்க்?

4. தலைவராகுங்கள்!

என்னய்யா இது? முதல் பாயின்டில் 'பதவி வேண்டாம்' என்று சொல்லிவிட்டு இப்போது தலைவராகச் சொன்னால் என்ன அர்த்தம்? இடிக்கிறதே!

அங்கே நாம் 'பதவி' என்று சொன்னது அதிகாரப்பூர்வமாக இன்னொருவர் நம் தலையில் வைக்கிற கிரீடத்தை. ஆனால் இங்கே 'தலைமை' என்று சொல்வது வேறு விஷயம். நம்முடன் இருப்பவர்கள் அவர்களாக விரும்பி நம்முடைய வழிகாட்டுதலை

ஏற்றுக்கொள்கிறார்கள். இதனால் அவர்களுடைய பிரதிநிதியாகச் செயல்படும் உரிமை நமக்குக் கிடைக்கிறது.

பத்துப் பேருக்காக நாம் போராடும்போது, இந்தத் தலைமை உரிமை மிக அவசியமாகிவிடுகிறது. இல்லாவிட்டால் நாளைக்கு நாம் ஜெயித்துவிட்டபிறகு நாலு பேர் எதிர்த்துக் குரல் கொடுப்பார்கள். 'எங்களை விட்டிருந்தா நாங்களும்தான் ஜெயிச்சிருப்போம்' என்று விதண்டாவாதம் பேசுவார்கள்.

ஆக, நாம் எந்தக் குழுவுடன் செயல்படுகிறோமோ அங்கே நமது இடம் என்ன என்பதைச் சரியாகப் புரிந்துகொள்ளுங்கள். அவர்களது ஒட்டுமொத்தச் சம்மதம் இன்றி எதிலும் நீங்களாக உரிமை எடுத்துக் கொள்ளாதீர்கள்.

5. எப்போதும் கவனமாக இருங்கள்!

வெற்றி என்பது, ஒரு நீண்ட சாலையில் பயணம் செய்வதுபோல. அரை கிலோ மீட்டர் சென்றதும் நிம்மதியாக உட்கார்ந்து ரெஸ்ட் எடுக்க முடியாது. இலக்கைச் சென்றடையும்வரை தொடர்ந்து கவனத்துடன் ஓடிக்கொண்டே இருக்கவேண்டும்.

அன்னா ஹசாரேயின் ஊழல் எதிர்ப்புப் போராட்டம் என்னதான் நியாயமான நோக்கங்களைக் கொண்டிருந்தாலும், அவர் சந்தித்த எதிர்ப்புகள் கொஞ்சநஞ்சமில்லை. ஒவ்வொரு கட்டத்திலும் என்ன நடக்கும் என்பதை முன்கூட்டியே யோசித்து, பின்னர் நடப்பவற்றைத் தொடர்ந்து கவனித்து, வேண்டிய மாற்று ஏற்பாடுகளைச் செய்து அவர் முன்னேறிக்கொண்டே இருந்தார். அதனால்தான் இத்தனை பெரிய பிரச்னையில் கிட்டத்தட்ட ஒட்டுமொத்த அரசாங்கமும் அரசியல்வாதிகளும் அவருக்கு எதிராக நின்றபோதும்கூட அன்னாவால் பெருவெற்றியைச் சாதிக்கமுடிந்தது.

6. முன்னேற்பாடுகளும் பயிற்சியும் மிக முக்கியம்!

அன்னா ஹசாரேயின் வயது எழுபதைத் தாண்டிவிட்டது. ஆனால் அவரால் இந்த வயதில் பத்து நாளுக்குமேல் உண்ணாவிரதம் இருக்க முடிகிறது. இடையிடையே ஆதரவாளர்களுடன் உரையாட முடிகிறது. மைக் பிடித்துப் பேசமுடிகிறது. பத்திரிகையாளர்களுக்குப் பேட்டி கொடுக்கமுடிகிறது... இதெல்லாம் எப்படிச் சாத்தியம்?

இது ஏதோ ஒரு ராத்திரியில் அவருக்குக் கிடைத்த வரம் அல்ல. பல வருடங்களாக எடுத்துக்கொண்ட பயிற்சி. இந்தப் போராட்டத்துக்காக அவர் முன்னேற்பாடுகளைச் செய்துகொள்ளவில்லை. காந்திய

வழியில் வாழ்வது என்று முடிவெடுத்தார். அதன்படி வாழ்ந்துவந்தார். அந்தப் பயிற்சி இப்போது அற்புதமாகப் பயன்படுகிறது.

வெற்றியடைந்த எல்லாரிடமும் இந்தக் குணத்தைப் பார்க்கலாம். அவர்களுடைய வெற்றி திடீரென்று முளைத்த காளானாக இருக்காது, பொறுமையாக வளர்த்த தேக்கு மரத்தைப்போல் கடினமாகவும் உயரமாகவும் வளர்ந்து நிற்கும். காரணம், அவர்கள் இப்படி ஒரு வளர்ச்சிக்குத் தங்களைத் தாங்களே மிகக் கவனமாகத் தயார் செய்துகொள்வதுதான்.

நீங்கள் ஜெயிக்க விரும்பும் துறை எது? அதில் வெற்றி பெறுவதற்கு என்னமாதிரியான குணங்கள், அடிப்படைத் திறமைகள் அவசியம்? அவை உங்களிடம் முழுமையாக உள்ளனவா? இல்லை எனில் அவற்றை வளர்த்துக்கொள்வதற்கு நீங்கள் எந்தவிதமான பயிற்சிகளைச் செய்கிறீர்கள்? யோசிக்கவேண்டிய நேரம் இது!

61

சுவர்கள் ஜாக்கிரதை!

ஒரு பிரபலமான விளையாட்டு. ஏழெட்டுப் பேர் சுற்றி அமர்ந்து கொள்வார்கள். முதல் நபர் இரண்டாவது நபரின் காதில் ஒரு ரகசியம் சொல்வார். அதை இரண்டாவது நபர் அடுத்தவரிடம் சொல்வார், அவர் அடுத்தவரிடம், அவர் அடுத்தவரிடம்... இப்படியே மெதுவாக அந்த விஷயம் மீண்டும் முதல் நபரின் காதுகளுக்கு மீண்டும் வந்து சேரும்.

ஆச்சரியமான விஷயம், ஆரம்பத்தில் அவர் சொன்ன வாக்கியமும், இப்போது கேட்கிற வாக்கியமும் அச்சு அசல் ஒன்றாக இருக்காது. பல மாற்றங்கள் நிகழ்ந்திருக்கும். ஒவ்வொருவரும் அவர்களுடைய புரிந்துகொள்ளும் விதம், கற்பனைத் திறனுக்கு ஏற்ப அதற்குக் கண், காது, மூக்கு எல்லாம் வைத்துப் பெரிது பண்ணியிருப்பார்கள்.

இந்தப் பிரச்னைக்கு அடிப்படைக் காரணம், ‘கம்யூனிகேஷன்’ எனப்படும் தகவல் தொடர்புத் திறமை எல்லாருக்கும் ஒரேமாதிரியாக இருப்பதில்லை. ஒவ்வொருவரும் தாங்கள் கேட்கிற விஷயங்களை வெவ்வேறுவிதமாக அணுகுகிறார்கள். அதை வெவ்வேறுவிதமாக அடுத்தவரிடம் சொல்கிறார்கள்.

விளையாட்டு கிடக்கட்டும். நிஜ வாழ்க்கையில் நாம் எத்தனையோ பேரிடம் பேசுகிறோம். மேடை ஏறிப் பேசுவது அல்ல, சாதாரணமாக நம் குடும்பத்தினர், உறவினர்கள், நண்பர்கள், அலுவலகத்தில் உள்ளவர்கள், வாடிக்கையாளர்கள், முகம் தெரியாதவர்கள் என்று

பலரிடம் பல விஷயங்களைச் சொல்கிறோம். அவர்களும் நம்மிடம் பலவற்றைச் சொல்கிறார்கள். இவையெல்லாம் சரியானபடி சென்று சேர்கிறதா இல்லையா என்று எப்படி உறுதிப்படுத்திக்கொள்வது? நமது செய்தி எந்தச் சிதறலும் இல்லாமல் மற்றவர்களிடம் சென்று சேரும்படி சொல்வது எப்படி? இந்தக் கேள்விகளுக்குப் பதில் அளிக்கிற ஒரு சுவாரஸ்யமான புத்தகம், விவேக் மெஹ்ரோத்ரா எழுதிய 'வொய் மை ஹார்ஸ் டஸின்ட் லிஸன்' (Why My Horse Doesn't Listen). இதனை விவா புக்ஸ் வெளியிட்டுள்ளது. விலை ரூ 195/-

நீங்களும் உங்களுடைய நண்பர் ஒருவரும் ஓர் அறையில் அருகருகே உட்கார்ந்திருக்கிறீர்கள். ஆகவே, நீங்கள் பேசுவது அவருக்குச் சட்டென்று சென்று சேர்கிறது.

அதே நண்பர் பக்கத்து அறையில் சுவர் அருகே உட்கார்ந்திருக்கிறார். நீங்கள் இந்த அறையில் அதே சுவர் அருகில் உட்கார்ந்திருக்கிறீர்கள். இப்போது நீங்கள் பேசுவது அவருக்குக் கேட்குமா?

ம்ஹூம், சான்ஸே இல்லை. என்னதான் நீங்கள் பக்கத்தில் இருந்தாலும், உங்களுக்கு இடையே ஒரு கனமான சுவர் இருக்கிறது. அது உங்களுடைய குரலைச் சென்று சேராமல் தடுத்துவிடும். அவர் பதில் சொன்னாலும் உங்களுக்குக் கேட்காது.

அதுபோல, தினந்தோறும் நாம் மற்றவர்களிடம் பேசும்போது பல கண்ணுக்குத் தெரியாத சுவர்களை எழுப்பிக்கொள்கிறோம் என்கிறார் விவேக் மெஹ்ரோத்ரா. இதனால் நம்முடைய பேச்சு சரியானபடி அவர்களுக்குச் சென்று சேர்வதில்லை, விஷயம் சிதறிவிடுகிறது.

இந்தச் சுவர்களைத் 'தகவல் தொடர்புத் தடைகள்' என்று அழைக்கிறது இந்தப் புத்தகம். அவற்றைச் சரியானபடி புரிந்துகொண்டு உடைப்பது எப்படி என்று விரிவாகச் சொல்லித்தருகிறது.

முதலில், நீங்கள் ஒரு விஷயத்தைப் பேசுகிறவராக இருந்தால், கீழே உள்ள சுவர்களைக் கவனத்தில் வையுங்கள். அவை ஏற்பட்டு விடாதபடி பார்த்துக்கொள்ளுங்கள்.

1. சொல்ல வரும் விஷயம் உங்கள் மனத்தில் தெளிவாக இருக்கிறதா? நீங்களே குழப்பத்துடன் பேச ஆரம்பித்தால் கேட்கிறவர்கள் இன்னும் குழம்பிப்போவார்கள். ஆகவே, முன் தயாரிப்பு இல்லாமல் பேச ஆரம்பிக்காதீர்கள். தேவைப்பட்டால் நோட்ஸ் எடுத்துக்கொண்டு பேசுங்கள், தப்பே இல்லை.

2. பேச்சுக்கு ‘டைமிங்’ ரொம்ப முக்கியம். ஒருவர் ரிலாக்ஸான ஜாலி மூடில் இருக்கும்போது சீரியஸான விஷயங்களைப் பேசுவதோ, செம கடுப்பாக இருக்கும்போது ஜோக் அடிப்பதோ சரியான பலன்களைத் தராது. எதைப் பேசவேண்டும் என்பதற்கு இணையாக, அதை எப்போது பேசவேண்டும் என்பதையும் கவனித்துக்கொள்ளுங்கள்.

3. நீங்கள் சொல்லவரும் விஷயம் மிகச் சிக்கலானதாக இருப்பின், அதை வெறுமனே பேச்சில் விளக்கினால் போதாது. காகிதத்தில் ஒரு படம் வரைந்தால் சட்டென்று புரியும். வேறு சில விஷயங்களை விளக்குவதற்குப் பதில் அவர்களை நேரில் அழைத்துச் சென்று சம்பந்தப்பட்ட பொருள்களைக் காண்பித்து விட்டால் இன்னும் நன்றாகப் புரியும். இப்படிப் பேச்சுடன் வேறு பல உத்திகளும் இருக்கின்றன, அவற்றையும் பயன்படுத்திக் கொள்ளுங்கள்.

4. ‘பாடி லாங்வேஜ்’ எனப்படும் உடல்மொழியும் பேச்சுக்கு மிக அவசியமானது. உங்களுடைய கண், புருவம், உதடுகள், முதுகு, கை, கால் என ஒவ்வொன்றும் நீங்கள் சொல்லவரும் விஷயத்துக்குத் துணைபுரிகிறது. நீங்களே பொய் சொன்னாலும் இவை காட்டிக்கொடுத்துவிடும். கவனம்!

5. சில விஷயங்களைச் சுருக்கமாகப் பேசினாலே போதும், வேறு சிலவற்றை விரிவாகப் பேசவேண்டும். இந்த விஷயம் பலருக்குப் புரிவதே இல்லை. உப்புச்சப்பில்லாத மேட்டரை அரை மணி நேரம் நீட்டி முழக்குவார்கள். சுவாரஸ்யமான விஷயத்தைச் சட்டென்று சொல்லி முடித்துவிடுவார்கள். கேட்பவர்களுக்கு எதில் ஆர்வம் என்று அவர்களுடைய பாடி லாங்வேஜைக் கவனித்துப் புரிந்து கொண்டு அதற்கு ஏற்றாற் போல் உங்கள் பேச்சைச் சுருக்குங்கள், அல்லது நீட்டுங்கள்.

6. கிரிக்கெட்டில் அதிரடி ஆட்டம், மட்டை போடுவது என்று இரண்டு வகைகள் உண்டு. நல்ல கிரிக்கெட் வீரர்கள் அப்போதைய ஆட்டச் சூழ்நிலைக்கு ஏற்ப இவற்றில் எது சிறந்தது என்று யோசித்து முடிவு செய்வார்கள். பேச்சிலும் இதேமாதிரிதான், சில விஷயங்களை அதிரடியாக ‘வெட்டு ஒண்ணு, துண்டு ரெண்டு’ என்று சொல்லி அதிகாரம் காட்டவேண்டும். வேறு சில நேரங்களில் பணிந்து செல்வதுதான் புத்திசாலித்தனம். இதை மாற்றிச் செய்தால் ரிஸல்ட் பெப்பே காட்டிவிடும்.

7. தவறான முன்முடிவுகளோடு பேச ஆரம்பிக்காதீர்கள். உங்களுடைய பேச்சு என்பது உங்களது அடையாளம். அதில் பொய்யோ பிழைகளோ இருப்பின் கெடப்போவது உங்கள் பெயர்தான். அதன்பிறகு நீங்கள் எதைச் சொன்னாலும் யாரும் நம்பமாட்டார்கள். ஒருமுறைக்கு நான்குமுறை உறுதிப்படுத்திக் கொண்டு அப்புறம் பேசுங்கள். அவசரப்பட்டு இமேஜைக் கெடுத்துக்கொள்ளாதீர்கள்.

8. எதிராளி உங்கள் பேச்சைக் கேட்கிறாரா, இல்லை சும்மா தூங்கி வழிகிறாரா என்று சந்தேகம் ஏற்படுகிறதா? ஆங்காங்கே சில சிறு கேள்விகளைக் கேளுங்கள். டெஸ்ட் வைப்பதுபோல் அல்ல, 'இதுபத்தி நீங்க என்ன நினைக்கறீங்க?' என்பதுபோன்ற பொதுவான சில கேள்விகளை எழுப்புங்கள், பார்ட்டி உஷாராகி விடும். நீங்கள் சொல்வதைக் கவனிக்க ஆரம்பித்துவிடுவார்கள்.

அடுத்து, யாரோ பேசுகிறார்கள், நீங்கள் அதைக் கேட்கிறீர்கள். அப்போது நீங்களும் உங்களைச் சுற்றிச் சில சுவர்களை எழுப்பிக் கொள்கிறீர்கள். அவற்றைத் தவிர்ப்பதற்கான டிப்ஸ் இங்கே:

1. ஒருவர் அக்கறையாகப் பேசும்போது நீங்கள் காது குடைவது, கையால் தாளம் போடுவது, மொபைலில் எஸ்.எம்.எஸ். பார்ப்பது, பக்கத்து சீட் பெண்ணை சைட் அடிப்பது என்று கவனம் சிதறினால், சொல்கிறவருக்கு ஆர்வம் போய்விடும். உங்களுக்கு விருப்பம் இருக்கிறதோ இல்லையோ, அவர்கள் பேசும் நேரத்தில் காதுகளை யும் கவனத்தையும் அவர்களுக்குக் கொடுங்கள். அதுதான் மரியாதை.

2. 'இவன் இப்படித்தான்' என்று முன்கூட்டியே முடிவு செய்து கொண்டு ஒருவருடைய பேச்சைக் கேட்காதீர்கள். அதன்பிறகு அவர்கள் என்னதான் பிரமாதமாகப் பேசினாலும் அது உங்கள் மனத்தில் பதியாது. இந்தக் காதில் நுழைந்து அந்தக் காது வழியாக வெளியே போய்விடும். எந்தப் பேச்சையும் திறந்த மனத்துடன் அணுகுங்கள். கேட்டுப் புரிந்துகொண்டு அதன்பிறகு ஒரு தீர்மானத்துக்கு வாருங்கள்.

3. ஒருவர் பேசிக்கொண்டிருக்கும்போது அவருடைய மனத்துக்குள் என்ன இருக்கிறது என்று ஊகிக்க முயற்சி செய்யாதீர்கள். இதனால் அவர் சொல்கிற விஷயமும் உங்களுக்குப் புரியாமல் போய்விடும். அவர்களுடைய உள்நோக்கம் என்ன என்பதை அப்புறமாக யோசித்துக்கொள்ளலாம். இப்போதைக்கு வெளிப் பேச்சுதான் முக்கியம்.

4. ஒரு விஷயம் சரி, அல்லது தவறு என்று நீங்களே அவசரப்பட்டு முடிவு செய்துவிட்டு அதன்பிறகு அந்தப் பேச்சைக் கேட்காதீர்கள். அதனால் எந்தப் பிரயோஜனமும் இல்லை. எந்த நீதிபதியும் ஒரு வழக்கை முழுமையாக விசாரிக்காமல் தீர்ப்பு தருவதில்லை. தீர்ப்பு என்ன என்று முன்னாலேயே எழுதிவைத்து விட்டு விசாரணையைத் தொடங்குவது முட்டாள்தனம் அல்லவா?

5. சிலரிடம் ஒரு புத்தகத்தைப் படிக்கச் சொன்னால் முதல் பக்கம், இருபதாவது பக்கம், ஐம்பதாவது பக்கம் என்று சும்மாப் புரட்டி விட்டுப் 'படிச்சுட்டேன்' என்பார்கள். பேச்சும் இதேமாதிரிதான். ஒருவர் மாங்குமாங்கென்று சிரமப்பட்டுப் பேசிக்கொண்டிருப்பார். ஆனால் நாம் அதில் சில குறிப்பிட்ட பகுதிகளைமட்டும் காதில் போட்டுக்கொள்வோம். மற்றதை சாய்ஸில் விட்டுவிடுவோம். இப்படி அரைகுறையாகக் கேட்பது அவருக்கும் மரியாதை இல்லை, நாம் கேட்கும் விஷயமும் முழுசாகப் புரியாது.

6. ஒருவர் பேசிக்கொண்டிருக்கும்போது நடுவில் குறுக்கிட்டுப் பேசுவது மிக மோசமான பழக்கம். இதன்மூலம் நாம் அவர்களுடைய சிந்தனையைத் தடை செய்கிறோம், அவர்களது தன்னம்பிக்கை யையும் குலைக்கிறோம். அவர்கள் பேசவேண்டிய நேரத்தைக் கொள்ளையடித்துக்கொள்கிறோம். ஒருவேளை நீங்கள் அவர் களுடைய பேச்சுக்குப் பதில் சொல்ல விரும்பினால், மனத்திலோ அல்லது ஒரு பேப்பரிலோ அதைக் குறித்துவைத்துக் கொள்ளுங்கள். அவர் பேசி முடித்தபின் ஒவ்வொரு பாயின்டாகப் பதில் சொல்லலாம், அவசரமில்லை.

இனிமேல் யாரிடம் பேசினாலும், யார் பேசுவதைக் கேட்டாலும் இந்தச் சுவர்களை மனத்துக்குள் உருட்டிப் பார்த்துக்கொள்ளுங்கள். உங்கள் பக்கமோ, அல்லது அவர்கள் பக்கமோ இந்தச் சுவர்கள் தென்பட்டால் ஓங்கி ஒரு குத்து விடுங்கள். அப்புறம் பேச்சு தெளிவாகக் கேட்கும்!

62

சுத்தி வளைக்காதீங்க!

கோயம்பத்தூரில் ஒரு கல்யாணம். அதில் கலந்துகொள்வதற்காகக் கோயம்பேடு பஸ் ஸ்டாண்ட் போகிறீர்கள். ஏதோ ஒரு பஸ்ஸில் ஏறி உட்கார்கிறீர்கள். கண்டக்டரிடம் டிக்கெட் வாங்குகிறீர்கள். அதில் 'சென்னை: மதுரை' என்று அச்சிடப்பட்டிருக்கிறது.

'என்னங்க இது? இந்த பஸ் கோயம்பத்தூர் போகாதா?'

'நோ ப்ராப்ளம் சார்! முதல்ல இந்த பஸ்ல மதுரை போயிடுங்க, அப்புறம் அங்கிருந்து இன்னொரு பஸ் மாறி நீங்க கோயம்பத்தூர் போகலாம்.'

'யோவ், உனக்கென்ன கிறுக்குப் பிடிச்சிருக்கா? இங்கே இருக்கற கோயம்பத்தூருக்குப் போறதுக்கு நான் என்னாத்துக்கு மதுரை வரைக்கும் போய் பஸ் மாறணும்?'

'அது அப்படித்தான் சார்' என்கிறார் கண்டக்டர். 'சென்னை டு கோயம்பத்தூர் நேரடி பஸ்ஸே கிடையாது. சென்னை டு மதுரை, அப்புறம் மதுரை டு கோயம்பத்தூர்ன்னு நீங்க ரெண்டு பஸ் மாறியாகணும், வேற வழியே இல்லை!'

இது என்ன தலையைச் சுற்றி மூக்கைத் தொடுகிற சமாசாரமாக இருக்கிறதே என்று யோசிக்கிறீர்களா? அந்தக் காலத்தில் அமெரிக்காவிலும் மற்ற உலக நாடுகளிலும் இருந்த அனைத்து விமான சேவை நிறுவனங்களும் இப்படித்தான் இயங்கிக்கொண்டிருந்தன.

கூப்பிடு தூரத்தில் இருக்கும் பக்கத்து ஊருக்குப் போகவேண்டுமென்றால்கூட, முதலில் நாட்டின் மையத்தில் இருக்கிற இன்னொரு பெரிய நகரத்துக்குப் பறக்கவேண்டும். அங்கிருந்து நீங்கள் சென்று சேரவேண்டிய இடத்துக்கு இன்னொரு ஃப்ளைட் பிடிக்கவேண்டும்.

இதனால் பயணிகளுக்கு ஏகப்பட்ட அவஸ்தை, நேரம் வீணாகும். ஆனால் விமான சேவை நிறுவனங்களுக்கு இதுதான் வசதி, சிக்கனம். ஆகவே அவர்கள் தங்கள் இஷ்டப்படி விமானங்களைச் சுற்றி வளைத்து ஓட்டிக்கொண்டிருந்தார்கள்.

1967ம் வருடம், அமெரிக்காவைச் சேர்ந்த ரோலின் கிங் என்ற பிஸினஸ்மேனும் ஹெர்ப் கெல்லெஹர் என்ற வழக்கறிஞரும் சும்மா அரட்டையடித்துக்கொண்டிருந்தார்கள். அப்போது எதேச்சையாக இந்த விஷயத்தைப் பற்றிப் பேசத் தொடங்கினார்கள், 'நம்ம டெக்ஸாஸ் மாநிலத்துல டல்லாஸ், ஹௌஸ்டன், சான் அன்டானியோன்னு மூணு முக்கியமான ஊர்கள் இருக்கு. ஆனா இந்த ஊர்களுக்கு நடுவிலே பறக்கறதுக்குச் சரியான விமானங்கள் இல்லை. இதுக்காக வேலை மெனக்கெட்டு வேற எங்கயோ இருக்கிற இன்னொரு ஊருக்குப் போய்ட்டு இங்கே திரும்பி வரவேண்டியிருக்கு, ஏன்?'

'அது அப்படித்தான். பெரிய ஏர்லைன்ஸ்கள் எப்பவும் சுத்தி வளைச்சுத்தான் ஃப்ளைட்களை இயக்குவாங்க. நாமதான் அட்ஜஸ்ட் பண்ணிப் போகணும்.'

'ம்ஹூம், இது சுத்தப் பைத்தியக்காரத்தனமா இருக்கு, நாம இதுக்கு ஏதாவது ஒரு வழி செஞ்சாகணுமே!' என்று அவர்கள் யோசித்தார்கள். 'பேசாம, இங்கே நம்ம மாநிலத்துலமட்டும் இயங்கறமாதிரி ஒரு சின்ன ஏர்லைன்ஸ் ஆரம்பிச்சா என்ன? அப்போ நம்ம மக்கள் அநாவசியமா நேரத்தை வீணடிக்காம நினைச்ச நேரத்துல நினைச்ச இடத்துக்குப் பறக்கமுடியுமே!'

இப்படிச் சும்மா வெட்டி அரட்டையாகத் தொடங்கிய விஷயம். அதிவேகத்தில் பக்கா பிஸினஸ் ப்ளானாக உருப்பெற்றது. 'சவுத் வெஸ்ட் ஏர்லைன்ஸ்' உதயமானது. உடனடியாக சூப்பர் ஹிட் ஆனது.

இன்றைக்கு, உலகம்முழுவதும் உள்ள பல மேனேஜ்மென்ட் பள்ளிகளில் சவுத்வெஸ்ட் ஏர்லைன்ஸின் சக்ஸஸ் ஃபார்முலாவைப் பாடமாகப் படிக்கிறார்கள். ஏகப்பட்ட பெரிய விமான சேவை நிறுவனங்கள் இயங்கிக்கொண்டிருந்த அமெரிக்காவில், இந்தச் சின்னஞ்சிறிய கம்பெனி அதிரடி வெற்றி பெற்றது எப்படி என்று

அலசுகிறார்கள். அதே சூத்திரத்தை மற்ற தொழில் நிறுவனங்களும் தனி நபர்களும் பயன்படுத்தி ஜெயிக்கமுடியுமா என்று ஆராய்கிறார்கள்.

இந்த வரிசையில், 'தி சவுத்வெஸ்ட் ஏர்லைன்ஸ் வே' (The Southwest Airlines Way) என்கிற புத்தகம் கொஞ்சம் வித்தியாசமானது. ஜோடி ஹாஃபர் கிட்டெல் எழுதிய இந்தப் புத்தகம் நம்மைப் போன்ற பொதுமக்களுக்கானது. சவுத்வெஸ்டிலிருந்து நாமும் பாடம் கற்றுக் கொள்ளமுடியும் என்று அடித்துப் பேசுகிறது. பல சுவாரஸ்யமான உதாரணங்களுடன் அதனை விளக்கிச் சொல்லித்தருகிறது.

முதலாவதாக, சவுத்வெஸ்ட் ஏர்லைன்ஸ் தோன்றுவதற்குமுன்னால் அமெரிக்காவிலும் மற்ற நாடுகளிலும் ஏகப்பட்ட விமான சேவை நிறுவனங்கள் இருந்தன. ஆனால் அவர்கள் எல்லாருமே இந்தச் 'சுற்றி வளைக்கிற' உத்தியைத்தான் நம்பிவந்தார்கள். இதைக் கொஞ்சம் எளிமையாக்கலாமே என்று யாருக்கும் தோன்றவில்லை.

அங்கேதான் சவுத்வெஸ்ட் வித்தியாசம் காட்டியது. 'நீங்களெல்லாம் நூறு நகரங்களுக்குப் பறக்கிறீர்கள். நான் மூன்றே மூன்று நகரங்களுக்கு மட்டும்தான் பறப்பேன். நீங்கள் நூறு விமானங்களை இயக்குகிறீர்கள். நான் ஏழெட்டு விமானங்களை வைத்துச் சமாளிப்பேன். நீங்கள் விளம்பரத்துக்கு ஏகப்பட்ட செலவு செய்கிறீர்கள். நான் என்னுடைய சேவையைச் சிறப்பாகத் தருவதில்மட்டும் கவனம் செலுத்துவேன். அதுவே எனக்கு இலவச விளம்பரமாகிவிடும். நீங்கள் ஆயிரம் ரூபாய்க்கு டிக்கெட் விற்கிறீர்கள். நான் ஐநூறு ரூபாய்க்கு விற்பேன். நீங்கள் இரண்டு மூன்று விமானங்கள் மாறி ஏழு மணி நேரத்தில் சென்று சேரும் தூரத்தை நான் ஒரே விமானத்தில் மூன்று மணி நேரத்தில் சென்று சேருவேன்...' இப்படி எல்லா விஷயங்களிலும் 'மாத்தி யோசி'த்ததுதான் சவுத்வெஸ்டின் வெற்றிக்கு முக்கியமான காரணம்.

இதே நுட்பங்களை நாம் நம்முடைய தினசரி வாழ்க்கையிலும் பயன்படுத்தமுடியும் என்கிறது இந்தப் புத்தகம். அதற்கான சில டிப்ஸ் இங்கே:

1. எல்லாரும் ஒரு விஷயத்தைச் சொல்கிறார்கள், செய்கிறார்கள் என்பதற்காக நாமும் அதே பாதையில் நடக்கவேண்டிய அவசியம் இல்லை. சேணம் கட்டிக்கொண்ட குதிரைபோல ஒரு திசையைப் பார்த்துக்கொண்டு நடக்காமல் சுற்றிப் பார்வையை ஓடவிடுங்கள். நம் கண்ணில் படாத வாய்ப்புகள் ஏராளமாகக் கொட்டிக்கிடக்கும். அவற்றை தைரியமாக முயன்று பாருங்கள்.

   இதனால் இன்னொரு லாபம், ஏற்கெனவே உங்களுக்கு முன்னால் நடந்துகொண்டிருக்கிற பெருந்தலைகள், அனுபவஸ்தர்களுடன்

முட்டி மோதிக்கொண்டு நீங்கள் போட்டி போடவேண்டிய தில்லை. தனிப்பாதையில் ஜம்மென்று நடை போட்டு ஜெயிக்கலாம்.

உதாரணமாக, சூப்பர் மார்க்கெட்கள் தொடங்கிப் பெட்டிக்கடை கள்வரை எங்கேயும் சுலபமாகக் கிடைக்கும் ஷாம்பூ சாஷே பாக்கெட்கள் எப்படி அறிமுகமானது என்று யோசியுங்கள். ஒருகாலத்தில் ஷாம்பூ என்பது விலை அதிகமாகப் பெரிய டப்பாக்களில்மட்டுமே கிடைத்துக்கொண்டிருந்த விஷயம். அநேகமாக எல்லாக் கம்பெனிகளும் இதில்மட்டும் கவனம் செலுத்திக்கொண்டிருந்த நேரத்தில், சில இந்திய நிறுவனங்கள் அதே ஷாம்பூவை அளவு குறைத்து ஒரு ரூபாய், ஐம்பது பைசா ரேஞ்சுக்கு விற்க ஆரம்பித்தார்கள். இந்தச் சௌகரியத்தை மக்கள் ரசித்து வரவேற்றார்கள். அதனால் ஷாம்பூ சாஷேக்களின் விற்பனை கோடிக்கணக்கில் எகிறியது. அதன்பிறகு, எல்லா நிறுவனங்களுமே மலிவு விலை சாஷேக்களை அறிமுகப்படுத்தி யாகவேண்டிய கட்டாயம் ஏற்பட்டுவிட்டது.

2. இப்படி யாரும் செய்யாத ஒரு விஷயத்தைச் செய்கிறபோது, தோல்விக்குப் பயப்படக்கூடாது. பத்து விஷயங்களை முயன்று பார்த்தால் ஒன்று க்ளிக் ஆகும். மற்ற ஒன்பது சொதப்பல்களை நினைத்து வருந்தி உட்கார்ந்துவிட்டால் நமக்கான பாதை கிடைக்காமலே போய்விடும். முடிந்தவரை சீக்கிரத்தில் தோல்வி களை அடையாளம் கண்டு வெளியேறுவதுதான் புத்திசாலித்தனம்.

3. எளிமையாகச் செய்யமுடிகிற ஒரு விஷயத்தைச் சிக்கலாக்கா தீர்கள். அதன்மூலம் எத்தனை லாபம் கிடைத்தாலும் சரி. தொலை நோக்குப் பார்வையோடு சிந்தித்தால், சிம்பிளான சமாசாரங்கள் தான் நிலைத்து நிற்கும்.

சந்தேகமிருந்தால், உங்கள் வீட்டுக்குப் பக்கத்தில் இருக்கும் மொபைல் ஃபோன் கடை ஒன்றினுள் நுழைந்து பத்தே பத்து நிமிடம் வேடிக்கை பாருங்கள். மக்கள் எந்தமாதிரி மொபைல் களை வாங்குகிறார்கள் என்று கவனியுங்கள், எத்தனை வசதிகள் இருந்தாலும், ஒரு மொபைல் ஃபோன் பயன்படுத்துவதற்கு எளிமையாக இருக்கிறதா என்பதைத்தான் எல்லாரும் கவனிப்பார் கள். அதுமட்டும் சரியாக அமையாவிட்டால், நீங்கள் ஏகப்பட்ட பட்டன்கள், சௌகரியங்கள் என்று அடுக்கிவைத்தாலும் பிரயோஜனம் இல்லை.

4. நீங்கள் பிஸினஸ் நடத்துகிறவராக இருந்தால், உங்களுடைய லாபத்தைமட்டும் ஒற்றைக் குறிக்கோளாக வைத்திருக்காதீர்கள். வாடிக்கையாளர்களின் திருப்திதான் உங்களது முதல் நோக்கமாக இருக்கவேண்டும். அவர்கள் சந்தோஷப்பட்டால் உங்களுடைய விற்பனையும் லாபமும் தானாக எகிறும். சந்தேகமே வேண்டாம்.

   மற்ற ஏர்லைன்ஸ்கள் எல்லாம் தங்களுடைய லாபம், சௌகரியத்தை மனத்தில் வைத்துச் சுற்றி வளைத்து விமானங்களை ஓட்டிய போது, சவுத்வெஸ்ட்மட்டும்தான் பயணிகளின் வசதியைக் கருத்தில் கொண்டு இயங்கியது. ஆகவே மக்கள் அதற்கு அமோக ஆதரவு தந்து வெற்றிபெறச் செய்தார்கள்.

5. எந்த நீண்ட பயணமும், சிறிய அளவில்தான் ஆரம்பமாகிறது. ஆகவே, 'நாம சின்ன ஆளாச்சே' என்கிற கவலையோ தயக்கமோ வேண்டாம். முயற்சியைத் தள்ளிப்போடவேண்டாம். நமக்குக் கட்டுப்படியாகும் சைஸில் தொடங்கிப் படிப்படியாக மேலே போகலாம்.

சவுத்வெஸ்ட் ஏர்லைன்ஸ் தொடங்கப்பட்டபோது அதன் விமானங்கள் மூன்றே மூன்று நகரங்களுக்குமட்டுமே பயணம் செய்தன. அதில் கிடைத்த லாபத்தை வைத்துக் கொஞ்சம் கொஞ்சமாகத் தங்களுடைய நிறுவனத்தை வளர்த்தார்கள். பின்னர் நாடுமுழுவதும் செயல்படுகிற முழுமையான விமான சேவை நிறுவனமாக இயங்கத் தொடங்கினார்கள். ஆரம்பத்தில் 'மூணே மூணு ஊருக்காக ஒரு ஏர்லைன்ஸா?' என்று எல்லாரும் அவர்களைக் கேலி செய்தபோது தயங்கி நின்றிருந்தால், இத்தனை பெரிய வெற்றி சாத்தியப்பட்டிருக்காது.

63

சின்னச் சின்னக் கொண்டாட்டங்கள்!

டிவியில் பொது அறிவு க்விஸ் நிகழ்ச்சி. பதினைந்து கேள்விகளுக்குப் பதில் சொன்னால் ஒரு கோடி ரூபாய் பரிசு.

சாதாரணமாக ஒரு கேள்வி கேட்க ஒரு நிமிடம் போதும். யோசித்துப் பதில் சொல்ல இன்னொரு நிமிடம். அந்தக் கணக்கின்படி பார்த்தால் அரை மணி நேரத்தில் பதினைந்து கேள்விகளைக் கேட்டு முடித்து விடலாம். ஒரு கோடி பரிசையும் எடுத்துக் கொடுத்துவிடலாம்.

ஆனால் உண்மையில் அப்படியா நடக்கிறது? ஒவ்வொரு கேள்விக்கும் முன்னுரை, பின்னுரை, ஆர்ப்பாட்டமான இசை, நடுவே பேட்டிகள், கைதட்டல்கள், கிண்டல், கேலி, லைஃப்லைன் என்று ஏதேதோ சுவாரஸ்யங்களைச் சேர்த்து அதனை ஒரு மணி நேரத்துக்கு மேல் இழுத்துவிடுகிறார்கள். அதனால்தான் மக்களும் ஆர்வமாக அதனை உட்கார்ந்து பார்க்கிறார்கள்.

அதுமட்டுமில்லை, இந்த நிகழ்ச்சியைக் கூர்ந்து கவனித்தால் இன்னொரு விஷயமும் புரியும். பதினைந்து கேள்விகளுக்கும் சரியாகப் பதில் சொன்னால்தான் ஒரு கோடி என்று இல்லை. முதல் கேள்விக்குப் பதில் சொன்னாலே ஆயிரம் ரூபாய் கிடைத்துவிடும். இரண்டாவது கேள்விக்கு இரண்டாயிரம்... இப்படியே படிப்படியாக நிறையச் சம்பாதிக்கலாம்.

கோடி ரூபாய் ஜெயிக்க வந்திருக்கும் ஒருவருக்கு ஆயிரம் ரூபாய் என்பது அல்ப சமாசாரம். ஆனால் அந்தப் போட்டியை நடத்துகிறவர்

அப்படி அலட்சியமாக விடுவதில்லை. அந்த ஆயிரம் ரூபாய்க்கே அவரைப் பாராட்டி, கௌரவித்து, உற்சாகப்படுத்துகிறார். பத்தாயிரத்தைத் தாண்டினால் ஒரு செக் தருகிறார். 'தொடர்ந்து இதேமாதிரி பதில் சொல்லி அசத்துங்க. நீங்க லட்சம் லட்சமா குவிக்கலாம்' என்று நம்பிக்கை தருகிறார்.

இவை எல்லாம் நேரத்தைத் தின்னுவதற்காக அறிமுகப்படுத்தப்பட்ட விஷயங்கள் அல்ல. மனித உளவியலைக் கூர்ந்து கவனித்து அதன்படி ஏற்படுத்தப்பட்ட சமாசாரங்கள். இவற்றின்மூலம் நம்முடைய செயல்திறன் மேம்படுவதை ஆதாரபூர்வமாக நிரூபித்திருக்கிறார்கள்.

'தி ப்ராக்ரஸ் ப்ரின்சிபில்' (The Progress Principle) என்ற புத்தகம் இந்த விஷயத்தை மிக நுணுக்கமாக அலசுகிறது. தெரசா அமபிலெ, ஸ்டீவன் க்ராமெர் என்ற தம்பதியர் இந்தப் புத்தகத்தை எழுதியுள்ளார்கள்.

ஆங்கிலத்தில் 'ப்ராக்ரஸ்' என்றால் முன்னேற்றம். நாம் ஒரு நிலையிலிருந்து அடுத்த படிக்குச் சென்றிருக்கிறோம் என்பதற்கான அடையாளம்.

உதாரணமாக, இன்று காலை பத்து மணிக்கு நீங்கள் ஓர் ஓவியம் வரையத் தொடங்குகிறீர்கள். அரை மணி நேரம் கழித்துப் பார்த்தால் கண்களைமட்டும் வரைந்துமுடித்திருக்கிறீர்கள். அடுத்த அரை மணி நேரத்தில் மூக்கு, அப்புறம் காதுகள், அப்புறம் தலைமுடி, கழுத்து, உடம்பு, கை, கால் என்று படிப்படியாக முன்னேறுகிறீர்கள். மதியம் இரண்டு மணியளவில் மொத்த ஓவியமும் ரெடி.

நான் உங்களை 9:55க்குச் சந்திக்கிறேன். அப்போது உங்களிடம் வெறும் காகிதம்தான் இருக்கிறது. அதைப் பார்த்துவிட்டு வெளியேறுகிறேன். மறுபடி மூன்று மணிக்கு உங்களைப் பார்க்க வருகிறேன். அட்டகாசமான வண்ண ஓவியத்தைக் காண்பிக்கிறீர்கள். அசந்துபோகிறேன்.

என்னைப் பொறுத்தவரை, உங்களுடைய Progress என்பது காகிதத்திலிருந்து ஓவியம். அதாவது பூஜ்ஜியத்தில் விளையாடத் தொடங்கிய ஒரு கிரிக்கெட் வீரர் அங்கிருந்து அப்படியே ஜம்ப் செய்து செஞ்சுரி அடித்துவிடுவதுபோல.

ஆனால் உண்மையில் என்ன நடக்கிறது? அவர் 1, 2, 3, 4... 10, 30, 70, 99 என்று கொஞ்சம் கொஞ்சமாக ரன் சேர்த்துதான் செஞ்சுரி அடித்திருக்கிறார். நீங்களும் அதுபோல் கண், காது, மூக்கு என்று கொஞ்சம் கொஞ்சமாக வரைந்துதான் அந்த ஓவியத்தைப் பூர்த்தி செய்திருக்கிறீர்கள். அந்த நுணுக்கமான Progress உங்களுக்கு மட்டும்தான் தெரியும். வெளியில் இருந்து பார்க்கிற எங்களுக்குத் தெரியாது.

இந்த வித்தியாசத்தைத்தான் தெரசாவும் ஸ்டீவனும் சுட்டிக்காட்டு கிறார்கள். 'முன்னேற்றம் என்பது ஓர் இடத்திலிருந்து இன்னோர் இடத்துக்குத் தாவுவது அல்ல, அந்த இரண்டு இடங்களுக்கும் இடையில் உள்ள தூரத்தை மெதுவாகக் கடந்து செல்வது, அதை உற்றுக் கவனிக்க வேண்டும், அவ்வப்போது நம்மை நாமே உற்சாகப்படுத்திக் கொள்ள வேண்டும். இதெல்லாம் நம்முடைய முன்னேற்றத்தை விரைவு படுத்தும்' என்று ஆதாரங்களுடன் விளக்கிச் சொல்கிறார்கள்.

உதாரணமாக, அலுவலகத்தில் உங்களுடைய மேனேஜர் ஒரு கஷ்டமான வேலையைத் தருகிறார். அதைச் செய்வதற்குக் குறைந்தது நான்கு நாள் பிடிக்கும்.

முதல் நாள் உற்சாகமாக வேலையைத் தொடங்குவீர்கள். கொஞ்ச நேரம் கழித்து 'இன்னும் செய்யவேண்டிய வேலை ஏராளமாக இருக்கிறதே' என்று யோசிக்க ஆரம்பிப்பீர்கள், லேசான சோர்வு வரும்.

அன்று மாலை நீங்கள் வீட்டுக்குக் கிளம்பும்போது மேனேஜர் எதிரில் வருவார், 'என்னய்யா, வேலை ஒழுங்காப் போய்க்கிட்டிருக்கா?' என்று விசாரிப்பார். என்ன பதில் சொல்வீர்கள்?

சிலர், 'இப்பத்தான் சார் ஆரம்பிச்சிருக்கேன். இன்னும் ரெண்டு மூணு நாள் ஆகும்!' என்று பதில் சொல்வார்கள். வேறு சிலர், 'கால்வாசி வேலை முடிஞ்சது சார்' என்பார்கள். இந்த இரண்டு பதில்களுக்கும் இடையில் உள்ள வித்தியாசத்தைப் பற்றிக் கொஞ்சம் யோசியுங்கள்.

முதல் டைப் நபர்கள் பூஜ்ஜியத்திலிருந்து அப்படியே செஞ்சுரிக்குத் தாவ ஆசைப்படுகிறார்கள். நடுவில் உள்ள 10, 20, 30 எல்லாம் இவர்களுக்குப் பிடிக்காது. அதை ஒரு பெரிய விஷயமாக நினைக்க மாட்டார்கள். எப்போதும் 'இன்னும் செஞ்சுரி அடிக்கலையே' என்றுதான் வருத்தப்பட்டுக்கொண்டிருப்பார்கள்.

இரண்டாவது டைப் நபர்கள், 'பூஜ்ஜியத்திலிருந்து 25வரை வந்திருக்கிறேன்' என்பதைக் கொண்டாடுகிறார்கள். 'நாளைக்கு 50, நாளன்னிக்கு 75, அப்புறம் 100ன்னு படிப்படியா முன்னேறிடுவேன்' என்று தங்களைத் தாங்களே உற்சாகப்படுத்திக்கொள்கிறார்கள். இதனால் உரிய நேரத்துக்கு முன்பாகவேகூட செஞ்சுரி அடித்துவிடுவார்கள்!

ஆக, நாம் நம்முடைய இலக்குகளைச் சரியாக நிர்ணயிப்பதுமட்டும் போதாது, அவற்றை நோக்கி எந்த அளவு முன்னேறியிருக்கிறோம் என்பதைக் கணக்குப் போட்டுப் பார்த்துக்கொண்டே இருப்பதும் அவசியம். சரியான முன்னேற்றத்துக்குச் சந்தோஷப்படுவதும் குறைவான

முன்னேற்றத்தின்போது உஷாராகி மாற்று நடவடிக்கைகளை எடுப்பதும் மிக முக்கியம்.

'சிறிய வெற்றிகளைக்கூடக் கொண்டாடுங்கள்' என்பதுதான் Progress Principle. அது தரும் வைட்டமின்தான் நம்மைப் பெரிய வெற்றிகளை அடைவதற்கு ஊக்குவிக்கிறது.

இதில் ஒரு சின்ன ஆபத்தும் உண்டு. சாதாரண வெற்றிகளுக்காகச் சந்தோஷப்பட்டுக்கொண்டு திருப்தி அடைந்துவிட்டால், அது நம்முடைய நிஜமான இலக்குகளை எட்டவிடாது.

ஆங்கிலத்தில் 'Good is the enemy of best' என்று ஒரு பழமொழி உண்டு. அதாவது, ஒரு வேலையைச் செய்யும்போது 'அட, இது நல்லா இருக்கே' என்று நினைக்க ஆரம்பித்தால் அதே விஷயத்தை 'அற்புதமாக'ச் செய்கிற வாய்ப்பைத் தவறவிடுகிறோம்.

உதாரணமாக, கிரிக்கெட் மேட்ச்சில் ஒரு பேட்ஸ்மேன் 50 ரன் எடுக்கும்போது எல்லாரும் கை தட்டுகிறார்கள். மட்டையை உயர்த்தி அவர் அந்த மரியாதையை ஏற்றுக்கொள்கிறார். அது கொண்டாடப் படவேண்டிய ஒரு வெற்றிதான். சந்தேகமில்லை.

ஆனால் அடுத்த சில நிமிடங்களில், அவர் சமநிலைக்கு வந்து விடுகிறார். 51வது ரன்னை எடுப்பதுபற்றி யோசிக்க ஆரம்பிக்கிறார், செஞ்சுரியை நோக்கி முன்னேறுகிறார்.

ஆக, Progress என்பது தொடர்ச்சியாக நிகழ்ந்துகொண்டே இருக்க வேண்டிய ஒரு விஷயம். சிறிய முன்னேற்றங்களைக் கொண்டாடுவது அவசியம். ஆனால் அப்போதெல்லாம் 'இது தாற்காலிக சந்தோஷம் தான். வேலை இன்னும் மிச்சம் இருக்கிறது' என்று நம் மனத்தில் தோன்றவேண்டும். இல்லாவிட்டால் ஆபத்து.

வீட்டிலோ அலுவலகத்திலோ பள்ளியிலோ கல்லூரியிலோ... இந்த 'முன்னேற்ற டிப்ஸ்' உங்களுக்குப் பயன்படும்:

- உங்களிடம் எந்த வேலை வந்தாலும் சரி, அதனைப் பல படிநிலை (ஸ்டெப்) களாகப் பிரித்துக்கொள்ளுங்கள்.
- ஒவ்வொரு படிநிலையையும் முடிப்பதற்கு எவ்வளவு நேரமாகும் என்று கணக்குப் போடுங்கள். எதை எப்போது முடிக்க வேண்டும் என்று திட்டமிடுங்கள்.
- அந்தப் படிநிலைகள் உரிய நேரத்தில் முடிகின்றனவா என்று கவனியுங்கள். அப்படி முடிந்தால் அதைக் கொண்டாடுங்கள். ஒரு

காஃபி, அல்லது ஸ்வீட், அல்லது அரை மணி நேரம் டிவி, அல்லது நண்பர்களிடம் பந்தா, அல்லது ஒரு மணி நேரத் தூக்கம்... இப்படி உங்களுக்கு நீங்களே பரிசு கொடுத்துக்கொள்ளுங்கள். அப்புறம் சட்டென்று கொண்டாட்ட மனோநிலையிலிருந்து வெளியே வந்து அடுத்த படிநிலையைக் கவனியுங்கள்.

- ஒருவேளை ஏதாவது ஒரு படிநிலை உரிய நேரத்தில் முடியாவிட்டால், எங்கே பிரச்னை என்று யோசியுங்கள். சரி செய்யுங்கள், அதையும் சுருக்கமாகக் கொண்டாடிவிட்டு முன்னே செல்லுங்கள்.
- நீங்கள் யாருக்கேனும் வேலை ஒதுக்கும்போது, அவர்களுடைய சிறிய முன்னேற்றங்களையும்கூடச் சுட்டிக் காட்டிப் பாராட்ட மறக்காதீர்கள்!

64

ஐந்து மனம் வேண்டும்!

ஜெயிப்பதற்கு என்ன வேண்டும்?

திறமை, வாய்ப்பு, அனுபவம், அதிர்ஷ்டம்... இதெல்லாம் அவசியம் தான். ஆனால் இதற்கெல்லாம் மேலாக ஒரு விஷயம் தேவை, மனசு. அதுவும் ஒரு மனசு இல்லை, ஐந்து மனசுகள்!

மனசுக்கும் வெற்றிக்கும் என்ன சம்பந்தம் என்று யோசிக்கிறீர்களா? ஹாவர்ட் கார்ட்னர் என்ற பேராசிரியர் எழுதிய '5 மைண்ட்ஸ் ஃபார் தி ஃப்யூச்சர்' (5 Minds For The Future) என்ற புத்தகம்தான் இந்தச் சுவாரஸ்யமான கோணத்தை முன்வைக்கிறது. ஒன்று, இரண்டு அல்ல, முழுசாக ஐந்து விதமான மனங்களை வளர்த்துக்கொள்கிறவர் களுக்குத்தான் நாளைய எதிர்காலம் சொந்தமாகப்போகிறது என்று சுவையான உதாரணங்களுடன் வாதிடுகிறது.

ஹாவர்ட் கார்ட்னர் விவரிக்கும் அந்த ஐந்து 'மனசு'கள்:

1. ஒழுக்கமுள்ள மனசு
2. தொகுக்கத் தெரிஞ்ச மனசு
3. புதுசா யோசிக்கும் மனசு
4. மரியாதையுள்ள மனசு
5. நேர்மையான மனசு

1. ஒழுக்கமுள்ள மனசு

எந்த ஒரு விஷயத்தையும் சுமாராகச் செய்வதற்கு ஆயிரம் பேர் வருவார்கள். அதை மிகச் சரியாக, கச்சிதமாகச் செய்வதற்கு ஒழுக்க முள்ள ஒருவரால்தான் முடியும்.

இங்கே நாம் ஒழுக்கம் என்று சொல்வது, அந்த வேலையை மிகச் சிறப்பாகச் செய்யவேண்டும் என்கிற அக்கறை. அதற்காகத் தொடர்ந்து பயிற்சி எடுத்துக்கொள்ளவும், தவறுகளைத் திருத்திக் கொள்ளவும் தயாராக இருப்பது. அரைகுறை வெற்றிகளில் திருப்தி அடைந்துவிடாமல் தொடர்ந்து முன்னேறிச் செல்வது...

உதாரணமாக, ஒரு நல்ல கிரிக்கெட் வீரர், உலகப் புகழ் பெற்றவர், பிரமாதமாகப் பல செஞ்சுரிகள் போட்டு வெற்றிகளைக் குவித்தவர், அவருடைய கண்ணைக் கட்டி மைதானத்தில் விட்டாலும்கூட அட்டகாசமாக விளையாடுவார், சந்தேகமே இல்லை.

ஆனால் அதற்காக, அவர் பயிற்சி எடுப்பதை நிறுத்திவிடலாமா? ஒரு நாள் சும்மா கட் அடிக்கலாம், இரண்டு நாள் ரெஸ்ட் எடுக்கலாம். அதற்குமேல் பயிற்சியை நிறுத்திவைத்தால் அவருக்கே உறுத்த ஆரம்பித்துவிடும். அவருடைய மனமே அவரை நெட்டித் தள்ளும். 'போய்யா ப்ராக்டீஸுக்கு' என்று விரட்டும்.

அந்த ஒழுக்கமும் அர்ப்பணிப்பு உணர்வும்தான், வெற்றிக்குத் தேவையான ஐந்து மனசுகளில் முதலாவது.

2. தொகுக்கத் தெரிஞ்ச மனசு

அதிவேகமாக முன்னேறும் உலகம் இது. செய்தித்தாள்கள், பத்திரிகைகள், டிவி, ரேடியோ, இன்டர்நெட் என்று விநாடிக்கு விநாடி செய்திகளும் புள்ளிவிவரங்களும் கொட்டிக்கொண்டே இருக்கின்றன. நம்மைச் சுற்றி இருக்கிற எல்லாரும் இதைப்பற்றித் தொடர்ந்து ஏதாவது பேசியபடி இருக்கிறார்கள்.

இதைப் பார்த்துச் சிலர் குழப்பம் அடைவார்கள், 'எத்தனை விஷயத்தை ஞாபகம் வெச்சுக்கறது?' என்று மலைத்துப்போய் உட்கார்ந்துவிடுவார்கள்.

வேறு சிலர், இந்தக் குழம்பிய குட்டைக்குள்ளும் மீன் பிடிக்கும் தெளிவு கொண்டவர்கள். ஆயிரம் புள்ளிவிவரங்கள் குவிந்தாலும், அவற்றைச் சல்லடை போட்டுத் தேடித் தங்களுக்குத் தேவையான விஷயங்களைமட்டும் கச்சிதமாகத் தொகுத்து வெளியே எடுத்து வைத்துவிடுவார்கள்.

நாளைய உலகம் இதைவிட இன்னும் வேகமாகத்தான் இயங்கப் போகிறது. அதில் முன்னேற விரும்புகிறவர்களுக்கு இந்தத் 'தொகுக்கத் தெரிஞ்ச மனசு' அவசியம் தேவை.

3. புதுசா யோசிக்கும் மனசு

ஒரே விஷயத்தை நாம் இரண்டுவிதமாகச் செய்யலாம். ஒன்று, இதுவரை எல்லாரும் அதை எப்படிச் செய்துவந்தார்களோ அதை அப்படியே காப்பி அடிப்பது. அடுத்து, அவர்கள் செய்ததைச் சுத்தமாக மறந்துவிட்டு நமக்கு எது சரி என்று தோன்றுகிறதோ அந்தப் புது வழியில் அதைச் செய்வது.

இந்த இரண்டாவது வழியில் ஆபத்து அதிகம். யாரும் நடக்காத பாதை என்பதால் தோல்விக்குக்கூட வாய்ப்பு உண்டு. ஆனால் ஒருவேளை ஜெயித்துவிட்டால், அந்த வெற்றி மிகப் பெரியதாக இருக்கும்.

அதனால்தான் 'புதுசா யோசிக்கும்' க்ரியேட்டிவ் மனசு நமக்குத் தேவைப்படுகிறது. சரித்திரம் முழுவதும் மனித சமுதாயத்தின் முன்னேற்றத்துக்கு இந்த மனசுதான் காரணமாக இருந்திருக்கிறது.

நாம் செய்கிற வேலை எதுவாக இருந்தாலும் சரி, அடுத்தடுத்த புதுமைகளுக்கு வாய்ப்பு உண்டு. நாளைய பிரச்னைகளுக்கான பதில்கள் புதுசாக யோசிக்கிறவர்களுக்குமட்டுமே கிடைக்கும். சொன்னதைச் சொல்லும் கிளிப்பிள்ளைகளுக்கு அல்ல.

இதற்காக நாம் பெரிதாக மெனக்கெடவேண்டிய அவசியமே இல்லை. மனித மூளை என்பது வற்றாத ஜீவ நதி. அதிலிருந்து புதுப்புது ஐடியாக்கள் கொட்டிக்கொண்டே இருக்கும். அவற்றை 'அபத்தம்' என்று நினைத்து ஒதுக்கிவிடாமல் பயன்படுத்திக்கொள்வது நம்முடைய சாமர்த்தியம்.

4. மரியாதையுள்ள மனசு

இந்த உலகம் நாளுக்கு நாள் சுருங்கிக்கொண்டிருக்கிறது. இதனால் பல நாடுகள், மதங்கள், கலாசாரங்களைச் சேர்ந்தவர்கள் ஒன்று சேர்ந்து வேலை செய்யவேண்டிய அவசியம் ஏற்பட்டுவருகிறது.

உதாரணமாக, உங்கள் அலுவலகத்தில் வெளிமாநிலத்தைச் சேர்ந்தவர்கள் சிலர் இருக்கலாம். உங்கள் தெரு முனையில் ஒரு சீக்கியர் கடை வைத்திருக்கலாம். இதுமாதிரி 'அந்நியர்'களோடு உங்களால் எந்த அளவு ஒன்றமுடியும்?

முதலில், அவர்களை அந்நியர்களாக நினைப்பதே தவறு. மேலோட்ட மான வித்தியாசங்களை மறந்துவிட்டு எல்லாவகை மனிதர்கள்மீதும் மரியாதை செலுத்துகிற மனசு வேண்டும். இல்லாவிட்டால் நம் வீடு, நம் தெரு, நம் ஊர் என்று ஒரு சின்ன வட்டத்துக்குள் முடங்கிப் போய்விடுவோம்.

5. நேர்மையான மனசு

மாடர்ன் வாழ்க்கையில் நல்லதுக்குச் சமமாகக் கெட்டதும் வளர்கிறது. இதற்கு நடுவே நேர்மையானவர்களாக இருப்பது ரொம்பச் சிரமம்.

உதாரணமாக, போன தலைமுறையில் திருட்டு என்றால் ஒரு வீட்டின் கதவை, ஜன்னலையெல்லாம் உடைத்து உள்ளே போய்க் கஷ்டப்பட வேண்டும். ஆனால் இன்றைக்கு, உட்கார்ந்த இடத்திலிருந்து ஆன்லைன் திருடர்கள் லட்சங்களைச் சுருட்டுகிறார்கள்.

டிஜிட்டல் உலகத்தில் தவறு செய்வது சுலபமாகிக்கொண்டிருக்கிறது. 'இதெல்லாம் தப்பில்லை' என்று போலி நியாயங்களும் உருவாகிக் கொண்டிருக்கின்றன. இவர்களுக்கு மத்தியில் ஒருவர் நிஜமாகவே நேர்மையானவராக வாழ நினைத்தால் 'பொழைக்கத்தெரியாத பய' என்று கிண்டல் செய்வார்கள்.

ஆனால் உண்மையில், மனிதனின் வெற்றிக்கு அவசியமான ஐந்து 'மனசு'களில் இந்த நேர்மைதான் மிக முக்கியமானது என்கிறார் ஹாவர்ட் கார்ட்னர். பொய்யும் புரட்டும் தாற்காலிக சந்தோஷங் களைத் தரலாம். ஆனால் அதன் தாக்கம் கொஞ்ச நாள்தான் நீடிக்கும். தொலைநோக்குப் பார்வையோடு சிந்தித்தால், நேர்மையான மனசு கொண்டவர்கள்தான் அதிகம் மதிக்கப்படுவார்கள். அவர்களுக்குத் தான் நல்ல வாய்ப்புகளும், நிச்சயமான வெற்றியும், அதைவிட முக்கியமாக, நிம்மதியான வாழ்க்கையும் கிடைக்கும் என்று அடித்துச் சொல்கிறார்.

இந்த அஞ்சு மனசுகளில் எதெல்லாம் உங்களிடம் ஏற்கெனவே இருக்கிறது? எங்கே குறைபடுகிறது? கவனித்துச் சரிசெய்து கொள்ளுங்கள், எதிர்காலம் உங்களுக்கே!

65

வேலை ரெடி!

பாதாளச் சாக்கடைகளின் மூடிகள் வட்டமாக இருப்பது ஏன்? அதை ஏன் சதுரமாகவோ செவ்வகமாகவோ தயாரிக்கக்கூடாது?

என்ன திடீரென்று இப்படி ஒரு விநோதமான சந்தேகம் என்று யோசிக்கிறீர்களா? காரணம் இருக்கிறது. உலகின் மிகப் பிரபலமான 'கேள்வி' இது. கடந்த பல வருடங்களாக, சர்வதேச டாப் கம்பெனிகளில் யாராவது வேலைக்குச் சேர விரும்பினால், இன்டர்வ்யூவின்போது இந்தக் கேள்வியைக் கண்டிப்பாகச் சந்தித்தாகவேண்டும். அவர்கள் எத்தனை பெரிய திறமைசாலிகளாக இருந்தாலும் சரி, இந்தக் கேள்விக்கு ஒரு திருப்திகரமான பதில் சொல்லாமல் அடுத்த ரவுண்டுக்குப் போகமுடியாது.

இப்போது, பிரபலமான அந்தக் கேள்வியையே தலைப்பாகக் கொண்டு ஓர் அட்டகாசமான புத்தகம் வந்திருக்கிறது. வேலை தேடும் இளைஞர்கள், நேர்முகத் தேர்வுகளுக்குத் தயாராகிறவர்களுக்கு உதவும் வகையில் வெளிவந்துள்ள 'வொய் ஆர் மேன்ஹோல் கவர்ஸ் ரவுண்ட்?' (Why Are Manhole Covers Round?) என்ற அந்த நூலின் ஆசிரியர், சார்லி முல்ரைன்.

தலைப்பைப் பார்த்து இது ஒரு கேள்வி: பதில் புத்தகம் என்று நினைத்துவிடாதீர்கள். சும்மா ஒரு கவர்ச்சிக்காக அந்தத் தலைப்பைப் பயன்படுத்தியிருக்கிறார் ஆசிரியர். மற்றபடி இந்தப் புத்தகம் முழுவதும் வேலை தேடுபவர்களுக்கான பயனுள்ள, சுலபமான

டிப்ஸ்கள் நூற்றுக்கணக்கில் கொட்டிக்கிடக்கின்றன. அதிலிருந்து முக்கியமான சில, இங்கே:

1. முதலில், உங்களுக்கு என்ன வேண்டும் என்பதை முடிவுசெய்து கொள்ளுங்கள். 'வேலை' என்பது பொதுவான ஒரு வார்த்தை. அப்பா, அம்மா சொன்னார்கள் என்பதற்காகவோ, சம்பளம் நிறையக் கிடைக்கிறது என்பதற்காகவோ ஒரு வேலையில் சேர்ந்து விட்டு மனசே இல்லாமல் செயல்பட்டுக் கொண்டிருந்தால், காசு வரும், திருப்தி கிடைக்காது.

   ஆகவே, உங்களுடைய திறமை, அனுபவம், முக்கியமாக விருப்பம் ஆகியவற்றை அலசி ஆராய்ந்து, என்னமாதிரி வேலை உங்களுக்குச் சரிப்படும் என்று முடிவு செய்யுங்கள். அதைத் தரக்கூடிய கம்பெனிகளுக்குமட்டுமே விண்ணப்பம் போடுங்கள். எல்லாத் திசைகளிலும் கல் எறிந்து உங்கள் நேரத்தை, உழைப்பை வீணடிக்காதீர்கள்.

2. வேலை என்பது இரும்புத் துண்டு. அதை உங்களிடம் ஈர்க்கக் கூடிய காந்தம், உங்களுடைய பயோடேட்டாதான்!

   ஒருவர் எப்பேர்ப்பட்ட திறமைசாலியாக இருந்தாலும் சரி, அவருடைய திறமைகளை, அனுபவங்களைக் கச்சிதமாக முன்வைக்கக் கூடிய ஒரு பயோடேட்டா இல்லாவிட்டால், வேலை தருகிறவர்களுக்கு அவர் ஒரு சாதாரணமான ஆளாகவே தெரிவார். பத்தோடு பதினொன்றாகப் புறக்கணித்துவிட்டுப் போய்விடுவார்கள்.

   இதற்கு நேர் எதிராக, சுமாரான திறமை கொண்டவர்கள்கூட ஓர் அட்டகாசமான பயோடேட்டாவை எழுதிக் கம்பெனிகளை ஈர்த்துவிடுவதும் உண்டு. இதன் அர்த்தம், அவர்கள் பொய் சொல்கிறார்கள், ஏமாற்றுகிறார்கள் என்பது அல்ல, அவர்களுக்குத் தாங்கள் செய்த சொற்ப வேலையைக்கூடச் சரியானபடி விளம்பரப் படுத்திக்கொள்ளத் தெரிந்திருக்கிறது, அவ்வளவுதான்.

   இந்த விஷயத்தில் உங்களுக்கு அலட்சியமோ, கூச்சமோ வேண்டாம். நீங்கள் இதுவரை என்ன படித்திருக்கிறீர்கள். எவ்வளவு மார்க் வாங்கியிருக்கிறீர்கள். எங்கே வேலை செய்திருக்கிறீர்கள். அதில் என்னவெல்லாம் சாதித்திருக்கிறீர்கள். உங்களது தனித் திறமைகள் என்னென்ன. பெற்ற பாராட்டுகள், விருதுகள் என்று ஒன்றுவிடாமல் தெளிவாகப் பதிவு செய்து ஒரு பயோடேட்டா தயாரித்துக்கொள்ளுங்கள். அதன்பிறகுதான் அப்ளிகேஷன், இன்டர்வ்யூ எல்லாமே!

உங்களுடைய பயோடேட்டா என்பது ஏழெட்டுப் பக்கங்கள்வரை கூட நீளலாம். ஆனால் எல்லாருக்கும் அதைப் பொறுமையாகப் படிக்க நேரம் இருக்காது. ஆகவே, உங்களுடைய பயோடேட்டா வின் சுருக்கமான, கச்சிதமான வடிவம் ஒன்றையும் உருவாக்கிக் கொள்ளுங்கள். ஜஸ்ட் ஒரு பக்கம் போதும், அதற்குள் வாசிப்ப வரை ஈர்த்துவிடவேண்டும். விரிவான பயோடேட்டாவை அப்புறமாகக் கொடுத்துக்கொள்ளலாம், அவசரமில்லை.

3. பயோடேட்டாவை வெறுமனே ஜெராக்ஸ் எடுத்து பிட் நோட்டீஸ்போல எல்லாருக்கும் அனுப்பாதீர்கள். அதோடு ஒரு கடிதமும் அவசியம். ஆங்கிலத்தில் 'கவரிங் லெட்டர்' என்று சொல்வார்கள்.

சிலர் இந்தக் கவரிங் லெட்டரையும் ஐம்பது, நூறு பிரதி எடுத்து வைத்துக்கொண்டு எல்லாருக்கும் இதையே திரும்பத் திரும்ப அனுப்புவார்கள். அது பெரிய தவறு. நீங்கள் எந்த வேலைக்கு விண்ணப்பம் போடுகிறீர்களோ அதற்கு நீங்கள் எப்படித் தகுதியான வர் என்பதை அந்தக் கடிதத்தில் தெளிவாகச் சொல்ல வேண்டும். அந்தக் கடிதத்தில் உங்கள் பர்ஸனாலிட்டி தெரிய வேண்டும். அதுதான் வாசிப்பவர்களைக் கவரும்.

4. எல்லா இன்டர்வ்யூக்களும் ஒரேமாதிரியானவை அல்ல. நீங்கள் வேலை செய்யப்போகும் துறை, கம்பெனி, அங்கே உங்களை இன்டர்வ்யூ செய்கிறவரின் எதிர்பார்ப்புகள், அவருடைய முன் அனுபவங்கள், சந்தை நிலவரம், அந்த வேலைக்குப் போட்டி எப்படி இருக்கிறது போன்ற பல விஷயங்களைப் பொறுத்து இன்டர்வ்யூக்களின் தன்மை மாறுபடும். அதற்கு ஏற்ப நீங்கள் முன்கூட்டியே தயாராகிக்கொள்வது மிகவும் அவசியம்.

உதாரணமாக, சில வேலைகளுக்கு 'டெக்னிகல் இன்டர்வ்யூ' நடக்கும். அதாவது, நீங்கள் படித்த விஷயங்கள் அல்லது இதற்கு முன்னால் செய்திருக்கக்கூடிய வேலைகளில் இருந்து கேள்வி களைக் கேட்பார்கள். பதில் சொல்லி விளக்கவேண்டும். படம் வரைந்து பாகம் குறிக்கவேண்டும். இங்கே கல்வித் திறமைக்குத்தான் முக்கியத்துவம்.

இதற்கு நேர் எதிராக உங்களைப்பற்றிய பர்ஸனல் விஷயங்களை மட்டும் விசாரித்து அதன்மூலம் 'ஆள் எப்படி?' என்று எடை போடுகிற இன்டர்வ்யூக்களும் உண்டு. வேண்டுமென்றே உங்களை அவமானப்படுத்துவதுபோல் பேசி நீங்கள் அந்த அழுத்தத்தை எப்படிக் கையாள்கிறீர்கள் என்று கவனிக்கிற

இன்டர்வ்யூக்கள் உண்டு. உங்களைச் சுதந்தரமாகப் பேசவிட்டு மொழி ஆளுமை, தகவல் தொடர்புத் திறமை போன்றவற்றை எடை போடுகிற இன்டர்வ்யூக்கள் உண்டு. இப்படி இன்னும் நிறைய. இவை ஒவ்வொன்றுக்கும் நீங்கள் வெவ்வேறு வகையில் தயாராகிக் கொள்ளவேண்டியிருக்கும்.

5. இப்போதெல்லாம் நேரத்தை மிச்சப்படுத்துவதற்காகப் பல நிறுவனங்கள் தொலைபேசி வழியே இன்டர்வ்யூக்களை நடத்துகின்றன. இதில் சரியாகப் பதில் சொல்பவர்களைமட்டுமே நிஜமான நேர்முகத்தேர்வுக்கு அழைக்கிறார்கள்.

தொலைபேசி இன்டர்வ்யூவில் ஒரு பெரிய பிரச்னை, உங்களுடன் பேசுகிறவருடைய 'பாடி லாங்வேஜ்' எனப்படும் உடல் மொழியைக் கவனிக்கமுடியாது. அவராலும் உங்களைப் பார்க்க முடியாது. ஆகவே, நீங்கள் எவ்வளவுதான் நம்பிக்கையோடு பதில் சொன்னாலும், அந்தச் செய்தி அவர்களுக்கு முழுமையாகச் சென்று சேராது.

இதனால், டெலிஃபோன் வழியே நடக்கும் இன்டர்வ்யூக்களில் கலந்துகொள்கிறவர்கள் கூடுதல் கவனத்துடன் இருக்க வேண்டும். தேவையில்லாத சிறு இடைவெளிகளைத் தவிர்க்க வேண்டும். குரலில் உங்களுடைய தன்னம்பிக்கை வெளிப்படும் படி பார்த்துக் கொள்ளவேண்டும். இதற்குக் கண்ணாடி முன் நின்று பயிற்சி எடுப்பது, நண்பர்கள் அல்லது உறவினர்களுடன் தொலைபேசி யில் பேசிப் பழகுவது போன்றவை பயன்படும்.

6. இப்போதெல்லாம் இன்டர்வியூதவிர வேறு சில வழிகளிலும் உங்களுடைய திறமையைப் பரிசோதிக்கிறார்கள். உதாரணமாக, ஒரு தலைப்பைக் கொடுத்துச் சிறிய உரை ஆற்றச் சொல்வார்கள். அல்லது, போர்டில் படம் வரைந்து விளக்கிப் பாடம் நடத்தச் சொல்வார்கள். வேண்டுமென்றே குறுக்கிட்டுக் கண்டபடி கேள்வி கேட்பார்கள்.

பொதுவாகக் கல்லூரிகளில் பேச்சுக்கலை, விஷயங்களைத் தெளிவாக முன்வைக்கும் Presentation திறன், சிரமமான கேள்வி களைக் கையாளும் விதம் போன்றவை சொல்லித்தரப்படுவ தில்லை. ஆனால் இன்றைய கார்ப்பரேட் உலகத்தில் அவை மிகவும் அவசியமாக இருக்கின்றன.

கவலை வேண்டாம், இந்த விஷயங்களில் நீங்களே சுலபமாகப் பயிற்சி எடுத்துக்கொள்ளலாம். ஒரு நல்ல சினிமா பார்த்துவிட்டு

வருகிறீர்களா, நண்பர்களுடன் சுற்றி உட்கார்ந்து அந்தப் படத்தின் கதையை விவரியுங்கள். அவர்களைக் கேள்வி கேட்டு மடக்கச் சொல்லுங்கள். அதற்குப் பொறுப்பாக பதில் சொல்லிப் பழகுங்கள். அப்புறம் அவர்கள் ஒரு கதை சொல்லட்டும், நீங்கள் கேள்வி கேளுங்கள்.

இதேபோல், உங்களுடைய Presentation Skillsஐயும் வளர்த்துக் கொள்வது ரொம்ப நல்லது. ஆசிரியர்கள்மட்டுமே போர்டில் எழுதிப் பேசிய காலமெல்லாம் மலையேறிவிட்டது. நம் மனத்தில் இருக்கும் விஷயத்தைப் பத்து பேருக்குப் புரியும்படி எளிமையாக வும் சுவாரஸ்யமாகவும் சொல்லத் தெரிந்து கொண்டால், நாளைய உலகில் வெற்றி உங்களுக்குத்தான்.

டிப்ஸெல்லாம் சரி, அந்தப் பிரபலமான பாதாளச் சாக்கடை மூடிக் கேள்விக்குப் பதில் சொல்லலையே?

அது ரொம்பச் சுலபம். உங்கள் வீட்டில் ஏதாவது பிளாஸ்டிக் டப்பா இருக்கும். அதன் மூடியைத் திறந்துகொள்ளுங்கள். அப்புறம் அந்த மூடியைத் திருப்பி அதே டப்பாவுக்குள் திணிக்கப் பாருங்கள். முடிகிறதா?

ம்ஹூம், முடியவே முடியாது. நீங்கள் எவ்வளவுதான் சிரமப் பட்டாலும், எத்தனைவிதமாகத் திருப்பிப் பார்த்தாலும், ஒரு வட்ட மூடி அதே அளவு இருக்கிற ஒரு வட்ட டப்பாவுக்குள் நுழையவே நுழையாது. சதுரம், செவ்வகம், முக்கோணம் போன்றவற்றுக்கு இந்தக் குணம் கிடையாது.

அதனால்தான், பாதாள சாக்கடை மூடிகளை வட்டமாகத் தயாரிக்கிறார்கள். இல்லாவிட்டால், மூடி தவறிச் சாக்கடைக்குள் விழுந்துவிடுகிற வாய்ப்பு உண்டு!

---

www.ingramcontent.com/pod-product-compliance
Lightning Source LLC
LaVergne TN
LVHW040419051026
849517LV00002B/385